Tatta Kana⬚ran, Joseph Muliyil

A Comparative Study of English and Malayalam

as a guide to reciprocal translation for the use of upper secondary schools and

colleges - Part I

Tatta Kana🗆ran, Joseph Muliyil

A Comparative Study of English and Malayalam
as a guide to reciprocal translation for the use of upper secondary schools and colleges - Part I

ISBN/EAN: 9783337901516

Printed in Europe, USA, Canada, Australia, Japan

Cover: Foto ©Andreas Hilbeck / pixelio.de

More available books at **www.hansebooks.com**

A

COMPARATIVE STUDY

OF

ENGLISH AND MALAYALAM

AS A

GUIDE TO RECIPROCAL TRANSLATION

For the use of Upper Secondary Schools and Colleges

BY

T. KANARAN, B. A.

EDITED BY

JOSEPH MULIYIL, B. A.,

Headmaster, Zion High School, Chintadripet, Madras.

"Languages differ among themselves in every degree. Some are so much alike that their users can with sufficient trouble and care come to understand one another; of others even a superficial examination shows abundant correspondences; of yet others similar points of accordance are rarer and only discoverable by practised study and research; and a great number are to all appearance wholly diverse." — *Whitney.*

PREFACE.

IT is with unfeigned diffidence that I venture to send forth into the world this work, the fruit of the last ten years' labours of a most accomplished man, who was cut away in the prime of his life, without even a note of warning. Had he been spared for a few months more, so as to be enabled to give his work the final correction and finishing strokes, it would have been presented to the public in a far different form from what it has assumed in my hands. For me it is quite impossible, within the short period at my disposal, to do fair justice to a work on which its talented author spent ten long years of minute researches and assiduous application. But, as I am quite certain that the many friends of the lamented author, who are with a melancholy interest looking forward to its speedy publication, will, even in its present form, welcome it as a suitable relic of his admirable intellect, I have considered it advisable to postpone the thorough revision of the book until a future edition of it. Meanwhile, in spite of all its imperfections, even the most superficial reader, I have no doubt, must be charmed by the fascinating manner in which the author has handled the difficult subject, and fully appreciate the skill he has displayed in making the work really interesting to the student.

The consensus of opinion among a very large section of the earnest and experienced labourers in the field of education, would fully endorse the verdict, that lessons in translation are among the worst given by the teachers, and least received by the pupils. It might appear rather strange at first sight, that in spite of such a generally received opinion, the subject should have been allowed to remain a virgin field so long, when the rest of the school curriculum have been traversed

over and over again by authors, commentators and compilers
ad nauseam. The reason of this apparent anomaly is not far
to seek—it is not a subject upon which a work could be
written at a sitting; without a good deal of patience and
trouble, nothing can be done in this direction that can be of
any value; and few have the patience, if they have the time,
necessary for the undertaking. Two or three so-called Tran-
slation Guides have of late appeared before the public, but
unfortunately, beyond supplying a few promiscuous examples,
they are perfectly useless to the student. They give nothing
in the way of instruction or guidance, and consequently the
question remains where it was.

Having been a teacher for the past fifteen years and having
experienced the difficulties that stand in the way of an efficient
teaching of the subject, I have not the slightest reluctance to
say that Mr. Kanaran's work really supplies a long felt want
and that it is apt to encourage an earnest student in a branch
of study which has hitherto been left pretty much to take
care of itself. An honest attempt is here made, now for the
first time, to grapple with the real difficulties of the subject
in an easy systematic manner. Points of agreement and
difference are deduced and exemplified and rules and princi-
ples laid down wherever possible.

The *sentence* is treated in all its various forms and con-
ditions, and the student taken along progressive steps, from
its simple constituent parts to the most complex and involved
constructions. Suggestive notes are appended to most of the
difficult exercises. The set of graduated exercises have been
carefully selected, and as such cannot fail to prove interesting
reading in themselves. A separate chapter is devoted to
proverbs. The chapter of comparative notes on all important
points of accordance and divergence between the two langu-

ages must be very interesting to the advanced student. The appendix contains a glossary of technical terms.

It was at first my intention to leave the work intact and publish it as left by the author, only making the necessary corrections and filling up the gaps left here and there. But I have found it necessary to divide the book into two parts confining to the first part, all that is required for junior students and removing to the second whatever is required for advanced students only, such as, comparative notes, proverbs, etc. The supplementary chapters on "The Sentence" with which the second part opens ought to have, strictly speaking, appeared in the First Part, but they being my addition to the work and not of very great importance to juniors, I have inserted them in the second part. The glossary had to be altered a good deal, as the author, evidently with the intention of revising it before publication, had prepared it in a very imperfect manner. For any defect in it therefore, I am wholly responsible.

Before concluding, I must observe, that wherever I found the author carried away by enthusiasm beyond the pale of propriety and literary etiquette, and indulging in an unrestrained expression of his reflections, I had to resort to an unsparing application of editorial shears, in order to save his memory from the resentment of the individuals and communities attacked by him. No doubt the nature of the subject compelled him to pass many cutting and unpleasant remarks on the works of certain authors; a few of these I have retained, but those that I considered to be wanting in taste in a posthumous publication, and apt to exhibit a spirit of intolerance and jealousy, I have entirely omitted.

NETTUR, TELLICHERRY,
15th October 1897.

Joseph Muliyil.

In the preparation of this book, the following works have been laid under contribution :—

A First Work in English by Murison and Adam; Bain's Grammar and Rhetoric; Mœtzner's Grammar; Whitney's Works; Mac Mordie's Composition; Brewer's Dictionary of Phrases and Fables; Hand-book of Proverbs; Trench, On Proverbs; Manners and Tone of Polite Society; The Correct Guide to Letterwriting; Palgrave's Golden Treasury; and a number of other classical works too numerous to mention, chiefly for suitable examples on the one hand; and on the other, Monier William's Sanskrit Dictionary; Apte's Works; Gundert's Dictionary and Grammar; The Âyurveda; Frohnmeyer's Malayalam Physics; Liebendörfer's Malayalam Physiology; The Malayalam Fourth Reader; Indian Wisdom; the Bhârata; the Maha Bhâgavata; the Râmâyana; some of the recent Malayalam Novels; Collett's Malayalam Reader; and almost all the available sources of Malayalam prose.

Part I.

Contents of Part I.

CHAPTER VII.

The Adverbial Clause.   Page

CHAPTER VIII.

Direct Narration.

CHAPTER IX.

General Exercises, with Notes.

INTRODUCTORY REMARKS.

I. Translation in General.

The ability to translate a sentence from one language into another accurately and properly, implies not only a thorough acquaintance with the grammar and idiom of each of these languages *per se,* but also a comparative and critical knowledge of them taken *together.* An ideally perfect translation should have nothing about it savouring in the least of its derived origin; it must appear every inch of it a freeborn native, and not a foreigner dressed up for the occasion in the national garb of the society he happens to be moving in. *Ideas* are the life of every sentence, words being simply the servants of ideas; *ideas* must therefore for ever remain the primary object of every translator. Make yourself thoroughly at home with the author; dive to the very bottom of his sentences and search for his ideas; when you are sure you have got them, then, and only then, think of the best possible way of putting them down in your language, consistent of course, with the highest approximation to the verbal arrangement of the original, and the least violation of the idiomatic propriety of the second language. If you can faithfully reproduce the ideas, and at the same time keep close to the form and arrangement of the original sentence, do so by all means; but whenever it should be difficult or impossible to satisfy both these conditions, then, without the least hesitation, give up the words and stand by the ideas. The principle of every translator must be to make his translation an exact counterpart of the original in expression, meaning and senti-

1

ment; but if too close an adherence to verbal similitude endangers the meaning and clashes against the idiom of his language, the meaning and sentiment must be preserved and the words sacrificed.

2. Sometimes it becomes impossible to make the translation intelligible without omitting some, and altering others, of the words in the original; even the form and the whole arrangement may have to be altered, as in letters and official correspondence. Two languages, one furnishing an exact equivalent for every word and phrase in the other, would be impossible to be met with even among the most highly cultivated and fully developed ones of the world. The work of translation must therefore, even when the languages are almost equally matched, be always a difficult one demanding taste and critical judgment; but when they happen to be so unequally matched, as English and Malayalam, spoken by nations so wide apart and differing so much in their surroundings, mode of life, taste and experience, the task becomes really trying, taxing to the utmost the resources of the translator, and remaining but imperfectly accomplished withal.

3. Our position thus fully realised, we may proceed to grapple with these difficulties to the best of our ability; but the student must be cautioned at the outset that he is supposed to be fully at home with the ordinary rules of grammar both of English and of Malayalam, and that nothing but the most salient points of difference will be pointed out and explained to him in this book.

4. The object of this small treatise is not in any way to replace the existing works on English and Malayalam Grammar, but to supplement them so as to be of special assistance to the student in this particular branch of study.

II. The Vocabulary.

5. A few words may now be said about the vocabulary
of the two languages. The English language is rich with the
accumulated wealth of centuries, gathered from the languages
of almost every known nation on the face of the earth, from
their literature, science and philosophy, and towers majestic
with its enormous wealth of one hundred and twenty-three
thousand words, supplying every demand of sentiment, art
and science; while Malayalam, like a pigmy of yesterday's
growth, with its poor pittance of but a few thousands of verbal
store, dwindles down to insignificance by the side of this
giant. The difficulty, and in some cases the futility, of any
attempt to represent adequately this vast array of English
words by the meagre vocabulary of Malayalam will be patent
to every one.

6. The advent of western thoughts and sciences is expos-
ing day by day the poverty of the language more and more
fully; and of late years extensive application had to be made
to the creative power of the genius of the language. By
heavy drafts upon its parent, the Sanskrit, and by a very
liberal grant of franchise to many English words, a partially
successful atttempt is being made to meet this ever-growing
demand.

7. As a necessary consequence, we find now in the lan-
guage, many words called into existence by the inventive
power of each speaker and writer to meet an emergency or
to supply a want; the *whole* of such, however, cannot be
said to have received the full popular sanction, nor are they
yet entitled to be regarded as legitimate members of the
language. The student should therefore be on his guard

1*

to discriminate the fully recognised internal acquisitions, and the completely naturalised foreign elements, from these new-born offsprings and immigrated foreigners struggling for firm footing and full denizenship. But at the same time, I must condemn the growing tendency on the part of some, who ought to know better, to set their face completely against all foreign elements and pose as advocates of a rigid purity of the language. This is, no doubt, an imaginary dream. There is no language in the world that may rightly claim to be strictly pure and unadulterated, and besides, the genius of the language is a very curious and capricious power that often puzzles the most astute philologians. It is potent enough to laugh at any bolts and bars that such ultra-punctilious champions of purity are ever likely to oppose to its ingress. In spite of them, and in spite of any number of circulars from those in authority, words and expressions *will* continue to come in, as necessity arises or long familiarity endears them to us. The student will remember the conquest of the Saxon over the Norman language in spite of the suzerainty of the Norman *nation* over the Saxons. For instance, people have so long become acquainted with the *police* that the word is readily understood by all and fully recognised by the language; it is so constantly on the tongue of the thief, the cut-throat and the street urchin; the lawyer, the judge and the rich landlord, that it would be a surprise to many to be told that it requires a translation. It is therefore an illusory dream to hope to oust it by any circuitous combinations of grand Sanskrit terms such as നഗരസംരക്ഷണസൈന്യം or സമാധാനസംരക്ഷകപുരുഷ. So also, *judges* and *magistrates, schools* and *hospitals* are as fully established in the language as they are in the country. People go to the *court* and petition the *magi-*

strate when they have a *case;* when ill, they visit the *hospitals* and see the *doctor;* they send their children to *school* with *books* and *slates.* But nobody thinks of going to ന്യായാധിപതിസ്ഥാനം to detail his വ്യവഹാരകാരണം or going to രോഗശാല or sending his children to പാഠകശാല with fees for ഉപാദ്ധ്യായൻ. The duties of modern schoolmasters and indigenous teachers of vernacular schools called ഉപാദ്ധ്യായന്മാർ may be theoretically the same. A differentiation has however set in between the schoolmaster and ഉപാദ്ധ്യായൻ. It is therefore simply confusing and distressing to drag in the superannuated ഉപാദ്ധ്യായൻ to do duty for the young and refined *schoolmaster.**

8. But an excessive and unnecessary importation, into Malayalam writing and conversation, of English words and phrases is as much to be depreciated and guarded against, as over-scrupulousness in the opposite direction. The author had the honor to be present at a meeting convened on the occasion of Her Majesty's late Jubilee; it was resolved to send a congratulatory telegram to England; this had to be translated and entered in the minutes of the meeting. Here is the translation produced: "ഇംഗ്ലന്തിൽ ഒരു കൊൺഗ്രാച്ചുലേററി ടെലിഗ്രാം അയക്കേണം". I have no doubt that the members ignorant of English went home highly edified and amply gratified that they had sent to England some grand thing to be sure. Persons knowing English and students attending English schools, when speaking Malayalam, fall into a ludicrous habit of mixing a very large proportion of English with their Malayalam. The result is a highly barbarous jargon

* The author has failed to distinguish the spoken language from the written. It is true that the English words referred to, are almost established in the colloquial language, but in a chaste literary composition they should be avoided altogether and pure vernacular equivalents used.—*Editor.*

truly shocking to hear. I may quote a few instances: "ഞാൻ ഇന്നു സീ ഷോറിൽ പോയപ്പോൾ ഒരു വലിയ ഷിപ്പ് പോർട്ടിൽ വരുന്നതു കണ്ടു." "എന്താ ഐസൈ, നിങ്ങൾക്കു ലീവ് കിട്ടിയോ?" "ഒരു സർക്കൾ ഡിസ്ക്രയിബ് ചെയ്യുമ്പോൾ അതിന്റെ സെന്റർ എവിടെ ആയിരിക്കണം?" "ബെൽ അടിച്ചുവോ?" "അവൻ എന്ത് നോൺസൻസ്സാണ് പറയുന്നത്!" "നിങ്ങൾ റിമാർക്ക് ചെയ്യില്ലയോ?" "കുറെ ടീയോ, കോഫിയോ ഓർഡർ ചെയ്യട്ടെ?" A host of others equally ludicrous may be mentioned. The barbarity and the bad taste of the practice is so apparent, that nothing more, I am sure, is needed to put an effective check upon them than to direct public attention to the case. Some native officials of English attainments, I regret to say, presumably from vanity, indulge in this mode of expression to a very great extent; and I am afraid it is from *them* that the practice has filtered down to the "minor fry". In the *student* the practice is doubly objectionable from an educational point of view, to say nothing of the bad taste that is likely to cling to him for life. By hastily thrusting in the English term itself whenever he cannot readily lay hold of its proper Malayalam equivalent, he neglects to think it out for himself or learn it from others; a valuable opportunity is thus lost of acquiring a *new* word and of learning the translation of an old one. I think it will not be wide of the mark to say that the bad composition and the very bad translations that our students generally send up for their examinations are due, to a certain extent at least, to this cause.

Chapter I.

The Qualification and the Qualificants.

i. *The Noun and its Adjuncts.*

Let us now take a few examples in English and in Malayalam of a simple nature, to begin with, and see what we can learn from them.

A. 1) A gold ring.
2) A night of darkness.
3) Vital sparks of heavenly flame.
4) Full many a gem of purest ray serene.
5) Gods, partial, changeful, passionate, unjust.

It will be seen from the above examples that the qualifying adjuncts of nouns either *precede* or *follow* them in English.

Rule 1. The rule seems to be that simple adjectives precede the noun, but when more than one simple adjective qualify the same noun, or when the adjective is enlarged by qualifying expressions, it *follows* the noun.

B. 1) ഒരു നല്ല ആൾ.
2) രാമന്റെ പുസ്തകം.
3) പൊന്നുകൊണ്ടുള്ള ഈ മോതിരം.
4) രേശമെല്ലുള്ള വടി.
5) മന്ദാകിനീസലിലസത്മകപത്മവാടി.

Rule 2. In Malayalam on the other hand, as the above examples show, the adjuncts invariably *precede* the noun.

We may thus state one rule for the translation of Malayalam and English qualificants:—

Rules 1 and 2. In English the adjuncts come either before or after the nouns they qualify; but in Malayalam they invariably precede them.

Note. The adjuncts compared.—

Adjectives, possessives, nouns in apposition, propositional phrases, participies and participial phrases and lastly odjectival seutences may be used to qualify the noun in English, while ശബ്ദന്യൂനം, ഷഷ്ഠി and the ശബ്ദന്യൂനോപവാക്യം serve the same purpose in Malayalam. There is no adjective so called in Malayalam, its place being supplied by what corresponds to English participles called ശബ്ദന്യൂനം. അ is the characteristic termination of ശബ്ദന്യൂനം. In poetry its place is taken by ആം; as, പാൎവ്വതീകാന്തനാം വേടരാജാവു. Though both forms are found in poetry, the form in ആം is never idiomatic or elegant in prose. The അ is sometimes transformed into യ or replaced by ഉള്ള, പൂണ്ട, തിരണ്ട, കലൎന്ന, ഇയന്ന, ഉററ being its poetic equivalents; as, കോപത്തെ പൂണ്ടുള്ള കംസൻ the angry Kamsa; വണ്ണം തിരണ്ടുള്ള വാഴപ്പഴങ്ങൾ large plantains; മോഹം കലൎന്നോരു മാനിനിമാർ damsels in a swoon; മാലിയന്നീടിന കാളിയന്താൻ distracted Kaliya; കൂറുററ ബന്ധുക്കൾ affectionate friends etc. The simple adjective may often be rendered by a ശബ്ദന്യൂനമോ or other forms ending in അ, യ, or ഉള്ള; as, good house നല്ല വീടു; old book പഴയ പുസ്തകം; huge beast വണ്ണമുള്ള ജന്തു; etc. The pronouns in English never take a simple adjective before them, except rarely in poetry. Adjectival sentences and ശബ്ദന്യൂനോപവാക്യം used as noun-adjuncts, are postponed to be treated of under the Complex Sentence.

Directions. In the following exercises in every case the student should be required, first to arrange the words in the order to be translated. The teacher should further ask him to specify the reason why this or that word should be taken before the other.

1. Exercise A.

1) The great difficulty.
2) The science of Astronomy.
3) The acrial envelope.
4) The advantage of verbal instruction.
5) Complaints respecting Malta.
6) Ou tbo minds of porsous of discerment.
7) Immediate hostilities against the French.

8) The intelligence concerning the wicked proceedings.
9) The minister of foreign affairs.
10) Man's last breath.
11) The innocent prate.
12) Another advantage of reading.
13) The enlargement of your knowledge.
14) Unreasoned philosophy.
15) The distribution of sovereign power among a body of ignorant persons.
16) Fierce as ten furies, terrible as hell.
17) The plaintive anthem.
18) His scanty recollection of the poem.
19) The poetic handling of music.
20) Like a poet hidden in the height of thought.
21) Like a glow-worm golden.
22) A gem of purest ray serene.
23) A man of extraordinary penetration.
24) Along the cool sequestered vale of life.
25) A queen with swarthy cheeks and bold black eye-brows.
26) From harmony, from heavenly harmony,
This celestial frame began.
27) A long, low, distinct murmur of distant sounds.
28) A violet by a mossy stone,
Half hidden from the eye.
29) The least remarkable delineation of this ecstatic sentiment of male friendship.
30) The myriad shriek of wheeling ocean-fowl.

Exercise B.

1) നല്ല വാക്ക്.
2) താപസവരൻ.
3) പാൎവ്വതീകാന്തനായ വേടരാജാവു.
4) ന്യായമായ ഭക്ഷണം.
5) ലോകത്തിലെ വലിയതും ചെറിയതും ആയ നദികൾ.
6) പ്രാജ്ഞനായിട്ടും നഷ്ടൻ.
7) ക്ഷിതിരുഹിതരുനോപക്ഷണാൎത്ഥം.
8) നിഖിലനിശിചരകുലബലാധിപൻ.
9) അതിഗ്രഹ്യമാം ഉപദേശം.
10) പുഷ്പഫലദലപൂൎണ്ണവല്ലീതരുശഷ്പരമണീയമണ്ഡലം.
11) കാലോചിതമന്ദമന്ദഹാസങ്ങൾ.

12) സ്വൎണ്ണപ്രഭാചാരുവൎണ്ണം വിളങ്ങീടുമന്നങ്ങൾ.
13) കാമിനീരത്നം.
14) ചന്ദ്രാഭിരാമനാം പൂരുഷശ്രേഷ്ഠൻ.
15) ഭീമഭൂപാലന്റെ പുത്രി.
16) ലവണനിധിനടുവിൽ അധിവസതിശാലിയാം ലങ്കാധിനാഥൻ.
17) നവകമലകുമുദകുവലയസമേതയാം നൎമ്മദാതീരം.
18) അവനിതലതിലകനിവനപരകസുമായുധൻ.
19) സകലജനരസനകളിൽ മരുവിനസരസ്വതി.
20) തരളദലകുവലയവിലോചനേ.
21) ഘനപടലശ്യാമധാമാഭിരാമൻ.
22) ജീവാവസാനഭയചഞ്ചലനായ മൂഢൻ.
23) ഗോപലോകമകുടാവതംസമണിനന്ദഗോപരുടെ പത്നിയാം ഗോപികാകുലകലാപമാകിന യശോദ.
24) കിരീടസൽകുണ്ഡലഹാരമാലാപരീതനാം പീതദുകൂലധാരി.
25) ചന്ദനഗന്ധമകരന്ദസുലിന്ധമോടെ മന്ദം മന്ദം മലയമാരുതൻ.
26) ചികുരഭരമതിൽ മരുവുമമലചൂഡാമണി.

Questions. Take example 1 in *A*.

Point out the noun in this. Which word should be translated first in Malayalam? Why? What sort of adjunct have we here? By what part of speech have you translated it into Malayalam?

Questions. Example 12 in *A*.

Which is the noun? Which are the adjuncts? Arrange the whole in the order of translation. Why do you take 'of reading' before the noun 'advantage'? By what Malayalam part of speech can you translate it?

Similarly with the exercise in *B*.

The above examples will suffice to show in what manner the examples are to be dealt with to the highest advantage of the student. In working out the above exercises care will be taken that only adjectival terms and phrases are made use of, but no adjectival clause. Take example 19 in *B*. It should not be translated at this stage by *"Sarasvati who dwells on the tongue of all persons"*, such rendering would defeat the aim of these examples. The correct form is *"Sarasvati dwelling on the tongue of all.*" If the teacher cares to do this, he may educe from these various examples, valuable rules and exercises in English composition as well.

ii. *The Verb and its Adjuncts.*

As to the position of the verb-adjuncts, let us examine a few examples in both the languages as before.

A. 1) This is altogether feeble.
2) He laughs best who laughs last.
3) We must take them in succession.
4) He called so loud that all the hollow deep of hell resounded.

B. 1) ഉറക്കെ കരഞ്ഞു.
2) ശല്യത്തോട്ടരചെയ്യു.
3) പാരാതെ വന്നിങ്ങരികത്തിരി.
4) വേഗേന പോക നീ.

It will be seen from the above examples that in English the adverb may also precede or follow the verb it qualifies, and in Malayalam it invariably precedes the verb.

Rule 3. In English the adverb *precedes* adjectives and other adverbs, but *follows* the intransitive verb and the object of the transitive. In the case of the auxiliary and the participle, and of the transitive verb and the emphatic or enlarged objects, the adjuncts come between the two. But the most general rule with regard to the adjuncts, both of the noun and of the verb, is minimum separation between the two.

Note. The verb-adjuncts compared.

The adverb is replaced in English by adverbial phrases and clauses; the adverbial phrases are prepositional phrases of time, degree, belief, manner, place, cause, effect. Participles and participial phrases also sometimes do duty for the adverb, generally showing time or cause; as, 'Not knowing his name I applied to a friend'= because I did not know his name I applied to a friend. 'Walking along the road he came to a magnificent edifice' = while walking along the road he came to a magnificent edifice. In Malayalam, the adverb as a separate part of speech is absent. The want is supplied by സപ്തമി and ആശ്രിതപ്രഥമ forms of the noun, and ഭാവരൂപം and ക്രിയാന്യൂനം of the verb; as, എളുപ്പത്തിൽ വായിച്ചു, 'easily read'; literally 'read in ease' or more correctly 'read with ease'. It will be seen that all the inflected cases are really prepositional phrases. Again in ഓടിവന്നു 'came running' the participle is made use of. But prepositional phrases and participles are equivalents of adverbs, as already stated. We have therefore in Malayalam two of the equivalent forms of the adverb taking its place. വണ്ണം and ആകംവണ്ണം corrupted into ആംവണ്ണം are adverbial suffixes of frequent occurrence. ഓളം is also used generally with the idea of limitation or comparison.

2. Exercise A.

1) Cried aloud.
2) Easily done.
3) There is no flying hence or tarrying here.
4) Wide is the gate and broad is the way.
5) Obey instantly.
6) (It has) rained incessantly all the week.
7) On receiving the letter he set out immediately.
8) Never despair.
9) Piercingly cold.
10) (These accomplishments) are highly valued and assiduously cultivated.
11) Unquestionably we are in the right.
12) Look not scornfully upon thy fellowmen.
13) A president duly elected had been violently expelled from his dwelling.
14) You are not sufficiently careful.
15) (His eye) twinkled knowingly.
16) A new election took place every three years.
17) He waited with the utmost anxiety.
18) The city at length fell after a siege of ten years.
19) After ten months' assiduous toil, the parliament adjourned.
20) I stood in Venice on the bridge of sighs.
21) Higher still and higher
From the earth thou springest.
22) Warm let the lyric transport flow.
23) Around thee and above deep is the air.

24) When all around the wine doth flow.

25) Home they brought her warrior dead.

26) Considering all things he cannot be said to have failed.

27) In spite of all the world I will be brave.

28) Mr. P. having been comforted internally, they sat down.

29) Through the dark clouds the summit was still visible.

30) Be anxiously solicitous to preserve your credit even from suspicion.

31) ....Far above
From peak to peak the rattling crags along
Leaps the live thunder.

Exercise B.

1) ഒരു വാൾകൊണ്ടു കൊന്നു.

2) വേഗം വാ.

3) പലരാജ്യങ്ങളിൽനിന്നും കൊണ്ടുവന്ന അനവധി മൃഗങ്ങൾ.

4) അഞ്ചു നൂററാണ്ടുകൾക്കു മുമ്പെ.

5) അവൻ ഒരു നിമിഷംകൊണ്ടു ആ പഴം രണ്ടായി പിളൎന്നു.

6) അവൻ ഉടനെ ആജ്ഞ അനുസരിച്ചു.

7) ആ തടാകത്തിന്നൊത്ത നടുവിൽ ഒരു ചെറുദ്വീപിൽ പ്രസിദ്ധിയുള്ള ഒരു വിഷ്ണുക്ഷേത്രം ഉണ്ടു.

8) വാൾകൊണ്ടു വെട്ടി കള്ളനെ കൊന്നു.

9) ഫണീന്ദ്രനെ സാവധാനം ക്ഷിതൌ വെപ്പാൻ തുടൎന്നപ്പോൾ.

10) ലോകൈകനാഥന്റെ ശുഭാവതാരേ.

11) ഇടിക്കു തുല്യേന രവേണ ലോകം നടുക്കി വീണാളവളും ധരായാം.

12) ക്ഷീരദോഹനസമയേ മുകിൽവൎണ്ണൻ
ക്ഷീരഭാജനമെടുത്തു കരാബ്ജേ.

13) മന്ദമിദമരുൾചെയ്തു മുകുന്ദൻ.

14) നാളെ രാവിലെ നമുക്കു ഗമിക്കാം.

15) മിത്രപ്രസാദേന മുദാ ലഭിച്ചേൻ.

16) വിഷണ്ണനായി സ്ഥിതി ചെയ്തു തത്ര ഞാൻ.

17) നതാംഗിമാരോടൊരുമിച്ചു കാനനേ
കൃതാൎത്ഥചേതാമധുപാനലീലയാ
കളിച്ചു വാണു ബലഭദ്രൻ.

18) ഒരു ഊരിൽനിന്നു മററൊരു ഊരിലേക്കു പോകുമ്പോൾ.

19) അതിനെ വെള്ളത്തിൽ ഇട്ടു.

20) ആപാദചൂഡം വിറെച്ചുകൊണ്ടു നിന്നു.

Direction. Exercise 2 purposely contains sentences involving both noun and verb adjuncts, which will be taken advantage of, as a sort of revision-lesson on Exercise 1.

Chapter II.

The typical Simple Sentence.

1) God created the world.
2) Dinapore is a military station.
3) The birth of a child added to the felicity of the pair.
4) One evening William and his wife sat in front of their cottage, watching their son amusing himself amid the flock.

If we examine the above sentences carefully, we may deduce the following rules for the order of words in an English sentence.

a) The subject precedes the predicate.
b) The object follows the verb.
c) The qualifying expressions come as near as possible to the words they qualify, but may either precede or follow them.

The usual order of an English sentence is—first the subject, second the predicate, third the object, the qualifications of each being at minimum separation.

The rule for translating a Malayalam simple sentence into English now becomes very simple; we have only to re-arrange the given sentence in the above order and translate each portion in succession.

Rule 4. Re-arrange the Malayalam sentence in the order of the subject, the predicate, and the object with their respective adjuncts, and translate each of these parts one after another. For example, 1) എട്ടാളുകൾ ഒരു കുതിരയെ മേടിച്ചു. Re-arranged according to the rule, this will read: എട്ടാളുകൾ മേടിച്ചു ഒരു കുതിരയെ. The adjuncts being all simple adjectves, must precede their qualificants. We thus come to the translation 'Eight men bought a horse'. 2) ഉയരമുള്ള പൎവ്വതങ്ങളിൽനിന്നു വൻനദികൾ ഉത്ഭവിക്കുന്നു. Re-arrange thus: വൻനദികൾ ഉത്ഭവിക്കുന്നു ഉയരമുള്ള പൎവ്വതങ്ങളിൽനിന്നു. Great rivers rise from high mountains. 3) കോടതി ഇന്നു നാലു മണിക്കു പിരിഞ്ഞു. കോടതി പിരിഞ്ഞു ഇന്നു നാലു മണിക്കു. The court rose at 4 o'clock to-day.

Question. Why does the adjunct ഇന്നു നാലു മണിക്കു follow പിരിഞ്ഞു in the translation?

Next let us take a few Malayalam sentences and deal with them as before.

1) ഹൃദയം ശരീരത്തിന്നകത്തിരിക്കുന്നു.
2) പശുക്കൾ പുല്ലു തിന്നുന്നു.
3) സേനകൾ തിങ്ങി നിറഞ്ഞു സമരം തുടങ്ങിനാർ.
4) സിംഹം ശരഭത്തിനോടേററ പോലെ.

It will be seen from the above examples that the usual order in Malayalam is first the subject, next the object, and last the predicate, the qualifications always *preceding* the words they qualify, as explained in Rules 1 and 2.

Rule 5. Re-arrange the English sentence in the order of the subject, the object, and the predicate, with their respective adjuncts; and translate each of these parts one after another, taking care always to translate qualifications before the qualificants. For example: 1) 'Her father gave her a valuable present'. Re-arranged the sentence would read: 'Her father her a valuable present gave' അവളുടെ അച്ഛൻ അവൾക്കു വിലപിടിച്ചതായ ഒരു സമ്മാനം കൊടുത്തു. 2) The young are apt to disregard the value of knowledge. Re-arrange thus: The young of knowledge the value to disregard are apt ചെറുപ്പക്കാർ ജ്ഞാനത്തിൻ മാഹാത്മ്യത്തെ അഗണ്യമാക്കുവാൻ ഇടയുണ്ടു.

Note. In Malayalam, the verb is the very last word in a sentence.

3. Exercise A.

1) This is not a time for adulation.
2) I heard the far-off curfew-bell.
3) He must needs do it.
4) Old John of Ghaunt is grievous sick, my lord.
5) Be not poorly in your thoughts.
6) The choice of books is important in every point of view.
7) Vice has no advantage over virtue.
8) The object of sewers is the removal of refuse matter from dwellings, quickly and safely.

9) Behind him rode two gallant squires
Of noble name and knightly sires.

10) Then up the hall with staggering pace
He hastened by the blaze to place
Half lifeless from the bitter air
His load, a boy of beauty rare.

11) Reluctant on its rusty hinges
Revolved an iron door.

12) Margaret from all did soon retreat
Despite the dame's reproaching eye.

13) The ready page with hurried hand
Awakened the needed fire's slumbering brand.

14) Democracy gives every man a right to be his own oppressor.

15) The small red house-ant is perhaps the only species in the country directly antagonistic to man's interests.

16) After completely clearing Austria of the Turks, Sobieskie returned to Poland to be again harassed by political and domestic annoyances.

17) The discoveries of these early adventures embodied in Icelandic narratives, half historical, half legendary, remained unknown to the world at large.

18) In August 1777 ships were sailing up the Lancaster sound, with every prospect of an easy passage to the westward.

19) Notwithstanding the heating apparatus distributed throughout each ship, the sleeping berths were nearly always damp.

20) In September of the same year the overland expedition started from York Factory, Hudson's Bay, under charge of Sir John Franklin, accompanied by Dr. Richardson, two midshipmen, and Hepbern, a seaman, with the object of exploring the north coast of America.

Exercise B.

1) ഞാൻ നാളെ പോകുന്നു.

2) പഞ്ചസാര മധുരമുള്ളതാകുന്നു.

3) നെൽസൻ തന്റെ പ്രവൃത്തികളിൽ തന്റെ സ്വഭാവത്തെ വെളിപ്പെടുത്തിയിരിക്കുന്നു.

4) മരങ്ങൾ കാററുകൊണ്ടാടുന്നു.

5) ഇത്ഥം ഗുരൂക്തികൾ കേട്ടു ഭർത്താവും
ചിത്തേ വളർന്നൊരു വിസ്മയം കൈക്കൊണ്ടു.

6) ഇന്ദ്രാദിദേവകൾ കണ്ടിരിക്കെത്തന്നെ
മന്നവാ! നിന്നെ വരിക്കുന്നതുണ്ടു ഞാൻ.

7) കാട്ടാളരാജൻ താനും കാട്ടാളസ്ത്രീയും തന്റെ
കൂട്ടാളിവൃന്ദത്തോടെ കന്തികമാരനുടെ അന്തികന്തന്നിൽ ചെന്നു.

8) ലോകൈകനാഥന്റെ ശുഭാവതാരേ
ലോകങ്ങളെല്ലാമുടനെ തെളിഞ്ഞു.

9) മതിമാനാകിയ ബാലവാസുദേവൻ
ജനനീജനകാഗ്രജാളിവൃന്ദം
കനിവോടങ്ങിടകൂടി യാത്രയായി.

10) വൃക്ഷങ്ങൾ വല്ലികളെന്നിവയൊക്കവെ
ശിക്ഷയിൽ പൂത്തു ഫലങ്ങളുമുണ്ടായി.

11) ഇത്ഥം നിശമ്യാശുകൌരവ്യവാക്യം
ബദ്ധപ്രകോപം പ്രപതഞ്ചകകർത്താ
പാർത്ഥപ്രഭാവം പ്രശംസിച്ചു ചൊല്ലി.

12) ഒരു നാൾ വൈകുന്നേരം തുന്നക്കാരന്റെ ഷാപ്പിൻ വാതില്ക്കൽ ഒരു മുണ്ടനായ കൂനൻ വന്നു.

13) നാഗരികാഭിവൃദ്ധിയിലേക്കുള്ള ഒന്നാമത്തെ പതനം, എന്റേതു, നിന്റേതു എന്ന അവസ്ഥയെ നിഷ്കൃഷ്ടയായി അഭിമാനിക്കുന്നതത്രെ.

14) നായിന്റെ വിചിത്രമായ ഒരു വിശേഷം രുചി അറിവാനുള്ള ശക്തിയാകുന്നു.

15) ഈ രാജ്യത്തിൽ ആണ്ടുതോറും അസംഖ്യം കുട്ടികൾ ഇളമ്പ്രായത്തിൽ തന്നെ ചരമാവസ്ഥയെ പ്രാപിക്കുന്നു.

16) അമരാവതി എന്ന രാജ്യത്തിൽ സോമനാഥൻ എന്നു പേരായി ഒരു വ്യാപാരി ഉണ്ടായിരുന്നു.

17) ഒരു സായ്പിന്റെ തോട്ടത്തിൽ കിട്ടു എന്ന ഒരു സാധു കുട്ടി പണി എടുത്തിരുന്നു.

18) തിളുതിളങ്ങുന്ന മഞ്ഞിൻ തുള്ളികളും വക്ഷസ്ഥലത്തുവിലെ കഠിനമായ മഴെക്കും ആധാരമായതു സമുദ്രം തന്നെ.

19) കാലീഫ് ഹരുൻ അൽറാശീദ് രാത്രിയിൽ വേഷച്ഛന്നനായി തന്റെ പ്രധാനമന്ത്രിയോടു കൂടെ നഗരത്തിൽ എങ്ങും സഞ്ചരിച്ചുകൊണ്ടിരിക്കുന്നതു പതിവായിരുന്നു.

20) ഗംഗാനദി, ഹിമാലയത്തിൻ ദക്ഷിണഭാഗത്തുനിന്നു ഉത്ഭവിച്ചു സമുദ്രവിതാനത്തിൽനിന്നു ആയിരം അടി ഉയരമുള്ള ഹരിദ്വാരത്തിൽ കൂടി പുറപ്പെട്ടു ഹിന്തുസ്ഥാനത്തിൽ പ്രവേശിച്ചു, പ്രയാഗ്, കാശി, പാടലീപുത്രം, കല്ക്കത്താ മുതലായ പട്ടണങ്ങൾവഴിയായി തെക്കുകിഴക്കായി ഒഴുകി, ബങ്കാള ഉൾക്കടലിൽ പല മുഖങ്ങളായി ചെന്നു വീഴുന്നു.

Note. With a clear conception of the two simple rules, already adduced (No. 4 and 5), the student should find no difficulty in working out the above exercises.

When a sentence is given for translation the first thing to be done is 'to divide and conquer', *i. e.* search out the subject, the object and the predicate, and *re-arrange them*, as given in the above rules. The only remaining difficulty would be with regard to *the position of the adjuncts*, on which point, rules 1, 2 and 3 are sufficiently explicit. Let us take for example this sentence:

'Any person knowingly purchasing arms of the description mentioned in section six, from any person not licensed under this Act, shall be liable to a fine not exceeding one hundred rupees.'

Re-arranged, the sentence will stand thus:

1) In section six mentioned.
2) Of the description, arms.
3) Not licensed under this act, from any person.
4) Knowingly purchasing any person.

This forms part I. (the subject and its adjuncts) arranged according to the precedence of the qualifying expressions, as stated in rules 1 and 2. This is the *rationale* of the above arrangement: The translation is into Malayalam, and therefore we must deal with the *subject first*, *i. e.* 'with person'; but this word is qualified by the expressions 'knowingly purchasing' and 'any'; which should therefore be disposed of before the subject 'person'; for the same reason 'knowingly' should stand before 'purchasing' which it qualifies; again this 'purchasing' has an object 'arms' in (2), with qualifying expressions 1 and 3; thus it is evident that parts 1, 2 and 3 should precede 4 which contains 'purchasing'. The student will now be able to see for himself why parts 1, 2, 3 and 4 are arranged as they are. Having thus disposed of the subject and its adjuncts, we have next to look out for the *object*, but there is no *object*, and we pass on to the *predicate* which is 'shall be liable' with the qualifying expression 'to a fine not exceeding 100 rupees'. The predicate and its abjuncts arranged for translation will stand thus:

1) One hundred rupees.
2) Not exceeding.
3) To a fine.
4) Shall be liable.

'Fine' in (3) is qualified by 'not exceeding' which must therefore precede 'fine', but again 'exceeding' in (2) has an object 'one hundred rupees', which precede 'exceeding'; and why 'one hundred' should precede 'rupees' is obvious.

Thus the student will now be agreeably surprised to see how easily the translation comes out, though at first sight the sentence looks formidable enough.

The subject portion:

1) ആറാം വകുപ്പിൽ പ്രസ്താവിച്ച.
2) വിധത്തിലുള്ള ആയുധങ്ങൾ.
3) ഈ ആക്ട് പ്രകാരം ലൈസൻസ് കിട്ടാത്ത വല്ല ആളുകളോടും.
4) അറിഞ്ഞുംകൊണ്ടു മേടിക്കുന്ന വല്ലവനും.

The predicate portion:

1) നൂറുറുപ്പികയിൽ.
2) കവിയാത്ത.
3) ഒരു പിഴെക്കു.
4) അർഹനായിരിക്കും.

Direction. Before proceeding further, the student should make himself perfectly sure that he has mastered every detail of the five rules above given. It would be time well spent even if four or five months had to be devoted to this chapter. If he is well grounded in this, he may consider himself to have mastered three-fourths of the difficulties of translation; for both the compound and complex sentences are but collections of simple sentences arranged after particular syntactic rules. A judicious teacher will lose no opportunity of questioning the student as to the *reason* of his translating one word before another. For instance, if he is dealing with the model sentence above given, he would not rest content after it has been split up and arranged in the proper order with reasons for every step, but would question his class further as to the arrangement of the *individual words*, in each of the eight separate sections into which it has been divided. Mastery of the concord of the qualification and the qualificant and of the verb and its object, comprises the secret of the proper and elegant distribution of the clauses in the compound and complex sentences. It therefore follows that one competent to deal with the simple sentence in all its bearings, has also mastered, in effect, the other two kinds of sentences.

Chapter III.

Varieties of the Simple Sentence.

i. *The negative sentence.*

There are two ways of expressing negation in English; in the one case the sign of negation is attached to the subject or object, the predicate remaining positive, while in the other, the negative symbol is added to the predicate, the subject being left intact. Examples:

1) No man deplores the tyrant's death.
2) Stick no bills.
3) Give him nothing.
4) He does not live in Calcutta.
5) Your children are not happy.

Numbers 1, 2 and 3 are of the former and 4 and 5 of the latter class. The former may be regarded as complete or universal negation and the latter as individual or true negation. It may be observed that in the subject-negation, as 'no boy is present' we may infer by implication the assertion of the contrary 'all boys are absent'; 'no boy has passed', 'all boys have failed' etc. In Malayalam both the subject and object negations are rendered by യാതൊരു with either the negative verb ഇല്ല or the prohibitive അരുതു.

As to the predicate negation also two forms obtain in English; as, 'He is not god' and 'He does not sleep'. The rule in this case is that with simple predicates, (or simple finite verbs as predicates) the auxiliary 'do' or its past tense is inserted before the negative adverb 'not'; while with complex predicates (or predicates with auxiliary and the participle, or the auxiliary and the noun or adjective) the negative adverb 'not' is inserted after the auxiliary.

In translating such sentences, the negative ഇല്ല only need be used; as, 'He is not reading' അവൻ വായിക്കുന്നില്ല. 'He does not walk' അവൻ നടക്കുന്നില്ല. The progressive action is rendered by കൊണ്ടിരിക്ക; as, He is singing a song അവൻ പാട്ടു പാടിക്കൊണ്ടിരിക്കുന്നു; but this form is of rare occurrence in Malayalam.

Rule 6. Render the subject and the object negations into Malayalam by യാതൊരു followed by either ഇല്ല or അരുതു; and the predicate negations by simple ഇല്ല, and of course *vice versâ* for translation into English.

4. Exercise A.

1) This is not the case.
2) There is no need of going to romance for pictures of human character.
3) Not all minds delight in poetry.
4) It is not at all the less important for all that.
5) There is no real difficulty to contend with.
6) But such liberty does not bring a man far.
7) The dancing had not begun yet.
8) I did dot feel right comfortable for some time after.
9) There was not such an article about the whole establishment.
10) The members of that dread tribunal did not know each other except by voice.
11) You do nothing of the kind.
12) In this act he bore no part.
13) He does not appreciate the difficulty of the work.
14) No attempt has been made to show the untrustworthiness of the tradition.
15) I need say no more to prove the impossibility of ascending such a channel.
16) Give no ear to scandal.

Exercise B.

1) ഒട്ടകപ്പക്ഷിയെ ഇവിടെ കാണ്മാനില്ല.
2) വായു ഒരു മൂലപദാൎത്ഥമല്ല.
3) ലോകത്തിൽ എല്ലാടവും ഒരു പോലെ അല്ല മഴ ഉണ്ടാകുന്നതു.
4) ഇഴജന്തുക്കൾക്കു പക്ഷികളെപ്പോലെ ശരീരത്തിൽ തൂവലുകൾ ഇല്ല.
5) സ്വൎണ്ണത്തിന്നു മററു ചില ലോഹങ്ങളെപ്പോലെ കറ പിടിക്കുന്നില്ല.

6) യാതൊരുത്തനും അവനവന്റെ ശക്തിയെ അതിക്രമിച്ചുള്ള പ്രവൃത്തികളിൽ പരിശ്രമിക്കരുതു.
7) ദൈവകല്പിതം തടുക്കാവതല്ലൊരുത്തനും.
8) ഇഹലോകത്തിൽ പൂൎണ്ണസുഖമെന്നതു ഒരുത്തനും ഇല്ല.
9) പണം മോഹിച്ചൊരുത്തനെ ചതിച്ചീടൊല്ല.
10) സ്വസ്ഥമായിട്ടു് അധികം ഇരിക്കുന്നതു ശരീരസുഖത്തിന്നു നന്നല്ല.
11) മരണത്തിന്നുമുമ്പായി ഭാഗ്യവാനെന്നു ഒരുത്തനെക്കൊണ്ടും പറഞ്ഞുകൂടാ.
12) ആട്ടുന്നവനെ നെയ്യാനാക്കരുതു.
13) താന്തോന്നിക്കും മേത്തോന്നിക്കും മരുന്നില്ല.
14) ജീവനിൽ സ്നേഹമില്ലാത്തവർ ആരുമില്ല.
15) ധനത്തിങ്കൽ അലംഭാവമുള്ളവർ ഇല്ല.
16) തടവുകാരൻ കററം സമ്മതിച്ചില്ല.
17) മദ്യപാനം ശരീരസുഖത്തിന്നു അശേഷം അനുകൂലിച്ചതല്ല.

ii. *The Imperative Sentence.*

The imperative mood is a form of expression to show command, desire or entreaty. In English, it is the root form of the verb without any inflexion. From the nature of the meaning it can be used only in the second person. In Malayalam however both the radical and inflected forms are in use; as, 'Come here' ഇവിടെ വാ (root) or ഇവിടെ വരിക (inflected). The former shows command emphatically, and the latter may imply either entreaty or a mild form of command; as, വരികരികിരികിലിമകളെ നീ corresponding to the English *'Please come'*. There is a colloquial form of the imperative in long ഊ; as, വരൂ, ചെയ്യൂ. In poetry ഈടുക is very often used as an imperative suffix preceded by a ഭൂതക്രിയാന്യൂനം; as, ചൊല്ലീടുക തവവേണ്ടതു നല്കീടുവൻ 'speak and I will give you what you want'. This ഈടുക is also coutracted into ഈടു, as വരിക has been shortened into വരൂ; as, ശാരികെ, ചാരുശീലേ ചൊല്ലീടു മടിയാതെ.

Supplication or a very strong desire amounting in some cases to a caution or mild warning is expressed by the suffix വേണമേ, shortened into വേണേ; as, വരം തരേണമേ ദേവി grant me the boon I crave. നല്ലവണ്ണം സൂക്ഷിക്കേണമേ (caution); ഞാൻ നിണക്കു കല്പന തന്നാൽ വേഗം വരണേ (warning); this form has a future signification. The root-form imperative does not seem to be used in reported speeches in Malayalam. Though നീ പോ (go thou) is used in reporting, it becomes നീ പോകയെന്ന പറഞ്ഞു. There is yet a special form for reporting the imperative, (corresponding to the English infinitive equivalent) in ഭാവിക്രിയാന്യൂനം; as, എന്നോട്ട പോവാൻ പറഞ്ഞു told me to go. This transformation of the imperative in the reported speech is generally a stumbling block to the Europeans and East Indians using Malayalam. Instead of adopting either of the above forms they generally say എന്നോട്ട പോ പറഞ്ഞു. East Indians are more sinning in this respect than other foreigners.

Perhaps from the fact, that from *desire* to *wish* is but a step, the imperative in Malayalam includes among its functions that of the so-called potential mood; as, നീ നന്നായിരിക്ക may you be happy. വിൻ corrupted into ഇൗൻ is an imperative suffix of polite request; as, വരുവിൻ O please come! ഇതെനിക്കു തരീൻ please give this to me; and is used in addressing one's superiors, and by courtesy, one's equals.

In Malayalam, the imperative undergoes inflectional changes and is capable of expressing greater shades of meaning than its English relative. For example: അതെനിക്കു താ, അതെനിക്കു തരിക, അതെനിക്കു തരുവിൻ; or അതെനിക്കു തരീൻ, അതെനിക്കു തരേണമേ, അതെനിക്കു തരീടന, (തരീൻ ഹേ), will all be found to form correct translations of the English 'Give it to me', according as the meaning intended is strong or mild form of command, entreaty or supplication. In Malayalam the subject of the imperative may be expressed.

Rule 7. In translating an imperative sentence *from* Malayalam, begin with the *predicate* and either omit the *subject* or put it *after* the predicate.

5. Exercise A.

1) Tell me an interesting story.
2) Pardon our sins.
3) Obey instantly.
4) Never despair.
5) Now therefore go to, speak to the men of Judah and to the inhabitants of Jerusalem.
6) Take of them again and cast them in the fire.
7) Give him this instead of that.
8) Be kind, benignant, easy to be entrusted.
9) Bring me the yellow silk and leave the other alone.
10) Villains, I say, knock me at the gate and rap me well.
11) Well then, be it so.
12) Beware of hasty gathering of riches.
13) Use me but as your spaniel, spurn me, strike me, neglect me, only give me leave to follow you.
14) Fear not, my lord, your servant shall do so.
15) . . . . Sing me now asleep,
    Then to your offices and let me sleep.
16) Come on, Nerissa, I have work in hand.
17) Repair thy wit, good youth, or it will fall to careless ruin.
18) We trifle time, I pray thee, pursue sentence.
19) Pay the bond and let the Christian go.
20) Therefore prepare to cut off the flesh,
    Shed thou no blood, nor cut thou less nor more,
    But just a pound of flesh.
21) Have your fancy always vivid and full of body and colour.
22) Let not ambition mock their useful toil.
23) Read the best compositions of the most lofty minded and eloquent men, and you will not fail to catch something of their nobility, only let there be no slavish imitation of any man's manner of expressions.
24) Let your reading be always in sympathy with your intellectual appetite.
25) Let not the sun go down upon your wrath.

Note. In English *let* takes an objective case after it, but with its equivalent in Malayalam the nominative is used; as, 'Let him do it' അവൻ അതു ചെയ്യട്ടെ.

EXERCISE B.

1) നിൻെറ ശപഥം ഇന്നതെന്നു ഈ ദേവേന്ദ്രൻ മുമ്പാകെ പറക.
2) നിങ്ങൾ പോയി അയോദ്ധ്യാരാജ്യത്തിലുള്ള ജീവജാലങ്ങളെയും, സസ്യാദികളെയും, ചോലകളെയും നശിപ്പിച്ചു വരുവിൻ.
3) മയിലൊച്ചയാണിതു, കിളി ശബ്ദിക്കയാണിതു, വരീൻ, വരീൻ.
4) ഋഷീശ്വരാ ഈ കോപത്തെ ശമിപ്പിക്കേണം.
5) എൻെറ രാജ്യങ്ങളെ മേലാൽ അങ്ങുന്നു രാജാവായി വാണുകൊൾക.
6) നീ എൻെറ കുമാരികളെ വേളികഴിച്ചു രാജ്യം വാണിരുന്നുകൊൾക.
7) തളൎച്ച ഭീമനു പെരുത്തതിൻ നേരെ
തെളിക്ക തേരേതും മടിക്കരുതിപ്പോൾ.
8) കഥിതപരിശേഷമാകും കഥാസാരവും
കഥയകഥയാശു നീ കൌതുകാദ്ദ്രേണമേ.
9) വരിക രണഭുവിവിരവിൽ, ഞങ്ങളെ കൊന്നു നീ
വാഴ്ക്കതല്ലായ്കിലോ വാനിൽ വാണീടുക.
10) ദുഗ്ദ്ധോദകനിധിമദ്ധ്യേ മരുവിന
മുഗ്ദ്ധേക്ഷണനുടെ ചരിതരസം
ബദ്ധാദരമതിഭക്ത്യാ വദ വദ
മുഗ്ദ്ധേ മുഹുരപി മുഹുരപി നീ.
11) പയ്യും ദാഹവും തീൎത്തു പയ്യായതോടെ മമ
പയ്യവേ സംക്ഷേപിച്ചു ചൊല്ലു നല്ലിതിഹാസം.
12) ബാലേ, സുശീലേ, പ്രിയേ ജീവനായികേ
ലോലായതേക്ഷണേ രോദനം ചെയ്യൊലാ.
13) നാളെ സ്വയംബരാഡംബരസ്ഥാനത്തു
കേളി കോലാഹലം കാണ്മാൻ വരികെടോ.
14) നൈഷധാ വരികെടോ, ചൂതിന്നു തുടങ്ങുക
ദോഷമില്ലിതുകൊണ്ടു മന്നവന്മാൎക്കെന്നോൎക്ക!
15) ഇക്കണ്ട ചരാചരം കാണ്മതും കാണാത്തതും
ഒക്കയും സ്വപ്നമെന്നും മിത്ഥ്യയെന്നതുമുള്ളിൽ
എപ്പോഴുമോൎത്തീടുവിൻ സത്യമിതറിഞ്ഞാലും.
16) കാൎത്ത്യായിനീ ദേവി കാത്തുകൊള്ളേണമേ!
17) നീയൊന്നു ചെയ്യു ചാമുണ്ഡേ വിരവോടു
വായും പിളൎന്നു കിടന്നീടു ഭൂതലേ.
18) ഈ കത്തു നാളെ രാവിലേ നീ തപ്പാലിൽ ഇട്ടേ.
19) ഞാൻ ഇവിടുത്തോളം പോയ്വരട്ടേ, ഈ കെട്ടിടങ്ങൾ അല്പം ഉയൎത്തിവെക്കേണം.
20) എനിക്കു ഒരു പായി കടലാസ്സു തരേണ്ടിയിരുന്നു.
21) മാറിപ്പോ വിഡ്ഢി! ഇനി ഈ വിധം കളവു പറയല്ല.
22) മതിരാശിക്കു പോകുമ്പോൾ ആപ്പീസ്സിൽ കയറാതിരിക്കരുതേ, നിങ്ങൾ.
23) ആരാൻെറ മുതല്ക്കാശ പെരുത്തീടൊല്ല.

Direction. Be careful to use only the simple sentence in working out the above two exercises.

iii. *Simple Sentences introduced by* 'there.'

This is a peculiar idiom of the English syntax. 'There was a fine house'; 'there was once a good king'; 'there came a voice from heaven'. The *there* in these instances has passed from its usual signification of 'existence in place' to 'mere existence' without reference to place. It is elegantly used in short simple sentences, but in circumlocutory constructions its use is to be depreciated; for example: 'There is a sense in which that is true'; 'there is a plan by which you may do it'. In such cases the adjective 'one' may be used instead with advantage; as, 'In one sense it is true'; 'one plan of doing it', etc.

As this peculiar construction is altogether unknown in their language, Malayalee students are apt to go astray in handling it. Even students in the higher classes are sometimes deceived by it, and render it by അവിടെ. Similarly in translating Malayalam sentences containing അവിടെ it is a common mistake to place *there* before the subject; as, അവിടെ ഒരു പുസ്തകം ഉണ്ട് there is a book.

The student should carefully note the difference between such forms as, 'there is a book', 'a book is there', and 'there a book is'. In the first instance *there* is an introductory adverb and need not be translated in Malayalam; in the second, it is an adverb of place and is correctly rendered by അവിടെ; in the last case it is exclamatory and is translated by അതാ.

Rule 8. *There* precedes and the subject follows, the predicate or auxiliary in this idiom; as, 'There came a man'; 'there is a fine tree'.

Rule 9. In translating into Malayalam *omit* the introductory *there* substituting അവിടെ only when it is a true adverb of place. The exclamatory *there* may be rendered by അതാ, അതാ കണ്ടോ, or അതാ നോക്കു or words of similar import.

6. Exercise A.

1) There was no proof of affection on his part.
2) There is no place for sinners in heaven.
3) There he lived and there he died.
4) There is nothing annoying in his speech.
5) There has been much anxiety as to the result of the interview.
6) There he stopped and did not proceed further.
7) There are more pilgrims on the road.
8) There is a great contrast between his past and present occupations.
9) There, take it and retire.
10) There is no such book in my possession.
11) There were his tools and materials lying on the floor.
12) There were no separate quarters for soldiers in the camp.
13) There came a messenger from the king in hot haste.
14) There you are, I thought I would find you out.
15) There is no station in life free from all danger.
16) There was dealt the weekly dole.
17) There were but few ships in the harbour belonging to that power.
18) There was a wild consultation and afterwards a hurrying to and fro, and a feverish gathering up of razors from obscure corners and a ransacking for soaps.
19) There were thousands upon thousands of vehicles abroad and the scene was full of life and gaiety.
20) There was no help for it.
21) There in a remote corner sat the master wrapt in his own thoughts.
22) There, that is our secret: go to sleep.
23) There was not his like that year in twenty parishes round.
24) There came to the shore a poor exile from Erin.

Exercise B.

1) അവൻെറ വീട്ടിൽ ഒരു നായുണ്ടു.
2) മൂന്നു പടയാളികൾ നിരത്തിന്മേൽ കൂടി നടക്കുന്നുണ്ടു.
3) കഴിഞ്ഞ കൊല്ലം മഴ ഉണ്ടായിരുന്നില്ല.

4) സൂൎയ്യനും ഭൂമിയും തമ്മിൽ ഒമ്പതു കോടി ഇരുപതുലക്ഷം നാഴിക ദൂരം ഉണ്ട്.
5) ഒരുത്തന്റെ സ്വഭാവവും ആകൃതിയും തമ്മിൽ വളരെ വ്യത്യാസമുണ്ടു.
6) മദ്ധ്യരേഖയുടെ ചുററുമുള്ള ദേശങ്ങളിൽ ഉഷ്ണം അധികമാകുന്നു.
7) അവിടെ ഏററവും ഭയങ്കരമായ മൃഗങ്ങളും ഏററവും വലുതായ വൃക്ഷങ്ങളും കാണപ്പെടുന്നു.
8) കൊലമ്പസ്സ് എന്നു പേരായി ഒരു എളിയ കുഡുംബത്തിൽ പിറന്ന ഒരുത്തൻ ജിനോവനഗരത്തിൽ പാൎത്തിരുന്നു.
9) വീടതാ കണ്ടോ! നിണക്കവിടെനിന്നു വല്ലതും കിട്ടും.
10) അതാ! ഞാൻ നിന്നോടു പറഞ്ഞില്ലേ.
11) അവിടെ എത്രയും അഗാധമായ ഒരു കുഴി ഉണ്ടായിരുന്നു.
12) നിന്റെ പുസ്തകം ഞാൻ അവിടെ വെച്ചു.
13) ജാതിഭേദം വിലാത്തിയിൽ അശേഷം ഇല്ല.
14) എന്റെ സ്നേഹിതന്മാർ ആരും ആ യോഗത്തിൽ ഇല്ല.
15) അതാ, നോക്കു, ഇന്ത്യയിലെക്കു ഏററവും ശ്രുതിപ്പെട്ട ക്ഷേത്രം.
16) ഈ രാജ്യത്തിലെ വൎത്തകന്മാരിൽ ഏററവും ധനികനായ ആൾ അതാ വരുന്നു.
17) ദാഹമോ വിശപ്പോ സ്വൎഗ്ഗത്തിലില്ല.
18) അക്കാലം വിദ്യകൊണ്ടു മത്സരിക്കും കുത്സിതന്മാരില്ല.
19) ഈ സംസ്ഥാനത്തിൽ പുകയിലക്ക് ചുങ്കം ഇല്ല.
20) ഈ ധൎമ്മരാജ്യത്തിൽ ചതിയന്മാരില്ല.
21) വേടന്മാർ പക്ഷികളെ പിടിപ്പാനായി ഉപയോഗിക്കുന്ന ഒരു വിധം വലയുണ്ടു.
22) ആനയുടെ മുഖവും പന്നിയുടെ കാലുമായി ഒരു മൃഗം ഉണ്ട്.
23) ലോകത്തിലെ സൎവ്വകാൎയ്യങ്ങളും നോക്കി നടത്തുന്ന ഒരു ശക്തി ഇരിക്കുന്നു.

iv. *The Interrogative Sentence.*

The interrogative sentence in English may be divided into two classes—one formed by special words of interrogation, as, 'who', 'which', 'what', 'when', 'where', 'why' and 'how', and the other by the use of auxiliary verbs 'do', 'have', 'be', etc. But in both cases there is a difference in the collocation of words for assertion and for interrogation. In the latter, the subject is shifted to a position after the verb or the auxiliary; as, 'You are a king' (*assertive*), 'are you a king?' (*interrogative*). In Malayalam on the other hand there is no such change. The interrogative pronoun comes at the head of sentence in English, and not necessarily so in Malayalam.

The particle ഓ and ഏ are the most common interrogative terminations in Malayalam and are added to the predicate, the former to the positive and the latter to the negative; sometimes, though rarely in prose, the ഓ is added to the negative; as, ചൊല്ലീലയോ ഞാൻ മുന്നമേ നിന്നോടേവം?

It would appear that in Malayalam both nouns and verbs are inflected to express interrogation; and there is thus a decided facility of expression, and perspicuity of meaning gained by inflecting only that particular word to which the question refers, without in any way disturbing the rest of the sentence. Take the sentence അവൻ ഇന്നലെ രാവിലെ ഇവിടെ വന്നു he came here last morning. Now with regard to this assertion, we may want to know—

1. If it is *he* or some other person that came.
2. If he came *yesterday* or some other day.
3. If in the *morning* or some other time of the day.
4. Or if he came *here* or elsewhere.

If we dispense with the aid of emphasis, which Malayalam may claim equally with English, we would be compelled to arrange the sentence in four different ways to frame the interrogatories; while in Malayalam the purpose is served by simply suffixing ഓ to the word concerned; the only other change necessitated is the conversion of the finite verb into നപുംസകക്രിയാപുരുഷനാമം; thus:

1. അവനോ ഇന്നലെ രാവിലെ ഇവിടെ വന്നത്.
2. അവൻ ഇന്നലെയോ രാവിലെ ഇവിടെ വന്നത്.
3. അവൻ ഇന്നലെ രാവിലെയോ ഇവിടെ വന്നത്.
4. അവൻ ഇന്നലെ രാവിലെ ഇവിടെയോ വന്നത്.

In Malayalam the auxiliary ആകുന്നു (verb *to be*) is oftener implied than expressed, both in the assertive and interrogative forms of expression; as, അവൻ സമൎത്ഥൻ (he clever); അവൻ സമൎത്ഥനോ? (he clever?) The errors and omissions in the use of the auxiliaries, of which Malayalee students frequently stand charged in common with other native students, must clearly be laid to this score.

One very often hears from the mouth of the Malayalee students such expressions as, 'who your master?' 'which your book?' 'when you came?' etc. Such sentences as—മാരനോ, ധീരനാമശ്വിനീദേവനോ, നാരായണസ്വാമിതാനോ ചൊല്ലെടോ, without the auxiliary are of frequent occurrence both in prose and verse; in fact the Malayalam idiom sanctions the suppression of the auxiliary and views its frequent recurrence as inelegant and pedantic. Such expressions as, നീ എവിടെ ആകുന്നു പോകുന്നതു? അവൻ എപ്പോളാകുന്നു മരിച്ചതു? will never escape from a refined Malayalee; he will simply say നീ എവിടെ പോകുന്നു? or അവൻ എപ്പോൾ മരിച്ചു? Even where it is expressed, its colloquial variation ആണ് or simply ആ is used instead of the full form; as, നീ എവിടെയാണ് പോകുന്നത്? or നീ എവിടെയാ പോകുന്നത്?

There is a shade of difference in meaning between നീ എവിടെ പോകുന്നു? and നീ എവിടെയാ പോകുന്നത്? corresponding to the English 'where do you go?' and 'where is it you go?'

The ഓ used as a suffix with the interrogative pronouns corresponds to English 'some'; as, എവിടെയോ (somewhere), എങ്ങിനെയോ (somehow), ആരോ (someone). These derivatives are adverbs of doubt and uncertainty. The English equivalents above given do not, however, bring out the idea fully. അവൻ എവിടെയോ പോയി is not merely 'he went somewhere', but 'he went somewhere I do not know'—utter ignorance of the speaker as to the fact in question is the prominent feature. If we ask a Malayalee അവൻ എവിടെ പോയി? and are answered by അവൻ എവിടെയോ പോയി, the answer implies that the speaker is utterly in the dark, as to the place, its situation or direction—in fact he knows absolutely nothing about it. This form is often resorted to as a mode of evasive answer.

I am disposed to look upon this ഓ in such cases as an interrogative termination, though authorities may be against the view.

7. Exercise A.

1) Who is to blame?
2) What is your name?
3) What are carnivorous animals?
4) Why should a student indulge so much in the lazy and unhealthy habit of sitting?
5) What is this but a lie?
6) Why shouldst thou die before thy time?
7) What had we better call him?
8) Is there any external evidence to support this accusation?
9) Now who shall stand on either hand
   And keep the bridge with me?
10) What noble Lucamo comes next
    To taste our Roman cheer?
11) How dost thou, Charlie?
12) What should I gain by the exaction of the forfeiture?
13) What, are you answered yet?
14) What judgment shall I dread doing no wrong?
15) What mercy can you render him Antonio?
16) Did your letter pierce the queen to any demonstration of grief?
17) Heard ye naught of lowland war
    Against Clan Alpine raised by Mar?
18) Ought the obscurity of my birth authorise me in doing a wrong action?
19) What is the best, cheapest, and most effective disinfectant?
20) Why have we now so many poor in the country, destitute of bread and unable to earn it by honest labour?
21) What on earth does he mean by insisting upon impossibilities?
22) Can any reader supply me with a method of computing the distance of the sun from the earth, involving only an elementary knowledge of trigonometry suitable for amateurs?
23) Is there any effectual means of screening a watch, while being carried in the pocket, from the magnetic influence of a dynamo?
24) Can any reader tell me the best way to grind lenses for a telescope for astronomical purposes?
25) What in the name of common sense do you mean by that stupid explanation of yours?

EXERCISE B.

1) നീ എവിടെനിന്നു വരുന്നു?
2) അതെന്തു?
3) പണിക്കാരൻ വന്നുവോ?
4) നിന്നുടെ ഭർത്താവു ദേഹമോ ജീവനോ?
5) ചാരുമൂർത്തേ! ഭവാനാരെടോ സുന്ദരാ?
6) അപ്സരസ്ത്രീകളോടൊന്നിച്ചു സാദരം
കല്പവാടീവനെ കേളിയാടീടുവാൻ
സ്വല്പം കുതൂഹലമില്ലയോ കല്യാണി?
7) മെച്ചമേറും മണി സ്വർണ്ണവർണ്ണങ്ങളിൽ
പിച്ചളക്കോപ്പു കൊണ്ടൊപ്പം വരുത്തുമോ?
8) എങ്ങിനെ നിന്നെ സ്തുതിക്കുന്നതും അഹം?
9) എന്തുവരം തവ വേണ്ടതു?
10) കിംവാ കുലമതും താതനാരെന്നതും ഭാവവുമെന്തെന്നു ചൊല്ലുക?
11) ആരുടെ കുമാരി നീ, ആരുടെ കുഡുംബിനി
ചാരുലോചനേ നിണക്കാരെടോ സഹായവും
ഘോരകാനനെ വരാൻ കാരണമെന്തു ബാലേ?
12) വീരനാം നിഷധഭൂപാലനേ കണ്ടായോ നീ?
13) ദുഷ്ടനായിതോ നിന്നാൽ ഇഷ്ടനാമെന്റെ കാന്തൻ?
14) എന്തുവാനൊരുത്തന്റെ മായയോ ശിവ ശിവ!
ഇന്ദ്രജാലമോ, മമസ്വപ്നമോ, വിമോഹമോ?
15) അല്ലയോ സുന്ദരികളേ നിങ്ങളാര്? വാസമെവിടേ?
16) അല്പനായ ഞാൻ നിന്തിരുവടിയോടെതൃപ്പാൻ സമർത്ഥനോ?
17) പല ഊരിലും, നാട്ടിലും, നെടുതായ മലകളിലും കാടുകളിലും നിന്നോടു കൂടെ അലഞ്ഞു സഞ്ചരിപ്പതാർ?
18) എന്റെ വശം വേറെ വല്ല മുതലും ഉണ്ടോ? യാതൊന്നും ഇല്ലല്ലോ.
19) നീതിമാന്മാർ ചെയ്യുന്നതു ഈ വിധമോ?
20) ഇവരാരാലും വഹിക്കപ്പെടാത്ത ഒരു അനീതിഭാരത്തെ വഹിപ്പാൻ ഞാൻ ആളാകുമോ?
21) ബാലനായ ഈ കുലപുത്രൻ അതിമൃദുവായ കാൽകൊണ്ടു വെയിലിൽ കഠിനമായ ഭൂമിയിൽ കൂടി നടക്കുന്നതെങ്ങിനേ?
22) നിന്റെ ജ്യേഷ്ഠൻ രയിരുവിനെ ആരെല്ലാം കൂടി ഏതുവിധത്തിലായിരുന്നു കുലപ്പെടുത്തിയതു?
23) കലശൽ സമയം രയിരുവിന്റെ കൂടെ വേറെ ആരെങ്കിലും ഉണ്ടായിരുന്നുവോ?
24) പെരുന്തലമണ്ണങ്ങാടിയിലിരിക്കും കുഞ്ഞിക്കോയക്കുരിക്കളെ അറിയുമോ?
25) ഈ കാണാധാരത്തിന്റെ പകപ്പും നിന്റെ കയ്യെഴുത്തു തന്നെയോ?
26) ആരാരഹോ മൽഗ്ഗുഹയിൽ കടപ്പാൻ?
27) സർവ്വചരാചരാന്തർവ്യാപിയായിരിക്കുന്ന പരബ്രഹ്മത്തെ നമ്മുടെ സ്ഥൂലേന്ദ്രിയങ്ങളാൽ ഗണിക്കാവുന്നതെങ്ങിനേ?

v. *The Passive Voice.*

In English the passive voice is of frequent occurrence and forms a very convenient mode of expression when the subject is either unknown or suppressed; but in Malayalam this construction, complete in all its parts, is very rare and it is not likely that it will ever become popular in the language. Malayalam is not exacting in its demand for an expressed grammatical subject, and therefore the necessity for this mode of expression may be said to be practically absent.

'എന്നെ അടിച്ചു'; 'അവനു ദീനമാണെന്നു പറഞ്ഞു'; 'ദീനക്കാരനെ ആസ്പത്രിയിൽ കൊണ്ടുപോയി'; and a number of similar sentences contracted in the subject are met with in the writings and conversations of Malayalees of all grades; in fact one can never hear a pure Malayalee—one who has never come under the influence of English schools—make use of the passive construction. It is complicated and lengthy, and as such involves greater exertion; and the operation of a natural law would discard it in favour of equivalent forms already existing in the language. 'ഞാൻ അവനെ അടിച്ചു' is easier, shorter and simpler than 'അവൻ എന്നാൽ അടിക്കപ്പെട്ടു.' One of these equivalent forms is തൃതീയ or its equivalent—the nominative compounded with the verb suffix കൊണ്ടു; as, 'He was beaten with a stick' അവനെ ഒരു വടികൊണ്ടടിച്ചു. This is the proper mode of rendering those passive sentences in which the *true* subject (not the grammatical subject) shows cause or instrument. 'He was prevented by illness from appearing for the examination' രോഗത്താൽ or രോഗം നിമിത്തം അവനു പരീക്ഷെക്കു പോവാൻ ഇടവന്നില്ല. 'The suit is barred by limitation' കാലാഹരണത്താൽ വ്യവഹാരത്തിന്നു തടസ്ഥം വന്നിരിക്കുന്നു. To use the passive (കർമ്മണിപ്രയോഗം) in such cases would be considered pedantic.

The necessity for this cumbrous form of construction arose when passages from Sanskrit—in which language it is as common as in English—had to be translated into Malayalam, and to this task it is properly reserved and confined to this day by the invariable practice of all pure Malayalees. The attempt of European scholars of Malayalam to ingraft this foreign element upon its syntax has so far been unsuccessful; and it is a matter of surprise why foreign sympathy should have been so strongly excited in favour of its introduction in the face of the almost unanimous native verdict to the contrary. It may be perhaps that to a foreigner its equivalent forms already existing in the language are too idiomatic to be readily grasped and easily used. Anyhow there is a number of passive sentences in English, a close translation of which in the same voice would be simply ludicrous. Take for example: 'You are ashamed to say so'; 'അങ്ങിനെ പറവാൻ നീ ലജ്ജിക്കപ്പെടുന്നു'; He is informed of the news'; 'അവൻ ഈ വൎത്തമാനം അറിയിക്കപ്പെട്ടു'.

Rule 10. Indefinite or impersonal passive sentences, and those with intransitive predicates, should not be translated by കൎമ്മണിപ്രയോഗം into Malayalam, so also with 'let' as, 'let it be granted'; 'let it be known'; 'let him bo imprisoned'. In these instances the active voice is the true idiom in Malayalam, and 'അതു പറിക്കട്ടെ', 'അവനെ തടവിലാക്കട്ടെ', etc. represent the correct form. The safer and more elegant form would be to translate all passive sentences by the active construction into Malayalam. It must, however, be observed that in Malayalam poetry the passive construction is more frequent, but the predicate in such cases is not the usual inelegant form with പെട്ടു, but the true Sanskrit കൃദന്തം or the past participle; as, 'ദകനവാ നീതാ സീതാ'; 'എന്നാൽ മുക്തമായ ശരം'; 'എന്നാൽ നിൎമ്മിതമായൊരു സ്തോത്രം'; 'പഞ്ചഭൂതങ്ങളാൽ നിൎമ്മിതമായ ദേഹം'.

Rule 11. Render the grammatical subject of the passive sentence by ദ്വിതീയ into Malayalam, but Malayalam active sentences with an indefinite or implied subject by the passive voice into English.

The passive voice may, however, though rarely, be used in Malayalam for the sake of variety. But the student is strongly warned against the idea that all English passive sentences are to be translated by the same construction. He may exercise his discretion in this respect in working out the following exercises.

8.. EXERCISE A.

1) Every tree is known by its fruit.
2) Pompey was defeated by Cæsar.
3) In a few days those fair prospects were over.
4) Hastings was absolved by a hundred and nineteen votes against sixty-seven.
5) Here Ulysses and his men were courteously received by the monarch.
6) A president duly elected has been unjustly expelled from his dwelling.
7) Many persons were hanged for denying the king's supremacy.
8) The most splendid victories recorded in the history of the middle ages, were gained against great odds by the English.
9) He shall not be recommended by me.
10) A new picture is here given, made up of epithets and circumstances intended to enhance the glory of the object.
11) The intelligence of these events was soon carried to Chanda Saheb, then with the French allies besieging Trichinopoly.
12) The body must be altogether enveloped and well rubbed with a sheet dipped in water and well wrung.
13) Agnes, I will overbear your will,
    For in the temple by and by, with us,
    These couples shall eternally be knit.
14) And for the morning now, is something worn
    Our purposed hunting shall be set aside.
15) In the night imagining some fear
    How easy is a bush supposed a bear!
16) A number of the village peasants were tempted to vanity.
17) Then an attempt was made on the fidelity of the guards at the Calcutta mint.
18) The proverb or aphorism is described as a condensed expression of a truth.
19) No less than three hundred of the best warriors of the enemy's army were captured by the conquerors.

20) We were promised a high reward and great honors in return for the service.

21) His vast experience and high intelligence have been utilized in a way useful alike to himself and his country.

Exercise B.

1) കിരാതനാൽ മൃഗം കൊല്ലപ്പെട്ടു.

2) ഈ ഗുളികാദിയോഗം ലോകോപകാരാർത്ഥമായി പരമശിവനാൽ പ്രകാശിതമാക്കപ്പെട്ടതാണ്.

3) ഹരിശ്ചന്ദ്രമഹാരാജാവിനെ കഷ്ടപ്പെടുത്തുവാൻ നിന്നാൽ ചെയ്യപ്പെട്ടതെന്തൊക്ക?

4) ഈ പട്ടണം നദീതീരത്തിൽ രമ്യപ്രദേശത്തിൽ സ്ഥാപിക്കപ്പെട്ടിരിക്കുന്നു.

5) കുലപാതകന്മാരെ അവരുടെ മുഖലക്ഷണങ്ങളെക്കൊണ്ടറിയാം.

6) ലോകത്തിൽ അത്യുഷ്ണമുള്ള രാജ്യങ്ങൾ അഫ്രിക്കാഖണ്ഡത്തിൽ ആണെന്നറിഞ്ഞിരിക്കുന്നു.

7) ഈ മനോഹരങ്ങളായ പദ്യങ്ങളെ ഇങ്ങിനെ വൃത്തിയും ഭംഗിയും ഉള്ള അച്ചടിയിലാകുന്നു വായിക്കേണ്ടതു.

8) ഔഷധം കുപ്പിയിൽ നിന്നെടുക്കുന്നതിന്നു മുമ്പെ കുപ്പി നല്ലവണ്ണം കുലുക്കേണം.

9) അഞ്ചു ഘാതകന്മാരെയും ഒന്നായി ഒരേ തൂക്കുമരത്തിൽ തൂക്കിക്കൊന്നു.

10) കാലാളുകളും അശ്വാരൂഢരും അടങ്ങിയ ഒരു വലിയ സൈന്യം കോട്ടെക്കെതിരായി ചെല്ലുന്നതു കാണായി.

11) ഈ പുസ്തകം മംഗലപുരം ബാസൽ മിശ്യോൻ അച്ചുക്കൂടത്തിൽനിന്നു അച്ചടിച്ചു പ്രസിദ്ധമാക്കിയതാകുന്നു.

12) ഞാൻ ഇപ്പോൾ അനുഭവിക്കുന്ന ഈ സുഖവും ഭാഗ്യവും കഷ്ടസാഹസങ്ങൾ കൂടാതെ ലഭിച്ചതാകുന്നുവെന്നു നിങ്ങൾ വിചാരിക്കുന്നു.

13) കപ്പലിന്റെ ഇളക്കവും കടലിന്റെ കോപവും നിമിത്തം വഴിയാത്രക്കാർ മാത്രമല്ല കപ്പൽക്കാരും കൂടി എത്രയും ഭയപ്പെട്ടു.

14) കൊടുങ്കാററിന്റെ കാഠിന്യത്താൽ വന്മരങ്ങൾ വേരോടെ പറിഞ്ഞു വീണു, ഉറപ്പുള്ള ഭവനങ്ങളുടെ മേൽപുരകൾപോലും നാലുഭാഗത്തേക്കും പാറിപ്പോയി.

15) അതു നിമിത്തം അവനെ ഭദ്രമായൊരു മുറിയിൽ അടെച്ചു പൂട്ടി, മൂന്നു നാലു ദിവസത്തോളം കുറച്ചു പച്ചവെള്ളമല്ലാതെ മററു യാതൊരു ഭക്ഷണവും കൊടുത്തില്ല.

16) അവിടെനിന്നു മൂമ്മൂന്നു മാസം കൂടുമ്പോൾ ആവശ്യമായ എല്ലാപദാർത്ഥങ്ങളും കയററി ഒരു വലിയ കപ്പൽ ആ ദ്വീപിലെ പ്രധാനതുറമുഖത്തിലേക്കു അയക്കാറുണ്ടു.

17) വിവാഹദിവസം സകലവിധജനങ്ങൾക്കു സദ്യയും ബ്രാഹ്മണൎക്കു പരക്കെ സൎവ്വാണിയും യോഗ്യന്മാൎക്കു ഓണപ്പുടവയും മററവൎക്കു ഭിക്ഷാദാനവും ഉണ്ടായി.

18) നിശ്ചയിച്ച സമയത്തു അതിഭീമനും ഗംഭീരനും ആയ ഒരു കൊമ്പനാനയെ നെററിപ്പട്ടം മുതലായവ അണിയിച്ചു സഭ്യന്മാരുടെ മുമ്പാകെ കൊണ്ടുവന്നു, രാജകുമാരനെ അതിന്മേൽ കയററിയിരുത്തി.

19) വീടു അതിലടങ്ങിയ സൎവ്വസാമാനങ്ങളോടുംകൂടെ അയ്യായിരം ഉറുപ്പികെക്കു ആ വൃദ്ധബ്രാഹ്മണൻെറ പിതൃവ്യന്നു വിററു

20) ആ പഴയ കെട്ടിടത്തിൻെറ ഇടിഞ്ഞ ഭിത്തികളും ജീൎണ്ണിച്ച മേല്പുരയുടെ അവശിഷ്ടങ്ങളും പടിക്കെട്ടുകളുടെ മിനുക്കിയ കരിങ്കൽ കഷണങ്ങളും ഇപ്പോഴും അവിടെ കാണ്മാനുണ്ടു.

vi. *The Indefinite Sentence.*

It is an idiomatic privilege of English to make use of certain pronouns of the demonstrative signification without meaning to point to any particular subject. Such are 'it,' 'one' and 'they;' as, 'It rains'; 'it snows'; 'how is it with you?' 'if one's honesty were impeached, what would one do?' 'they say the king is insane' etc.

There is no exact equivalent for the indefinite 'it' in Malayalam, and its force cannot be brought out by any substitution. In a few examples however the appropriate noun can be put in; as, 'It rains' മഴപെയ്യുന്നു (the rain rains); 'it snows' മഞ്ഞുപെയ്യുന്നു (snow snows); while in most other cases the 'it' may be left out altogether, as, 'How is it with you?' നിങ്ങൾക്കു സൌഖ്യമോ? or more literally നിങ്ങളുടെ ശരീരസുഖം ഏതു സ്ഥിതിയിലിരിക്കുന്നു? But in either examples just given as well as in a few others, as, 'Give it Jones!' 'Go it bricks' etc., the construction is so thoroughly idiomatic that a literal or even a close translation is out of the question. We have to be content with an expression of the meaning instead of the translation. We are more fortunate with the other two pronouns 'one' and 'they'. 'One' is rendered by താന്താൻ or അവനവൻ; and a further point of similarity is that just as 'one' has to be followed by 'one', so താന്താൻ or അവനവൻ should be followed by താന്താൻ or അവനവൻ in Malayalam. We cannot say, 'one cannot know what his fate is', so also it is unmalayalam to say താന്താനവൻെറ കാൎയ്യം നോക്കേണം.

Note. It will be noted that താന്താൻ is a closer and more appropriate translation of the indefinite 'one' than അവനവൻ, as the former is അലിംഗം (indefinite gender), while the latter is plainly masculine (പുല്ലിംഗം).

For *they,* curiously enough, the most commonly received equivalent is കേൾക്കുന്നു, or പറഞ്ഞുകേൾക്കുന്നു; as, 'They say there will be famine in the district this year' ഈ കൊല്ലം ഈ ജില്ലയിൽ ക്ഷാമമുണ്ടാകുമെന്നു കേൾക്കുന്നു, or ഈ കൊല്ലം ഈ ജില്ലയിൽ ക്ഷാമം ഉണ്ടാകുമെന്നു പറഞ്ഞു കേട്ടു or ഉണ്ടാകുമെന്നാണ് കേൾവി. But in translating such sentences into English, it will be better to use the passive equivalent forms as already observed.

Instead of translating the sentence: രാജാവിന്നു ചിത്തഭ്രമം എന്നു കേട്ടു by the indefinite construction 'They say the king is insane', it is shortly and aptly rendered by 'The king is said to be insane'.

The indefinite use of 'they' is mostly conversational.

9. EXERCISE A.

1) How is it with you?
2) It is all over with us.
3) They lord it over the poor tenants.
4) We rough it in the woods.
5) He stars it in the provinces.
6) Come and trip it as you go
   On the light phantastic toe.
7) One should be careful of one's health.
8) One should always conciliate.
9) One must control one's feelings.
10) One wholly forgets the danger one is in, and thinks only of the effects of one's own bullets.
11) They say blood will have blood.
12) They say he liked to be first in the company.
13) They say that war has been declared.
14) They say the emperor is ill.
15) At lovers' perjuries, they say, Jove laughs.
16) One can never do anything at variance with one's own nature.
17) They say no spirit dares stir abroad after dawn.

18) Soldiers, we must never be beat — what will they say in England?
19) They say the king has arrived.
20) Strange sounds frighten one.

Note. The indefinite use of *they* appears in complex sentences, as the transitive predicate of *they* necessarily takes a clause-object; the examples above given therefore belong properly to the complex sentence, but it is hoped that the present arrangement has the advantage of logical connection.

Exercise B.

1) താന്താൻ കഴിച്ചതിൽ താന്താൻ.
2) തന്നിൽ എളിയത് തനിക്കിര.
3) താന്താൻ താന്താന്റെ സ്ഥാനമറിയേണം.
4) താന്താൻ നിരന്തരം ചെയ്യുന്ന കൎമ്മങ്ങൾ താന്താൻ അനുഭവിക്കെന്ന വരു ദൃഢം.
5) ഈവക വാക്കുകൾ ആൎക്കും ഉപേക്ഷ്യമുണ്ടാകും.
6) അവനവൻ അവനവന്റെ കാൎയ്യം നോക്കേണം.
7) താനായി തന്റെ പാടായി.
8) വാൽനക്ഷത്രം ഉദിക്കുന്നതു ക്ഷാമത്തിന്റെ ലക്ഷണമെന്നു പറയുന്നു.
9) നിങ്ങൾക്കു വേറെ ഒരു ഉദ്യോഗം കിട്ടിയെന്നു കേട്ടുവല്ലോ.
10) പരന്ത്രീസ്സുകാരും ജൎമ്മൻകാരും തമ്മിൽ യുദ്ധമുണ്ടാകുമെന്നല്ലേ കേട്ടത്?
11) രാജാവും മന്ത്രിയും തമ്മിൽ രഞ്ജിപ്പില്ലെന്നാണ് കേൾവി.
12) ഈ സംവത്സരം ഗുരുവായൂർ ക്ഷേത്രത്തിൽ ഉത്സവമുണ്ടായില്ലെന്നു പറഞ്ഞു കേട്ടു.
13) താന്താൻ താന്താന്റെ സ്നേഹിതന്മാരെ മുഷിപ്പിക്കരുതു.
14) ഇപ്പോഴത്തെ കലക്ടർസായ്പ് ഇവിടെനിന്നു ഉടനെ മാറിപ്പോകുമെന്നാണ് കേൾവി.
15) രാമേശ്വരത്തെ ക്ഷേത്രം ഭേദിച്ചു ലക്ഷത്തിൽ പുരം ഉറുപ്പികയുടെ മുതൽ കവൎച്ച ചെയ്തു എന്നൊരു ബഹുവാക്കു നടക്കുന്നു.
16) കരുമുളകിന്നു നികുതികെട്ടാൻ പോകുന്നെന്നൊരു കിംവദന്തിയുണ്ട്.
17) താന്താന്റെ കുഡുംബത്തിൽ സാധുക്കളായവരെ താന്താനല്ലേ സംരക്ഷണ ചെയ്യേണ്ടത്.
18) ആരാന്റെ മലയിൽ കത്തുന്നതു തന്റെ തലയിൽ കത്തിക്കേണമോ?
19) താന്താന്റെ കൎമ്മദോഷത്തിന്നു ആരാനെ പറഞ്ഞിട്ടു ഫലമില്ല.
20) ഘോഷമായ ഒരു വിവാഹാടിയന്തരം ഇവിടെ വെച്ചുടനെ ഉണ്ടാകുമെന്നു ജനങ്ങൾ പറയുന്നു.

vii. *'It' Anticipating the Infinitive Phrase.*

It is an extremely common and useful arrangement in English to use the pronoun *it* as a substitute for the coming infinitive; as, **'It is pleasant to contemplate the beautiful'; 'it is idle to deplore the irremediable'; 'it is useless crying over spilt milk'.**

In Malayalam, however, we have only one form, *i.e.* ക്രിയാപ്രത്യക്ഷനാമം (നപുംസകം) to represent both the noun clause and the infinitive phrase; hence the anticipative 'it' and a noun-clause have both the same form in the translation.

Rule 12. When the subject of a ക്രിയാപ്രത്യക്ഷനാമം is not expressed, its correct translation is by an 'infinitive'. For example: മഴയത്തു പോകുന്നതു അപകടമാണ് **'it is dangerous to go out in the rain'.** For there is no expressed subject to പോകുന്നതു. An equivalent form of this construction is to substitute the infinitive itself for the 'it'; as, **'*To go out* in the rain is dangerous'**, or **'*going out* in the rain is dangerous'**; so that we see that Malayalam sentences with a ക്രിയാപ്രത്യക്ഷനാമം for the subject may be translated by three different constructions into English; and if the subject is *expressed*, the number of equivalent forms is increased to *five*, as a noun-clause may also be used in such a case. ക്ഷീണിച്ച ആളുകൾ മഴയത്തു പോകുന്നത് അപകടമായിട്ടുള്ളതാണ്. This may be rendered into English by all the following forms:—

1) It is dangerous for a delicate person to go out in the rain.

2) For a delicate person to go out in the rain is dangerous.

3) Going out in the rain is dangerous to a delicate person.

Other cases will be fully dealt with under the complex sentence; so also the idiomatic use of the subjunctive mood in this sense.

Rule 13. Translate the sentence introduced by the anticipative 'it' by substituting for the pronoun the phrase or clause which it anticipates.

Note. There is no personal pronoun in Malayalam upon which the idiom of the languago confers this peculiar privilege of anticipation. The സംഭാവനോപവാക്യം may be substituted in some cases; as, 'It is vain to make excuses' ഒഴികഴിവു പറഞ്ഞാൽ സമ്മതിക്കയില്ല. This will be explained under the complex sentence.

a.) *'It' as* Subject *Anticipating an Infinitive Expressed.*

10. Exercise A.

1) It is noble to seek truth.
2) It is useless to dispute with an obstinate man.
3) It is necessary to make a choice.
4) It required the utmost exertions of the officers to quell the excitement.
5) It was painful to him to refuse a request.
6) It is the business of art to imitate nature.
7) Under Charles II. it was made a serious crime to attend a dissenting place of worship.
8) It would have been wise in the king to avoid any conflict with the people.
9) It would be a wild notion to expect perfection in any work of man.
10) It is never good to bring bad news.
11) It is uncharitable to speak ill of the absent.
12) It is pleasant and healthy to take a walk in the cool of the evening.
13) It is creditable to a man born poor to rise to eminence.
14) It is a pitiful sight to see young men of promise carried away by the untimely hand of death.
15) It is enough to send a thrill of horror into the hearts of all good men to see the rising generation as full of conceit.

Exercise B.

1) സത്യം പറയുന്നതു എല്ലായ്പോഴും അപകടമില്ലാത്തതാകുന്നു.
2) നമ്മുടെ സ്നേഹിതന്മാർ പരാധീനത്തിൽ ആയിക്കാണുന്നതു വ്യസനകരമായിട്ടുള്ളതാകുന്നു.
3) തലവിധിയിൽ വിശ്വസിക്കുന്നതു വിഡ്ഢിത്വമാകുന്നു.
4) ആട്ടുന്നവനെ നെയ്യാനാക്കുന്നതു നന്നല്ല.
5) അധികം വെള്ളം കുടിച്ചാൽ അരോചകം ഉണ്ടാകും.
6) ഭഗവദ്ഗീതകളെ വായിച്ചുകേൾക്കുന്നതു എനിക്കു വളരെ താല്പര്യമാകുന്നു.

7) സിംഹഗൎജ്ജനം കേട്ടാൽ ഭയമാകും.
8) ആകാശവിൽ കണ്ടാൽ മനം സന്തോഷിക്കും.
9) മാംസേക്ഷണങ്ങളാൽ ചിത്സ്വരൂപനായ ദൈവത്തെ കാണുന്നതു അസാദ്ധ്യം.
10) പുലർകാലത്തു നിത്യം അല്പം സഞ്ചരിക്കുന്നതു ഉന്മേഷത്തെയും ശരീരസുഖത്തെയും ഉണ്ടാക്കുന്നു.
11) അസാദ്ധ്യമായുള്ളതിലാശവെച്ചാൽ ദുഃഖിക്കെന്നേ വരു.
12) നീക്കാൻ അശക്യമായുള്ള കാൎയ്യങ്ങളെ ചൊല്ലി വ്യസനിക്കുന്നത് വ്യൎത്ഥം.
13) രോഗത്തിന്റെ ആരംഭത്തിൽ തന്നെ വൈദ്യനെ വിളിക്കാതെ ഒടുക്കം അദ്ദേഹത്തെ ദൂഷ്യം പറയുന്നത് അന്യായം.
14) പെൺകുട്ടികളെ വിദ്യാഭ്യാസം ചെയ്യിക്കാതെ അജ്ഞാനത്തിൽ വളരാൻ വിട്ടേക്കുന്നതു ഈ രാജ്യത്തിൽ ഒരു സാധാരണനടപ്പാകുന്നു.
15) വേണ്ടുന്നേടത്തും വേണ്ടാത്തേടത്തും ധൈൎയ്യം കാണിക്കുന്നതു മൌഢ്യത്തിന്റെ മൂൎദ്ധന്യം.

b.) *'It' as* Object *Anticipating an Infinitive Expressed.*

Model. 'The general judged it expedient to cross the river' നദി കടക്കുന്നതു യുക്തമെന്നു സൈന്യാധിപൻ നിശ്ചയിച്ചു.

Note. It will be observed that എന്നു supplies the place of the English 'that' introducing an object noun-clause; and so the distinction between the above sentence and its equivalent form 'The general judged that it was expedient to cross the river' cannot be brought out in Malayalam.

As there is no such distinction between the direct and indirect forms of speech in Malayalam, as obtaining in English by the suppression of 'that', എന്നു may also represent the sign of quotation. Take the example: He said, 'The king will not survive the defeat' രാജാവു ഈ അപജയം സഹിച്ചു ജീവിച്ചിരിക്കയില്ല 'എന്നു' അവൻ പറഞ്ഞു.

11. Exercise A.

1) He found it difficult to maintain his position.
2) I thought it the most prudent method to be still.
3) A Chinese once took it into his head to travel into Europe.
4) The Emperor Honorius found it advisable to contract the limits of the empire.

5) The jotting of the rough roads of that time made it necessary to reduce the fracture again.

6) Horace Walpole thought it a good practical joke to set public men together by the ears.

7) I feel it my duty to speak on this point.

8) I may yet have it in my power to prove my gratitude to you.

9) We should certainly think it the height of injustice in him to accuse us of feeling actuated of malice.

10) Against the Saxon pirates the Roman Governor found it necessary to establish an elaborate system of defence.

11) He found it not at all prudent to maintain such a costly establishment under his altered circumstances.

12) Patriots consider it an honour to die in the cause of their country.

13) The ignorant consider it not worth their while to examine a fly or watch the movements of the ant.

14) The speaker thought it superfluous to enter into details about the probable issue of a hasty war between two nations so equally matched.

EXERCISE B.

1) പ്രവൃത്തിചെയ്യുന്നതു അപമാനമെന്നു മൂഢന്മാർ വിചാരിക്കുന്നു.

2) ധനം ആൎജ്ജിക്കുന്നതു പുരുഷാൎത്ഥങ്ങളിൽ മുഖ്യമെന്നു ലുബ്ധന്മാർ നിനെക്കുന്നു.

3) നിന്റെ കീഴിലുള്ളവരോടു ദയയായി സംസാരിക്കുന്നതു നിന്റെ ബഹുമാനത്തിന്നു കുറവെന്നു വിചാരിക്കരുതു.

4) നിന്റെ വരവുകൊണ്ടു ചിലവുകഴിക്കുന്നതു പ്രയാസമെന്നു അവൻ തെളിയിച്ചിരിക്കുന്നു.

5) സൎക്കാരുദ്യോഗത്തിൽ ഇരിക്കുന്നതാണ് വിദ്യാഭ്യാസത്തിന്റെ ലാക്ക് എന്നു വിചാരിക്കരുതു.

6) കാളിപ്രസാദം വരുത്തുന്നതു വിഷൂചികയെ അകററുന്നതിന്നു മതിയായ ഒരു പരിശാന്തിമാൎഗ്ഗമെന്നു ഹിന്തുക്കൾ വിശ്വസിക്കുന്നു.

7) സമസൃഷ്ടികളുടെ സുഖസംപ്രാപ്തിക്കായി യഥാശക്തി പ്രയത്നിക്കേണ്ടതു് എല്ലാ മനുഷ്യരുടെയും നിഷ്കൃഷ്ടയായ മുറയാണെന്നറിഞ്ഞിരിക്കേണ്ടതാണ്.

8) ഐഹികവിഷയങ്ങളിൽ മനസ്സിനെ ലയിപ്പിക്കാതെ മോക്ഷമാൎഗ്ഗങ്ങളെ ആരാഞ്ഞറിയേണ്ടതു് മനുഷ്യജന്മത്തിന്റെ പ്രഥമസാഫല്യമാകുന്നു.

9) ശരീരസുഖം വലുതായ ഒരു സ്വത്താണെന്നറിയേണം.

10) സ്വാഭാവികമായ ദുൎന്നയങ്ങളെ വിദ്യാവിശേഷത്താൽ അകററിക്കൊള്ളുന്നതു എത്രയും ശ്ലാഘനീയമായ ഒരു കാൎയ്യമാണ്.
11) താന്താങ്ങളുടെ മാതാപിതാക്കന്മാൎക്കും ഗുരുജനങ്ങൾക്കും അനുസരണം കാണിക്കേണ്ടത് വിദ്യാൎത്ഥികളുടെ ഒന്നാമത്തെ മുറയാണ്.

Note. 'It' in such constructions takes a noun or an adjective immediately after it, and comes after verbs of 'thinking', 'speaking', 'sounding', 'making known', etc.

c.) *'It' Anticipates an Infinitive Implied.*

The usual function of a pronoun is to stand for a noun or its equivalents, actually expressed; but in some cases it also represents a fact or idea implied in a phrase or clause. Take the example: 'Though it was hardly worthwhile, still they contradicted the report.' Here the pronoun 'it' stands for the infinitive implied in the sentence 'they contradicted the report'; so the sentence would read 'Though to contradict the report was hardly worth while, (still) they contradicted the report.' The student will note that this use of 'it' comes properly under the complex sentence, and its consideration will therefore be put off for the present.

General exercises in the anticipative use of 'it'.

12. Exercise A.

1) It is pleasant to walk in the morning.
2) It is possible to predict the movements of the stranger.
3) To be or not to be, that is the question.
4) It were an unseemly sight, a novice out of convent shade.
5) It is a maxim in raillery, never to venture on it but with the polite and witty.
6) It is a piece of politeness never to interrupt a person in his story.
7) Make it a rule never to neglect any duty.
8) To derive any advantage from travelling it is not sufficient to pass through different countries.
9) This is life eternal, to know Thee, the only true God.
10) It will not do to talk of inculcating virtue from the stage.
11) It is necessary only to allude to the practice to fill the soul of my youthful readers with honor.

12) It has generally been found a hopeless effort to attempt to bring back the drunkard to a life of respectability.

13) It did not occur to him to observe the ways of animals.

14) It is hardly possible for a thinking man to gain experience or observation without making some secret and short reflection upon the exceeding swiftness of the operations of the mind.

15) It is distressing to know that human passion interferes often to destroy the happiness of a nation.

16) It is a vast function to teach the art of living well.

17) He considered it a duty owed to society to expose such villainy.

18) Some nations deem it no crime to cheat foreigners.

19) The captain saw it necessary to cut off the mast to save the ship.

20) He thought it unnecessary to add a word of explanation to this laconic despatch.

21) He considered it incumbent on him to spread the new faith to the utmost of his power.

22) It betrays a weak mind to be upset at the very first difficulty.

23) The governor thought it wise not to interfere with such popular demonstrations.

24) It is useless to deplore the irremediable.

25) The new priest firmly believed it a part of his duty to reclaim the erring members of his congregation even at personal risk.

Exercise B.

1) പച്ചവെള്ളത്തിൽ കുളിക്കുന്നതു നല്ലതാകുന്നു.

2) രാക്കുതെററി നടക്കുന്നതു മാനക്ഷയം.

3) അദ്ധ്വാനിച്ചു പഠിക്കാതെ ഇരിക്കുന്നതു മടിയന്മാരായ കുട്ടികളുടെ മുഖ്യലക്ഷണമാകുന്നു.

4) ചീത്തവാക്കുകൾ പറകയും ശകാരിക്കുകയും ചെയ്യുന്നതു വഷളായ കാൎയ്യമാകുന്നു.

5) യഥാൎത്ഥത്തെ നിഷേധിപ്പാൻ ശ്രമിക്കുന്നതു വ്യൎത്ഥമത്രെ.

6) കണ്ണുചിമ്മി ഇരുട്ടാക്കാൻ വിചാരിക്കുന്നതു സാദ്ധ്യമൊ?

7) സാധിക്കാത്തതിലാശവെക്കുന്നത് ഭോഷത്വം.

8) മററൊരാൾ പറയുന്നതിന്മദ്ധ്യേ കടന്നു പറയുന്നതു മൎയ്യാദകേടാണ്.

9) ഈശ്വരവാക്കിന്നു സത്യമില്ലെന്നതു ആശ്ചൎയ്യമാകുന്നിതോൎക്കുന്തോറും.

10) ഖേദമുള്ളതുണൎത്തിക്കയെന്നതു ചോദിക്കാതെ ചിതമല്ല നിൎണ്ണയം.

11) അത്ര ഗോഷ്ഠദേശപദമെന്നുള്ളതു സൌഖ്യമല്ല മേലിൽ.

12) നിനക്കഹോ വില്ലെടുക്കയുദ്ധിയോഗ്യമല്ലെടോ.

13) ദേവദേവാധീശ്വരന്നാജ്ഞയെ ലംഘിപ്പതിന്നേവരാലൊരുനാളുമരുതു.

14) ഉത്ഭവസ്ഥിതിസംഹാരങ്ങൾക്കു കാരണമായിനില്പതു പരബ്രഹ്മം തന്നെ.

15) അവസ്ഥാത്രയത്തിലും ദേഹേന്ദ്രിയങ്ങളിലും ജീവനായിനിന്നു ചേഷ്ടിപ്പതു പരബ്രഹ്മം.

16) വിഷ്ടപങ്ങളെയെല്ലാം തൽകൎമ്മഭേദം പോലെ സൃഷ്ടിച്ചീടുന്നതു ഈശൻ.

17) നിഷ്കാമകൎമ്മതപോബലത്തെ നശിപ്പിപ്പതെന്തുകൊൾക സാദ്ധ്യമാമെല്ലാവൎക്കും.

18) ഒരു വാചകത്തിലെ ആഖ്യയെ ഒടുക്കത്തേക്കു തള്ളുന്നതു ശരിയല്ല.

19) സുഖേന ജീവിക്കാനുള്ള സൂത്രത്തെ ഗ്രഹിപ്പിക്കുന്നതു വളരെ ഭാരമായ ഒരു പ്രവൃത്തിയാകുന്നു.

20) ദോഷം കാണുന്നതു എളുപ്പം അതിനെ ഒഴിക്കുന്നതു പ്രയാസം.

21) കടലിൽ നീന്തുന്നതു ആരോഗ്യപ്രദം.

22) ബ്രഹ്മകല്പിതം മനുഷ്യനും തടുപ്പാൻ കഴിയുന്നതല്ല.

23) നാണം കെട്ടിട്ടിരിക്കയെന്നുള്ളതു ആണായോൎക്കു ചേരുമട്ടത്തതോ?

24) കീഴുദ്യോഗസ്ഥന്മാരോടു ഗൎവ്വം നടിക്കുന്നതു പ്രാപ്തിയുടെ ലക്ഷണമെന്നു ചില അല്പപ്രജ്ഞന്മാർ നടിക്കുന്നു.

25) മഴപെയ്യിക്കുന്നതു ഇന്ദ്രന്റെ ജോലികളിൽ ഒന്നാണെന്നു ശാസ്ത്രങ്ങളിൽ ഘോഷിക്കുന്നു.

viii. *Simple Sentence with* 'too' *followed by an Infinitive.*

'Too' is a terse adverb of comparison showing both *manner* and *degree*; as, 'He is too old to learn' = 'he is so old that he cannot learn'. When the phrase expressing the comparison is suppressed, the word must be taken in the sense of 'more than enough', 'than what is just, right, convenient, fitting or desirable':—'Oh! that this too, too solid flesh would melt'. This is an idiom peculiar to English and cannot be rendered with equal terseness into Malayalam. In the majority of cases only the equivalent form can be translated; as, 'He is too old to learn' അവൻ പഠിപ്പാൻ അപ്രാപ്തനായി വരുവാൻ തക്കവണ്ണം പ്രായാധിക്യമുള്ളവനാകുന്നു or അവനു പ്രായാധിക്യം നിമിത്തം പഠിപ്പാൻ കഴിവില്ല. It is to be regretted that we have to resort to these circuitous or lengthy forms of expressing the meaning conveyed by this terse, graceful English idiom. Bnt however in a few cases a shorter and less harsh translation is possible; when the comparison is suppressed അതി may be used; as, 'This too, too solid flesh' ഈ അതിസ്ഥൂലദേഹം or ഈ

അത്യതിസ്ഥൂലദേഹം; 'this fruit is too sweet' ഈ പഴം അതിമധുരമായിപ്പോയി; 'he is too strong for you' അവൻ നിന്നെക്കാൾ അതിശക്തനായിപ്പോയി. It will be observed that by adding ആയിപ്പോയി, the idea of 'excess' or 'transgressing the proper limit', is well brought out. 'He is too old to learn' may thus be rendered by അവന്നു പഠിപ്പാൻ പ്രായം അധികമായിപ്പോയി. 'അതി', 'വളരെ' and other words of similar import may be put in likewise.

Note. Instead of infinitive, a phrase under 'for' comes after 'too'.

Rule 14. The sentences in 'too' with an expressed comparison should be translated by its equivalent form under ക്രിയാനാമം and ഭാവിക്രിയാന്യൂനോപവാക്യങ്ങൾ with a negative expression added to the end.

Model. 'The news is too good to be true' ഈ വർത്തമാനം വളരെ നന്നായിപ്പോയതിനാൽ (ക്രിയാനാമം) നേരായിരിപ്പാൻ (ഭാവിക്രിയാന്യൂനം) പാടില്ല. (നിഷേധം.)

Rule 15. When *'too'* stands alone without comparison, substitute അതി or words of like import for *'too'* and add ആയിപ്പോയി to the end; as, 'This is too long' ഇതു വളരെ നീളമായിപ്പോയി.

13. Exercise A.

1) The news is too good to be true.
2) This was too little return for the labour expended.
3) The sum was too difficult for the boys' power of calculation.
4) The work was too warm to last long.
5) He was too much excited to hear reason.
6) The state was too much weakened by its internal divisions.
7) The civil commotions of France were of too general importance to be overlooked by the princes of Europe.
8) The lords were too prudent to assume unconstitutional powers.
9) The window was too high to reach from the ground.
10) Scipio was too lordly to be the useful citizen of a republic, too generous to become her master.
11) Cousin, I am too young to be your father
Though you are old enough to be my heir.

12) The artifices of the king were too refined to be successful and too frequent to be concealed.

13) He had been just out of his office being too shrewd to be deceived and too honest to join in deceiving the people.

14) The travellers were too much exhausted by the journey to take notice of the passers-by.

15) He was too conscientious an officer to set personal considerations before the public duty.

EXERCISE B.

1) ഇന്നു പുറത്തിറങ്ങാൻ വളരെ ഉഷ്ണം.

2) കൃഷിപ്പണി ആരംഭിപ്പാൻ മഴ നന്ന ചുരുക്കം.

3) ഈ കുട്ടി മൂന്നാം തരത്തിലേക്കു നന്ന ചെറുപ്പമായിപ്പോയി.

4) ഈ പുഷ്പത്തിന്റെ സൌരഭ്യത്തിന്നു വളരെ ശ്രൂരതയുള്ളതുകൊണ്ടു ഹൃദ്യമാവുന്നില്ല.

5) പലരും തങ്ങളുടെ ഈശ്വരഭക്തിയെക്കാൾ വിഷയസുഖാസക്തി അധികമായിപ്പോയിരിക്കുന്നു.

6) പ്രസംഗം വളരെ ദീൎഘമായിരുന്നതു കൊണ്ടു കേൾപ്പാൻ കൂടിവന്നവൎക്കു വിരസമായിപ്പോയി.

7) ഒരു വലിയ കുഡുംബത്തിന്നു പാൎപ്പാൻ ഈ വീടു നന്ന ചെറുതായിപ്പോയി.

8) വിലാത്തിക്കാൎക്കു സുഖമായി പാൎപ്പാൻ ഇന്ത്യാരാജ്യം വളരെ ഉഷ്ണമായിപ്പോയിരിക്കുന്നു.

9) സൎക്കാരുദ്യോഗത്തിൽ പ്രവേശിപ്പാൻ നീ നന്ന ചെറുപ്പം.

10) ജനങ്ങൾ അധികമായി നിരത്തിന്മേൽ സഞ്ചരിപ്പാൻ ഇപ്പോൾ നന്ന രാവിലെയാണ്.

11) പരിജ്ഞാനമുള്ള ഒരാൾ ബുധിഹീനന്മാരുടെ ഇഷ്ടലാഭത്തിന്നു വേണ്ടി തന്റെ സുഖത്തെ നശിപ്പിക്കുന്നതു പരിഹാസമാകുന്നു.

12) അധികം പണച്ചെലവു വേണ്ടിവരുന്ന ഏൎപ്പാടുകളിൽ പ്രവേശിപ്പാൻ അപ്രാപ്തന്മാരായിത്തീരത്തക്കവണ്ണം ദാരിദ്ര്യമുള്ളവരാകുന്നു അവർ.

13) യൂറോപ്പുഖണ്ഡത്തിലെ യാതൊരു രാജാവിന്റെയും വല്ല ഭീഷണിയും കേട്ടു കൂശാതെ ഇരിപ്പാൻ മാത്രം ബലം അമേരിക്കക്കാൎക്കുണ്ടു.

14) ബാണംകണ്ടു ഭയപ്പെട്ടോടുന്നാണല്ലാത്തവനല്ല കിരീടി.

ix. *The Absolute Construction.*

The absolute participial phrases show either time or cause, and may always be converted into corresponding adverbial clauses; as, 'My story being done, she gave me for my pains a world of sighs' = when my story was done she gave me for my pains a world of sighs (*time*); 'the wind being favourable, we set sail' = as the wind was favourable, we set sail (*cause*).

Rule 16. The absolute infinitive is translated by the സംഭാവന 'ആയാൽ' or 'ആണെങ്കിൽ' preceded by ക്രിയാനാമം; as, 'To tell you the truth' നിന്നോടു സത്യം പറയുന്നതായാൽ.

Note 1. Sometimes 'എന്നു വെച്ചാൽ' with ക്രിയാനാമം in ക or പക്ഷം with present ശബ്ദന്യൂനം may be used with advantage; സത്യം പറകയെന്നുവെച്ചാൽ or സത്യം പറയുന്ന പക്ഷം.

2. The absolute participial phrase has a separate subject.

14. Exercise A.

1) Richard having been deposed, Henry became king.
2) It drawing towards night, they got him to bed.
3) Their plans concerted, they sought and found the king in the Loire.
4) We sitting, the cock crowed.
5) The ghost appeared, the bell then beating one.
6) The gloss of novelty once dulled, the ways of the ship once mastered, and the character of those around him once comprehended, life on board must have appeared to his eager, restless nature but wearisome and monotonous.
7) The last of the voyages not proving very fortunate, I grew weary of the sea.
8) The habitation being quite solitary, we arrived at the door without being observed.
9) The wind having fallen, the sea became gradually calm.
10) The Duke was arrested, a charge of treason being laid against him.
11) His peaceful proposals being rejected, he determined to make his way by valour.
12) Your life being now attended with so many evils, why are you not willing to die?
13) To cut the matter short, the army sustained a disastrous defeat, and the king fled the country in dismay.
14) To speak plainly, you are a fool.
15) Sooth to say, there was not a single friend willing to help him in this dilemma.
16) To be plain with you, I have not a single sovereign to lend you.
17) To speak mathematically, the prosperity of a country is directly proportional to merchants, farmers and artizans.

Exercise B.

1) ഒരുക്കങ്ങൾ ഒക്ക തെയ്യാറായാറെ അവൻ യാത്ര പുറപ്പെട്ടു.

2) രാജപുത്രന്നു ദീനം കലശലാകയാൽ രാജാവു സഭാമണ്ഡപത്തിൽ എഴു
ന്നെള്ളിയില്ല.

3) എന്റെ പിതാവു ദേഹത്തോടെ സ്വൎഗ്ഗം പുക്കപ്പോൾ ദേവകൾ അവി
ടെനിന്നു കീഴ്പെട്ടു നക്ഷത്രമണ്ഡലത്തിലെക്കു തുള്ളി.

4) ഞങ്ങൾ പാൎക്കുന്ന സ്ഥലത്തു വെള്ളമില്ലായ്കയാൽ, ഞങ്ങൾ പുഴയിൽ
നിന്നു വെള്ളം എടുക്കാറാണു.

5) കുളത്തിന്റെ പൂട്ടു പ്രതികൾ തുറക്കാഞ്ഞതിനാലും അന്നു കാലം അകാല
മായിപ്പോകകൊണ്ടും, ആമീൻ കല്പന നടത്താതെ മടങ്ങിപ്പോ
രെണ്ടിവന്നു.

6) പ്രതിസാക്ഷികളുടെ കൈപ്പീത്തു അന്യോന്യം വിരോധമാകയാൽ
കോടതിസാക്ഷിയായി കണ്ണൻനമ്പ്യാരെ വിസ്തരിച്ചു.

7) അന്യായക്കാർ പ്രമാണികളും ജനസ്വാധീനമുള്ളവരും ആകയാൽ
അംശംഅധികാരിമേനവന്മാർ സത്യവിരോധമായി ആ ഭാഗം ഒരു
റിപ്പോൎട്ടു കൊടുത്തതാകുന്നു.

8) പ്രവൃത്തി നിശ്ചയിച്ച തിയ്യതിക്കുള്ളിൽ തീൎക്കുന്നതു സാദ്ധ്യമാകയാൽ അ
വൻ കല്പനക്കപേക്ഷിച്ചു.

9) കുളങ്ങളൊക്കെ വററിപ്പോയ ഹേതുവാൽ രാജ്യത്തിൽ കൃഷിക്കും കുടി
ക്കുന്ന വെള്ളത്തിന്നും വളരെ ബുദ്ധിമുട്ടു തന്നെ.

10) സത്യം പറകയെന്നുവെച്ചാൽ ഇവിടെ കൂടിയവരാരും ഇന്നലെ സുഖ
മായി ഉറങ്ങീട്ടില്ല.

11) ചീറിനിന്നീടുന്ന കംസനന്നങ്ങിനെ ആറു കിടാങ്ങളെ കൊന്നവാറെ
സപ്തമമാകുന്ന ഗൎഭവുമുണ്ടായി ഉത്തമയാകിന ദേവകിക്കു.

12) രാത്രിയിലൊരുവഴിയമ്പലന്തന്നിൽ പാൎത്ഥിവൻ പത്നിയുമായി വസി
ച്ചീടുന്നേരം ഭൎത്താവാം നളനുപോത്സാംഗസീമ്നി കനിഞ്ഞുത്തമാം
ഗവും ചേൎത്തു നിദ്രയും പൂണ്ടാളവൾ.

13) സപ്തസമുദ്രങ്ങളിലെ ജലം വസിഷ്ഠാജ്ഞയാ കിംകരന്മാർ കൊണ്ടുവന്നു
ശ്രീരാമദേവന്നു പട്ടാഭിഷേകം കഴിച്ചു.

14) ഉണ്മയായുള്ളതു ചൊല്ലുന്നതാകിലോ നന്മയില്ലശേഷവും ആത്മവഞ്ച
കന്മാൎക്കോ.

15) ചുരുക്കിപ്പറയാം, ആ സഭയിൽ കൂടിവന്നിരുന്ന സൎവ്വജനങ്ങൾക്കും ഒരു
പോലെ, കൎണ്ണാഭിരാമമായിരുന്നു ഈ വിദൂഷിയുടെ സംസാരം.

16) സൈന്യങ്ങളൊക്കെ അഭിമാനം വെടിഞ്ഞോടിക്കളഞ്ഞപ്പോൾ രാജാവു
സന്ധിക്കായി അപേക്ഷിച്ചു.

17) യാഗത്തിന്നു വേണ്ടും ദ്രവ്യം ഹരിശ്ചന്ദ്രൻ കൊടുക്കാമെന്നു പറകയാൽ
മഹൎഷിമാർ മടങ്ങി വിശ്വാമിത്രനോടു വിവരം അറിയിച്ചു.

18) ജ്യൂറിമാരുടെ അഭിപ്രായം ഭിന്നിച്ചുപോകയാൽ വിസ്താരം രണ്ടാമതും
തുടങ്ങുവാൻ ജഡ്ജി കല്പിച്ചു.

19) അംശങ്ങളിൽ വിഷൂചികാനിമിത്തം രണ്ടു മരണം ഉണ്ടായി എന്നു അധികാരി റിപ്പോൎട്ടു ചെയ്കയാൽ വാസസ്ഥലങ്ങളുടെ ശുചീകരണത്തിന്നു കലക്ടർ നിഷ്കൎഷയായ കല്പന അയച്ചിരിക്കുന്നു.

20) സൎക്കാർ പാഠകശാലകളിൽ ഇപ്പോൾ പ്രായേണ ചെയ്തുവരുന്ന ജ്ഞാനോപദേശങ്ങൾ കുട്ടികൾക്കുള്ള മതവിശ്വാസത്തെ നശിപ്പിക്കുന്ന വിധത്തിലുള്ളതാകയാൽ ഇംഗ്ലീഷു പഠിച്ച മിക്കവരുടെയും ചട്ടം നിരീശ്വരത്വത്തിലേക്കായിത്തീൎന്നിരിക്കുന്നു.

x. *Simple Sentence with an Infinitive Phrase having the force of an Adjective.*

Rule 17. The infinitive used as an adverbial phrase to replace an adjective clause in English, ought to be translated into Malayalam just like an adjective clause by ശബ്ദന്യൂനോപവാക്യം or ക്രിയാപുരുഷനാമോപവാക്യം.

Note. Such expressions as, **'Sunderland was the first minister *to fall;*' 'He is not a man to say such things'** etc. have no parallel in Malayalam. **'He was the first man to shed blood in the cause of Islam' = 'He was the first man, who shed blood in the cause of Islam'** ഇസ്ലാംമതത്തിന്നു വേണ്ടി ഒന്നാമതു മരിച്ചതു അവനായിരുന്നു.

Model. 'He is not the man to say such things' ആ വിധം പറയുന്ന ആൾ അല്ല അവൻ. Here the student will note that the infinitive phrase is taken first, as it qualifies the noun *'man'* which is the *real* subject; and the shifting of the grammatical subject 'he' to the end brings out the force of the idiom.

15. Exercise A.

1) You are not the man to desert your old friend.
2) Bacon was the first to impress upon mankind the importance of physical research.
3) I was the last person to enter the room.
4) They are not the men to be trifled with.
5) He was the first to teach the tenets of the prophet.
6) There were no fruits for them to gather.
7) Is this the way for you to find the officers and men together?

8) They wanted a common arbitrator to be resorted to, in their difference.
9) We were the first to come into the house and the last to go out of it.
10) He was the only man to take an intelligent view of the case.
11) He was not a man to stand on ceremony.
12) One of the first to avow himself a believer was his servant Teid.
13) Those that ought to be the first to suspect a thing, are often the last to do so.
14) Come, Gelert, why art thou the last Llewelyn's horn to hear?
15) These great truths needed a voice to utter them with distinctness.
16) Who is there now to tame thee?
17) William III. was not the man to discard an old friend for a new one.
18) A man of very real integrity, honour and ability will be found to take his place and to carry his ideas into full execution.
19) The people are the masters, we are the skilful workmen to shape their desire into perfect form and to fit the utensils to the use.

Exercise B.

1) ശകാരം കേട്ടു അടങ്ങിയിരിക്കുന്നവനല്ല അവൻ.
2) അഭിമാനം അങ്ങാടിയിൽ വിലെക്കു വാങ്ങാവുന്ന സാധനമല്ല.
3) നിങ്ങൾക്കു നിങ്ങളുടെ സാമാനങ്ങൾ വെക്കാനുള്ള ഒരു സ്ഥലമല്ല ഈ മുറി.
4) ബാണംകണ്ടു ഭയപ്പെട്ടോടും ആണല്ലാത്തവനല്ല കിരീടി.
5) അഗ്നിയിൽ ചാടേണമെന്നു ചൊല്ലുകിൽ പിന്നെയാമെന്നു ചൊല്ലുന്നവരല്ലിവർ.
6) മഹാരാജാവോടു അല്ലെന്നു ചൊല്ലുന്നവർ ആരും ഇല്ല.
7) നിൻെറ മേലധികാരിയുടെ പ്രവൃത്തിയെപ്പററി നീ അല്ല ആക്ഷേപിക്കേണ്ടതു.
8) ഈ ആക്ഷേപത്തിൻെറ ഗുണദോഷത്തിന്മേൽ ഒരു തീൎപ്പു കല്പിക്കേണ്ടതു മജിസ്ത്രേട്ടല്ല.
9) ഞാൻ ബഹുമാനിക്കേണ്ടവനല്ല നീ.
10) പണത്തിന്നു വേണ്ടി ഒരുവനെ ചതിക്കുന്നവനല്ല നമ്മുടെ സ്നേഹിതൻ.
11) തൻെറ പരാജയത്തെ ഓൎത്തു വ്യസനിച്ചിരുന്നു തക്കത്തെ വെറുതെ കളയുന്നവനായിരുന്നില്ല റോബൎട്ട് ബ്രൂസ്.
12) ക്ഷണത്തിൽ കോപം വരുന്നവനും ഉപകാരത്തെ എളുപ്പത്തിൽ മറന്നുകളയുന്നവനും ആയിരുന്നില്ല രാമൻ.
13) കപ്പക്കാർ ഒരു അപകടത്തെക്കണ്ടു എളുപ്പത്തിൽ ഭയപ്പെട്ടുപോകുന്ന കൂട്ടരല്ല.
14) കത്തുന്നതീയിൽ നൈ കോരി പകരുന്ന വകക്കാരല്ല ഞങ്ങൾ.
15) ഞങ്ങളുടെ വക്കൽ ഉള്ള വിഭാഗതക്കുറവു ഹേതുവാൽ അന്ന്യന്മാരുടെ കീൎത്തിക്കു ഭംഗം വരുത്തുന്നവരല്ല ഞങ്ങൾ.

16) വക്കീലന്മാർ വെറുതെ വാക്ക് ചെലവാക്കികളയുന്നവരല്ല.

17) ഇങ്ങിനെയുള്ള ഒരു കുററത്തിൻെറ അന്വേഷണാധികാരം ഏല്പിക്കത്തക്ക യോഗ്യതയുള്ളവരല്ല പോലീസ്സുകാർ.

18) അതു ചെയ്യേണ്ടുന്ന വഴി ഇതല്ല.

19) മേലധികാരിമാരുടെ ഇഷ്ടം സമ്പാദിപ്പാനുള്ള മാൎഗ്ഗം ഒരിക്കലും ഇങ്ങിനെ അല്ല.

20) നിങ്ങൾ അന്യോന്യം പരദോഷം പറഞ്ഞു കലഹിപ്പാനുള്ള സ്ഥലമല്ല എൻെറ വീടു.

xi. *General Exercise in Simple Sentence.*

16. Exercise A.

1) The last of these voyages not proving very successful, I grew weary of the sea.

2) The apartments, considering the size of the vessel, were spacious and high.

3) It has rained unceasingly all the week.

4) In most instances the participial adjuncts may be considered as a separate clause contracted into a phrase.

5) There are two essential requisites in a treatise intended to introduce a difficult subject to general readers.

6) It seems unnecessary to consider Mauray's theory further.

7) Whoever assaults or uses criminal force to any person in attempting wrongfully to confine that person, shall be punished with imprisonment for a term extending to two years.

8) In the event of any person, required to give security under the provisions of the foregoing section, failing to furnish the security so required, he shall be committed to prison.

9) In cases tried by the court of session, the court shall forward a copy of its sentence together with a warrant for the execution of the same, directed to the magistrate of the district.

10) Nothing in this Act shall be construed to alter or affect the provisions of any other law or regulation relating to licenses.

11) Lord, now lettest thou thy servant depart in peace, according to thy word.

12) Now behold, the hand of the Lord is upon thee and thou shalt be blind, not seeing the sun for a season.

And immediately there fell upon him a mist and a darkness.

He went seeking some to lead him by the hand.

13) A stag drinking at a clear pool, admired the handsome look of its spreading horns, "How gracefully they hang over my forehead, what an agreeable air they give my face!"

14) The ox warned the stag not to be too sure of his escape.

15) A villager one frosty night in the depth of winter found a snake under a hedge almost dead with cold. Having pity upon the poor creature, he laid it upon the hearth near the fire. Revived by the heat it flew at the wife and children of its benefactor with dreadful hissing.

16) Vile wretch! This is the reward you make to me your benefactor? Die then! but a single death is too good for you.

17) The frogs, living an easy free sort of life among the lakes and ponds, once prayed Jupiter to send them a king.

18) Full particulars concerning the nominal strength and organization of the Russian army have been collected by the Intelligence branch of our War Office.

19) To form any satisfactory opinion as to the probabilities of Russian schemes of organization being satisfactorily carried out under the pressure of a declaration of war, it is necessary to know the country and the people.

20) Full many a gem of purest ray serene
The dark unfathomed caves of ocean bear.

21) Let observation with extended view
Survey mankind from China to Peru.

22) Most wretched men..........
Are cradled into poetry by wrong.

23) The clergy having now gained one victory over the crown, proceeded in the next place to attack the authority of the Archbishop.

24) Between all the senses there is a kind of comparative activity in one and quietude in the other.

25) The sun, as the centre of our solar system and the spring of all vital phenomena in the vegetable world, and thence by induction to the animal world, requires the first consideration in examining the relation of the external world to vital phenomena.

26) For the last hundred years and more, Chili has been a repository of earthquakes.

27) Strong winds may be viewed as revivifying agents in the wheel of nature, during certain periods of endemic and epidemic invasions.

28) Accurate and perfectly authenticated copies of the yard and the pound, executed in platina and hermetically sealed in glass, should

be deposited deep in the interior of the massive stone-work of some great public building, to be taken out upon some very high and urgent occasion.

29) To speak of the coast of Greenland now encompassed ten, twenty and thirty miles from shore with a bolt of ice, being in 982 A. D. perfectly free from ice, and in 1121 A. D. a bishopric appointed by Sigar, king of Norway, and in a short time having sixteen churches, appears scarcely credible.

30) From these and other considerations too numerous to mention, the climate of England for the first four centuries of the Christian era, may be affirmed to have been scarcely inferior to that of Italy.

31) In contrast with the opinion, now very generally adopted, of the earth having once been a fluid or molten mass moving in its orbit as a fiery meteor, the two following facts relative to the earth's surface appear worthy of attention.

32) I have already entered somewhat fully into the merits of this particular method of determining the sun's distance, in chapter II. of my work on the sun.

33) Apart from any question of delicacy, Government observers have lately had good reason for avoiding any suggestions in favour of expenditure on scientific expeditions, very plain hints having been given them not to do so.

34) The study of the geographical distribution of living and extinct organisms has recently become one of the most important branches of philosophical Natural History.

35) To return from this digression to Europe, we need not wonder at its fauna being so much poorer than in post-glacial times.

36) It would be entering too much into detail to give the method of enquiry adopted in arriving at these important conclusions.

37) Mr. Polier supplied me with a copy of the letter addressed by him to Sir Joseph Banks, on the occasion of transmitting to that gentleman a copy of the Vedas to be deposited in the British Museum.

38) On the whole, in selecting this spot for the abode of Napoleon, attention would seem to have been directed to the security of his person, as the paramount consideration, rather than softening his captivity by fixing his residence in a comfortable and pleasant situation.

39) Certainly, gentlemen, it ought to be the happiness and glory of a representative to live in the strictest union, the closest correspondence, and the most unreserved communication with his constituents.

40) The Mysore Rajah's elephant carriage is a most magnificent conveyance; the genius of Allawdin could scarcely have done more. Its interior is a double sofa for six persons, covered with dark green velvets and gold, surmounted by an awning of cloth of gold, in the shape of two small scalloped domes meeting over the centre and surrounded by a richly ornamented verandah, supported by light, elegant, fluted, gilt pillars, the whole about twenty-two feet in height and capable of accomodating about sixty persons.

Exercise B.

1) മഗധദേശത്തിൽ ചമ്പകക്കാട്ടിൽ മാനും കാകനും അന്യോന്യം സ്നേഹിച്ചു പാൎത്തുവന്നു.

2) ഒരു കച്ചവടക്കാരൻ വളരെ വിലപിടിച്ച ഒരു രത്നം തന്റെ ഭാൎയ്യയുടെ അടുക്കലേക്കു പണിക്കാരന്റെ കയ്യിൽ കൊടുത്തയച്ചു.

3) ഒരു മഹാവൎത്തകൻ തന്റെ മകളെ ഒരു ബ്രാഹ്മണന്റെ കൂടെ പഠിപ്പാനയച്ചു.

4) പരുത്തിക്കച്ചവടത്തിൽ കൂട്ടുകാരായ നാലുപേർ പരുത്തിക്കെട്ടുകൾ എലി മുറിക്കാതിരിക്കുവാൻ വേണ്ടി ഒരു പൂച്ചയെ വളൎത്തി.

5) മലയാളദേശത്തു ജനാൎത്ഥപുരം എന്ന പട്ടണത്തിൽ ഇരിക്കുന്ന സുമുഖൻ, സുവിശേഷകൻ എന്ന രണ്ടു ബാല്യക്കാർ പരദേശത്തു പോയി അൎത്ഥലാഭം വരുത്തേണമെന്നു നിശ്ചയിച്ചു.

6) രണ്ടു സ്നേഹിതന്മാർ യാത്രപോകുമ്പോൾ ക്ഷീണിച്ചു വലയുകനിമിത്തം തളൎച്ചപോക്കേണ്ടതിന്നു ഒരു ബ്രാഹ്മണന്റെ വീട്ടുവാതില്ക്കൽ തണൽ കൊണ്ടിരുന്നു.

7) നന്ദ നല്ലോരു ഭാഗമുണ്ടു വൃന്ദാവനമെന്നിങ്ങിനെ മംഗലപ്രദം പോൽ ഘനമാൎഗ്ഗമതിക്രമിച്ചു ഗോവൎദ്ധനശൈലം പുനരെത്രയും മനോജ്ഞം.

8) പൂൎണ്ണശഭ്രേ സമസ്തത്രിഭുവനശുഭകൎമ്മങ്ങളെ കത്രകൂടി
പൂൎണ്ണാനന്ദം വിളങ്ങീടിന ഘനപടലശ്യാമധാമാഭിരാമൻ
മംഗല്യ സാന്ദ്രപ്രത്തെ മഹിതഗുണമിയന്നഷ്ടമീരോഹിണീഭ്യാം
സംഗേ ഭാഗ്യം ജനിച്ചാനഴകൊടു ജഗതീമൂലകന്ദം മുകുന്ദൻ.

9) അരേ ദുരാചാര നൃശംസ കംസ
പരാക്രമം സ്ത്രീകളിലല്ലവേണ്ടു
തവാന്തകൻ ഭൂമിതലേ ജനിച്ചു
ജവേന സൎവ്വത്ര തിരഞ്ഞുകൊൾക.

10) ഭാസാ ചന്ദ്രാഭിരാമൻ മൃദുസകലകലാകേളിലാളിത്യശാലി
വ്യാസശ്രീനാരദാദിദ്വിജമുനിജനതാസേവിതൻ ദേവദേവൻ.

ഹാസശ്രീഭാസമാനാനനസരസിരുഹൻ ദേവനാനന്ദമൂൎത്തി
രാസക്രീഡക്കൊരുമ്പെട്ടിതു രസികവധൂസങ്കുലൻ പങ്കജാക്ഷൻ

11) ശാരദാംബുദചാരുശരീരൻ
നാരദമുനികളെന്നൊരുനാൾ
വീരമൌലിമണിഭോജനൃപന്റെ
സ്വൈരവാസഭവനം പ്രതിപേദേ.

12) ഏകദാ രാമകൃഷ്ണന്മാ
രേകഭാവേന സാദരം
വിദ്യാഭ്യാസവിധാനാൎത്ഥ
മുദ്യോഗിച്ചാരനാകുലം

13) വാസുദേവൻ വസിക്കുന്ന
മന്ദിരേ ചെന്നു പോരുവാൻ
ഭ്രസൂരം തരസാഗ്രഢം
നിയോഗിച്ചിതുരുഗ്മിണി.

14) ഈ കാൎയ്യത്തിൽ സൎക്കാരിലേക്കു ഉത്തരവാദി മേൽകുത്തകക്കാരനാകയാൽ അവനു പത്തുറുപ്പിക പിഴ കല്പിക്കേണ്ടതാണ്.

15) രണ്ടു തറ, ആറംശം കള്ള് റാക്ക് കുത്തകവക മുതൽ കുത്തകക്കാരന്റെ മകൻ കണ്ണൻ ഇന്നുമാത്രം ഖജാനയിൽ അടെച്ചതിനാൽ ഇരുസാൽ അയപ്പാൻ താമസം വേണ്ടിവന്നതാകുന്നു.

16) ഈ താലൂക്കു പുലാമന്തോൾ അംശം കോൽക്കാരൻ കൃഷ്ണൻനായർ പനിയുടെയും മററും ദീനത്താൽ കഴിഞ്ഞ കുംഭമാസം ൧൮-ാം നു-ക്ക് ൧൮൭൯ ഫിബ്രുവരിമാസം ൨൮-ാംനു- മരിച്ചുപോയിരിക്കുന്നു.

17) നിത്യനായീശ്വരനായീടുന്നൊരാത്മാവിനെ
നിത്യവും ഭക്തിയോടെ പൂജിച്ചീടുന്നവൎക്കു
സത്വരം മുക്തിപദം സിദ്ധിക്കുമസംശയം.

18) കാളിന്ദീതീരേ മനോമോഹനാരാമസ്ഥലേ
കാളിമാകരസ്തൃണസങ്കുലസൌലാളിതേ
ഗോവിന്ദൻ തനിക്കുള്ള ഗോവൃന്ദം മേയുന്നപ്പോൾ
ഗോപന്മാർ തങ്ങൾക്കുള്ള ഗോവൃന്ദവൃന്ദങ്ങളും
സീമന്നി കൂടക്കൊണ്ടു ചെന്നു ചെന്നൊരുമിച്ചു
താമസമൊഴിഞ്ഞു മേച്ചാദരസമന്വിതം.

19) ഞാൻ നിണക്കു നാല്പത്തെട്ടു നാളത്തെ ഗഡു തരുന്നു; ദ്രവ്യം കുറയാതെ നീ തന്നെ ഇവിടെ കൊണ്ടുവന്നു തരേണം.

20) അധൎമ്മാനുഷ്ഠാനത്തിന്നു അശക്യനായ ഞാൻ, ആ നിഷ്ഠകൊണ്ടുണ്ടാകും അനൎത്ഥങ്ങൾ അനുഭവിപ്പാൻ തന്നെ ഒരുങ്ങുന്നു.

21) രാജ്യവിശേഷങ്ങൾ ഓരോന്നായി നോക്കിക്കണ്ടു സമൃദ്ധിയായി രമണീയമായുള്ള കാശിപ്പട്ടണത്തിൻ ദ്വാരപ്രദേശത്തു ചെന്നുനിന്നു.

22) ഒരു ദിവസം ബ്രാഹ്മണന്റെ കല്പനപ്രകാരം ഊരിലുള്ള ബാലന്മാരോടു കൂടി കാട്ടിൽപോയി വിറകുകെട്ടി ചുമന്നുകൊണ്ടു വരുമ്പോൾ, കുമാരൻ വഴിയിൽ ഒരു സ്ഥലത്ത് ദൎഭയും സമീപം പുഷ്പങ്ങളും കണ്ടു.

23) അന്യോന്യസൌഹൃദ്ഭാവമുള്ളവരെന്നാകിലും
പെണ്ണുങ്ങൾമൂലം വൈരം വർദ്ധിച്ചുവരുമത്രേ.

24) എങ്കിലോ പണ്ടു സക്കൽപ്രസ്ഥനാം ദ്വിജൻ
പാപങ്ങളെല്ലാമകന്ന തപോനിധി
പത്നിയോടുമൊരുപുത്രനോടും പുത്ര
പത്നിയോടും കൂടിവാഴുന്നു കാലം
നിത്യമുതിർമണിയും പെറുക്കിക്കൊണ്ടു
വൃത്തികഴിച്ചു വസിക്കുമാറാകുന്നു.

25) പരമേശ്വരനോടു പാശുപതാസ്ത്രം
വിശ്വാസത്തോടു വാങ്ങിക്കൊണ്ടഥ
ശത്രുജയത്തിന്നു വരവും വാങ്ങി
സത്വരമിങ്ങുവരേണം വിജയൻ.

26) ബാണനായുള്ളൊരു ദാനവൻ പണ്ടുതാൻ
വാർതിങ്കൾ മൌലിയാം ദേവൻ തന്നെ
സേവിച്ചുനിന്നു ഭജിച്ചു തന്മന്ദിരം
കേവലം കാക്കുമാറാക്കിക്കൊണ്ടാൻ.

27) കാർവ്വർണ്ണനേററവും കാരുണ്യം പൂണ്ടുള്ളോ
രാരണനുണ്ടായി പാരിടത്തിൽ
ശൈശവമേശുന്ന കാലത്തു പണ്ടു പോ
ദ്ദേശികഞ്ചാരത്തു മേവുമന്നാൾ
തങ്ങളിലൊന്നിച്ചു വിദ്യ കൈക്കൊൾകയാൽ
ചങ്ങാതിയായുള്ളു പണ്ടുപണ്ടേ.

28) എങ്ങിനെ നിന്നെ ഞാൻ കൊണ്ടുപോകുന്നതു
തിങ്ങിമരങ്ങൾ നിറഞ്ഞ വനങ്ങളിൽ
മൂലഫലങ്ങൾ കടാമ്ലകഷായങ്ങൾ
ബാലേ ഭുജിപ്പതിന്നാകുന്നതും തത്ര
നിർമ്മലവ്യഞ്ജനം പൃശാന്നപാനാദി
സന്മധുക്ഷീരങ്ങളില്ലൊരു നേരവും.
നിമ്നോന്നതഗുഹാഗഹ്വരശർക്കര
ദുർമ്മാർഗ്ഗമെത്രയും കണ്ടകവൃന്ദവും
ശീതവാതാതപപീഡയും പാരമാം.

29) വല്ലതും മൂലഫലജലാഹാരങ്ങൾ
വല്ലഭോച്ഛിഷ്ടമിനിക്കമൃതോപമം
ഭർത്താവു തന്നോടുകൂടെ നടക്കുമ്പോൾ
എത്രയും കൂർത്തു മൂർത്തുള്ള കല്ലും മുള്ളും
പുഷ്പാസ്തരണതുല്യങ്ങളിനിക്കതും.
പുഷ്പബാണോപമാ നീ വെടിഞ്ഞീടൊല്ലാ.
ഏതുമേ പീഡയുണ്ടാകയില്ലെന്മൂലം,
ഭീതിയുമേതുമിനിക്കില്ല ഭർത്താവേ.

30) ജാനകിദേയാടു കൂടാതെ രഘുവരൻ
കാനനവാസത്തിനെന്തു പോയിട്ടുള്ളൂ?
ഉണ്ടോ പുരുഷൻ പ്രകൃതിയെ വേറിട്ടു?
രണ്ടുമൊന്നത്രെ വിചാരിച്ചു കാണ്കിലോ.

31) നൈഷധമായുള്ള രാജ്യമിതുമൊരു
ദൂഷണഹീനമധീനമല്ലോ തവ
കിംകരനാമടിയനെയും രാജ്യവും
സങ്കടം കൂടാതെ രക്ഷിച്ചുകൊള്ളുക.
സന്തോഷമുൾക്കൊണ്ടിനി നിന്തിരുവടി
സന്തതമത്രവസിച്ചരുളീടേണം.
അന്തഃപുരം മമ ശുദ്ധമാക്കീടേണം
അന്തർമ്മുദാ പാദപത്മരേണുക്കളാൽ.
മൂലഫലങ്ങൾ പരിഗ്രഹിക്കേണമേ!
കാലേ കനിവോടനുഗ്രഹിക്കേണമേ!

32) എന്മകനെന്തു ദുഃഖിപ്പാനവകാശം
നിന്മനോവാഞ്ഛിതമൊക്കെ വരുത്തി ഞാൻ.

33) ഇഷ്ടം പറയുന്നമാത്യർ നിമിത്തമായി
കഷ്ടമാപത്തു വന്നീടും നരേന്ദ്രനും.
ഉന്നതിവരുത്തുവാനെത്രയും പരാധീനം
പിന്നെയങ്ങധോഗതിക്കെത്രയും എളുപ്പമാം.
എത്രയും കനത്തോരു കല്ലുകളുരുട്ടിക്കൊ
ണ്ടെത്തിതന്മുകൾ പാട്ടിലേററുവാൻ പാരം ദണ്ഡം.
ആയതു താഴത്തേക്കു ചാടിപ്പാനെളുപ്പമാം.

34) ജീർണ്ണവസ്ത്രങ്ങൾ ഉപേക്ഷിച്ചു ദേഹികൾ
പൂർണ്ണശോഭം നവവസ്ത്രങ്ങൾ കൊള്ളുന്നു.
ജീർണ്ണദേഹങ്ങളുമൂർണ്ണമുപേക്ഷിച്ചു
പൂർണ്ണശോഭം നവദേഹങ്ങൾ കൊള്ളുന്നു.

35) താതശരീരമെണ്ണത്തോണി തന്നിൽ നി
ന്നാദരപൂർവ്വമെടുത്തു നീരാടിച്ചു
ദിവ്യാംബരാഭരണാലേപനങ്ങളാൽ
സർവ്വാംഗമെല്ലാമലങ്കരിച്ചീടിനാൻ.

36) നാനാ സൌരഭ്യപുഷ്പങ്ങളെക്കൊണ്ടു പരിപൂർണ്ണമായിരിക്കുന്ന ആരാമത്തിന്മദ്ധ്യേ ശില്പനൈപുണ്യപൂരമായ സഭാമണ്ഡപത്തിൽ നവരത്നഖചിതമായ സിംഹാസനത്തിന്മേൽ ഗംഭീരരസത്തോടെ രാജാവു സ്ഥിതി ചെയ്തു.

37) അതിവിശാലമായി രമ്യമായിരിക്കുന്ന കോടാനുകോടിവൽകാലയങ്ങളുടെ ഇടെക്കു ദാരിദ്ര്യകക്ഷിയായ ഒരു ക്ഷുരകൻെറ കുടിൽ അന്വേഷിച്ചു കണ്ടുപിടിക്കുന്നതു എളുപ്പത്തിൽ സാധിക്കാവുന്ന കാര്യമല്ല.

38) പ്രായേണ അപരിഷ്കൃതരെന്നു വിചാരിച്ചുപോരുന്ന മനുഷ്യവർഗ്ഗത്തിൽ ചിലപ്പോൾ ജനിക്കുന്ന അസാധാരണ ബുദ്ധിമത്തുക്കളെ, കാർമേഘങ്ങളെ ഭേദിച്ചു പ്രകാശിക്കുന്ന മിന്നൽപിണർ പോലെ കരുതേണ്ടതാണ്.

39) ലോകോപകാരാർത്ഥമായി പ്രാണനെ ഉപേക്ഷിക്കാൻ എപ്പോഴും ഒരുക്കമുള്ള പരാർത്ഥബുദ്ധികളായ മഹാത്മാക്കൾ ഉണ്ടായിരിക്കുന്നതു ഏതു ജാതിക്കാർക്കും അഭിമാനത്തിന്നു ന്യായമായ ഒരു സംഗതിയാകുന്നു.

40) സാഹിത്യദർപ്പണത്തിൽ പലേടങ്ങളിലും വീരചരിതം എന്ന നാമസങ്കല്പത്തോടെ പ്രസ്താവിക്കപ്പെട്ടിട്ടുള്ളതായ മഹാവീരചരിതം എന്ന ഏഴങ്കത്തിലുള്ള നാടകം, മഹാവീരനായ ശ്രീരാമന്റെ ചരിത്രം രാമായണത്തിലെ ആദ്യത്തെ ആറുകാണ്ഡങ്ങളിൽ പറഞ്ഞിട്ടുള്ളതു തന്നെ ഘോഷിക്കുന്നു എങ്കിലും അല്പമായ ഭേദഗതികൾ കൂടാതെയല്ല.

Chapter IV.

The Compound Sentence.

The compound sentence is made up of two or more simple or independent sentences, having some part or parts in common. The common parts are in ordinary circumstances not repeated.

In Malayalam, these common parts are connected by the conjunction ഉം in all cases, the subject, the object, and the predicate; as, അവൻ ഇന്നലെ പറമ്പു വിററു ഇന്നു നിലം മേടിക്കയും ചെയ്തു (common subject). അച്ഛൻ കയറും മകൻ വടിയും എടുത്തു (common predicate). സ്വാതന്ത്ര്യത്തെ ദരിദ്രന്മാർ വില്ക്കയും ധനികന്മാർ മേടിക്കയും ചെയ്യുന്നു (common object).

i. *Common Subject.*

'He came, yesterday and went away to-day' is equal to 'he came yesterday and he went away to-day'. It will be seen that the conjunction 'and' connects the two sentences and forms no part of either of the connected sentences.

Rule 18. There are two modes of translating compound sentences contracted in the subject—either by changing all the predicates into ക്രിയാനാമം and connecting them by the conjunction ഉം and closing the whole with the verb ചെയ്യു or by changing all the verbs into the past tense, except the last. But in the latter case it is necessary that the predicates should be connected in logical sequence; and in the former simultaneous rather than successive actions are implied.

Model. 'They read the story and translate it' അവർ കഥ വായിക്കയും അതിനെ ഭാഷാന്തരം ചെയ്കയും ചെയ്യുന്നു (1), or അവർ കഥ വായിച്ചു അതിനെ ഭാഷാന്തരം ചെയ്യുന്നു (2).

Note. In both cases the tense of the final verb ചെയ്യു follows that of the predicate in the original.

In the case of predicates connected by the alternative conjunction ഒ or ആകട്ടെ and sometimes in poetry താൻ must be substituted for ഉം; but whatever conjunction is used, it must be repeated after each verb; as, 'They neither saw his face nor heard his voice' അവർ അവന്റെ മുഖം കാണുകയോ അവന്റെ ശബ്ദം കേൾക്കുകയോ ചെയ്തില്ല; or അവർ അവന്റെ മുഖം കാണ്ക താൻ ശബ്ദം കേൾക്ക താൻ ചെയ്തില്ല or അവർ അവന്റെ മുഖം കാണ്കയാകട്ടേ ശബ്ദം കേൾക്കയാകട്ടേ ചെയ്തില്ല.

17. Exercise A.

1) He chid their wanderings, but relieved their pain.
2) Cæsar came, saw, and conquered.
3) The boy was forbidden to go, but disobeyed and went.
4) The wounded soldier tried to rise but was unable.
5) They neither saw his face nor heard his voice.
6) We condemn the sin, but pity the sinner.
7) The watchman both knew of their intentions and helped them to escape.
8) France was taken by surprise and could give little help.
9) The governor either never heard of your case or has been misinformed.
10) The king is sick and knows not what he does.
11) Logic neither observes, nor invents, nor discovers, but proves.
12) We steamed down to the foot of the harbour and casting anchor went ashore.
13) A little after noon, on that distinguished Saturday, I reached the ship and went aboard.

14) Several times the photographer of the expedition brought out his transparent slides and gave a handsome magic lantern exhibition.

15) The donkeys, men, women, and children of the family, all eat and sleep in the same room, and are unclean, are ravaged by the vermins, and are truly happy.

16) The people lie, and cheat the stranger, are desperately ignorant, and have hardly any reverence for the dead.

17) We visited the jail and found Moorish prisoners making mats and baskets.

18) Spain chastised the Moors five or six years ago, about a disputed piece of property opposite Gibralter, and captured the city of Tetonan.

19) Towards nightfall the next evening all soldiers steamed into the great harbour of the noble city of Marseilles and saw the dying sunlight gild its clustering spires and ramparts, and flood its leagues of environing verdure with a mellow radiance.

Exercise B.

1) കുട്ടികൾ മുററത്തു ഓടികളിക്കുന്നു.
2) അവൻ ഇന്നലെ എന്നെ വന്നു കണ്ടു.
3) അവൻ ഒരു കുതിരയെ മേടിച്ചു വീട്ടിലേക്കു പോയി.
4) അഹം ജഗന്നാഥനിതിഭ്രമിച്ചു നീയഹങ്കരിക്കേണ്ട ശമിച്ചുകൊൾക നീ.
5) മുദാശമിച്ചാശ്രുമുകുന്ദവിപ്രൻ മുകുന്ദഗേഹത്തിനകത്തു പുക്കാൻ.
6) മുഷിഞ്ഞുവന്നോർ പൃഥുകം പിടിച്ചുഞെരിച്ചു ഭക്ഷിച്ചിതു വാസുദേവൻ.
7) അത്താഴമുണ്ടമ്പൊടു കൃഷ്ണനോടെ ചിത്താനുരാഗം സുഖമേ വസിച്ചാൻ.
8) ഏവം പറഞ്ഞുടൻ കാർക്കോടകൻ താൻ ഭാവംതെളിഞ്ഞുകൊടുത്തു വസ്ത്രദ്വയം.
9) ജാനകി തന്നെ കാംക്ഷിച്ചു പുഞ്ചിരിപൂണ്ടു മാനവവീരനോടന്മൽ ചെയ്തീടിനാൻ.
10) ഏറിയ കോപത്തോടെ പിന്നെ മറെറാരു തേരിലേറി വന്നസ്ത്രപ്രയോഗം തുടങ്ങിനാൻ പരൻ.
11) അക്കലോളുവനാകിയ രാമനുമർക്കജനോടഗ്നിസാക്ഷികമാംവണ്ണം സഖ്യവും ചെയ്തുടൻ കൊന്നിതു ബാലിയെ സുഗ്രീവനായ്ക്കൊണ്ടു രാജ്യവും നൽകിനാൻ.
12) ഞാൻ ഇന്നലെ എൻെറ സ്നേഹിതനെ കണ്ടു വിവരമെല്ലാം പറഞ്ഞു, നാളെ മദിരാശിക്കു പോവാൻ നിശ്ചയിച്ചു.
13) നിരത്തുവഴികളിൽ വെള്ളം കെട്ടിനിന്നു കെട്ടുനാറി അതിലെ വിഷവായു നാടെങ്ങും പരക്കുന്നു.

14) കള്ളൻ പണം എടുത്തു വീട്ടിൽ നിന്നോടി മതിൽമറിഞ്ഞു ഇടവഴിയിൽക്കൂടി ഓടിപ്പോയി.

15) തോട്ടക്കാരൻ തന്റെ തോട്ടത്തിൽനിന്നു പഴങ്ങൾ പറിച്ചു, ഒരു കൊട്ടയിലിട്ടു വില്പാൻ അങ്ങാടിയിലേക്കു കൊണ്ടുപോയി.

16) കൊയ്ത്തുകാർ നെല്ലുമൂന്നു കററയാക്കികെട്ടി വീട്ടിലേക്കു കൊണ്ടുപോകുന്നു.

17) കുട്ടികൾ രാവിലെ എഴുനീററു മുഖം കഴുകി പാഠംപഠിച്ചു സ്കൂളിലേക്കു പോകേണം.

18) അവൻ വീട്ടിൽ പോയി ഊൺകഴിച്ചു വസ്ത്രം മാററി ഉടനെ മടങ്ങി എത്തി.

19) അച്ഛൻ മകന്റെ കത്തു പൊളിച്ചു വായിച്ചു.

20) മിന്നലിൽ വീട്ടിൽനിന്നു പുറത്തുപോകയോ ലോഹസാധനങ്ങൾ കയ്യിൽ പിടിക്കയോ അരുതു.

21) ഞാൻ ഇന്നലെ ഒരു പുസ്തകം വാങ്ങി എങ്കിലും വായിച്ചിട്ടില്ല.

22) ജന്തുക്കൾക്കു രണ്ടു കാലിന്മേൽ നടപ്പാനോ സംസാരിപ്പാനോ വഹിയാ.

23) ചിലകുട്ടികൾ തങ്ങളുടെ പാഠം പഠിക്കയാകട്ടേ സ്കൂളിൽ ക്രമമായി വരികയാകട്ടേ ചെയ്യുന്നില്ല.

24) പണിക്കാർ യജമാനനെ അറിയിക്കയാകട്ടേ കള്ളന്മാരുടെ പിന്നാലെ ഓടുകയാകട്ടേ ചെയ്തില്ല.

25) കുട്ടികൾ അധികം മുഷിഞ്ഞു പഠിക്കയോ അധികം കളിച്ചുകളകയോ അരുതു.

26) അവൻ ഒരു കത്തെഴുതി പൂട്ടി മുദ്രവെച്ചു തപ്പാലിലേക്കു ബാല്യക്കാരൻവശം അയച്ചു.

27) മഹാ അലക്സന്തർ ഇന്ത്യാരാജ്യത്തെ ജയിച്ചു കോട്ടകളിൽ പട്ടാളക്കാരെ പാർപ്പിച്ചു സ്വരാജ്യത്തിലേക്കു മടങ്ങി.

ii. *Common Predicate.*

Model. 'Either you or I must go' നീയോ ഞാനോ പോകേണം or നീ പോകേണം അല്ലെങ്കിൽ ഞാൻ പോകേണം.

Note 1. In English the conjunction may be omitted without altering or disturbing the construction; as, 'I take this, you that' = 'I take this and you that'. But in Malayalam the verb has to be ropeated in such cases; as, ചിലർ ശാസ്ത്രത്തിലും ചിലർ സംഗീതത്തിലും രസിക്കുന്നു = ചിലർ ശാസ്ത്രത്തിൽ രസിക്കുന്നു ചിലർ സംഗീതത്തിൽ രസിക്കുന്നു.

2. In English the verb is inflected for number and person, a change unknown in the Malayalam accidence; the student must therefore be on his guard in translating into English, to see that

predicates of different number or person are fully expressed after each subject. Take the sentence, മരങ്ങൾ ഒക്കെയും മുറിച്ചു ആ സ്ഥലം വേറെ വിധത്തിൽ ഉപയോഗിച്ചു 'the trees were all cut down and the ground was used for other purposes'. It is wrong to translate it by 'the trees were all cut down and the ground used for other purposes'; for, the only auxiliary that can be supplied is 'were' which cannot agree with the singular nominative 'ground'.

18. Exercise A.

1) Some praise the work, some the architect.
2) Harling stood by Harling and Billing by Billing.
3) The cutting of the nerve or the destruction of the nerve centre renders the muscle flaccid.
4) The sea is their school of war and the storm their friend.
5) The dignity of Charlemagne's person, the length of his reign, the prosperity of his arms, the vigour of his government, and the reverence of distant nations, distinguished him from other royal personages.
6) He died at the ripe age of 64 and she at 63.
7) The former government was called an oligarchy and the latter democracy.
8) Woe came with war, want with woe.
9) Not a drum was heard, not a funeral note.
10) His kindness of heart was great, his simplicity of character extreme, and his scientific knowledge considerable.
11) The civil government was submissive and the heretic almost unknown.
12) The natural and supernatural are alike God's acts, only, the one is common, the other uncommon.
13) Why does the cab-driver wear a rose and the steam-boat captain indulge in cigars?
14) The possible extent of the disabilities was freely discussed and general sympathy expressed for the unfortunate shareholders.
15) The country was divided into counties, and each county placed under a magistrate.
16) His beard was white and his face pale and melancholy.
17) Reading makes a full man and conversation a ready man.
18) The southern, western, and north-western portions of Europe are mountainous, the central portion hilly and undulating, the eastern and south-eastern parts level.
19) She returned to her temporary home and he to his dingy office room.

Exercise B.

1) എനിക്കു തലവേദനയും അവന്നു പനിയും ആകുന്നു.
2) മലയാളികൾ അരിയും പരദേശികൾ കോതമ്പും ഭക്ഷിക്കുന്നു.
3) അവനാകട്ടെ അവന്റെ ഭാൎയ്യയാകട്ടെ അവിടെ ഉണ്ടായിരുന്നില്ല.
4) വേപ്പിന്നു കൈപ്പും മൂൎഖന്നു പകയും സ്വഭാവികഗുണങ്ങളാകുന്നു.
5) ധനം അഹംഭാവത്തിന്നും ദാരിദ്ര്യം ഈശ്വരഭക്തിക്കും കാരണമായി തീരുന്നു.
6) ഔഷധം ദേഹത്തിന്റെയും വിദ്യ ദേഹിയുടെയും രോഗങ്ങളെ ഭേദമാക്കുന്നു.
7) മണ്ണുകൊണ്ടു ദരിദ്രനും കല്ലുകൊണ്ടു ധനികനും വീടെടുക്കുന്നു.
8) ഉദിച്ചുയരുന്ന സൂൎയ്യപ്രഭ കണ്ടു സജ്ജനങ്ങളും അസ്തമിക്കുന്ന സൂൎയ്യനെ കണ്ടു ദുൎജ്ജനങ്ങളും മോദിക്കുന്നു.
9) കുയിലിന്നു സ്വരമാധുൎയ്യവും മയിലിന്നു രൂപസൌന്ദൎയ്യവും പ്രമാണം.
10) കളിക്കാർ തങ്ങളുടെ നനഞ്ഞ തമ്പിന്നകത്തേക്കും കാണികൾ താന്താങ്ങളുടെ വീടുകളിലേക്കും യാത്രയായി.
11) വെള്ളം ശരീരത്തിലുള്ള അശുചിയെയും ശുദ്ധവായു മോഹാലസ്യത്തെയും തീൎക്കുന്നു.
12) ആന സസ്യങ്ങളെക്കൊണ്ടും ചെന്നായി മാംസത്തെക്കൊണ്ടും ഉപജീവിക്കുന്നു.
13) ഇന്ത്യാരാജ്യത്തിന്റെ ഉത്തരഭാഗം ഉയൎന്നും ദക്ഷിണം താണും ഇരിക്കുന്നു.
14) നാമവിശേഷണം പരന്ത്രീസ് ഭാഷയിൽ നാമത്തിൻ പിമ്പും ഇംഗ്ലീഷിൽ മുമ്പിലും വരുന്നു.
15) സുഖിക്കു വിദ്യയില്ല; കാമിക്കു നാണമില്ല.
16) മത്സ്യങ്ങൾ വെള്ളത്തിലും മൃഗങ്ങൾ കരയിലും ജീവിക്കുന്നു.
17) ആട്ടിൻരോമംകൊണ്ടു കമ്പിളിയും പരുത്തികൊണ്ടു തുണിയും നെയ്യുന്നു.
18) അതിഭക്ഷണമാകട്ടെ അല്പഭക്ഷണമാകട്ടെ ആരോഗ്യവൎദ്ധനെക്കനുകൂലമാകുന്നതല്ല.
19) തേരിലേറിക്കൊണ്ടു രാക്ഷസരാജനും, മാരുതികണ്ഠേ രഘുനാഥവീരനും പോരതിഘോരമായി ചെയ്തു ജിതശ്രമം.
20) പാദപജാലേന നക്തഞ്ചരകുലം പാഷാണജാലേന വാനരവീരരും താഡിച്ചു താഡിച്ചു കൊന്നു വീഴ്ത്തീടിനാർ.

iii. *Common Object.*

Model. 'The needy sell liberty and the rich man buys' ദരിദ്രർ സ്വാതന്ത്ര്യത്തെ വില്ക്കയും ധനികന്മാർ വാങ്ങുകയും ചെയ്യുന്നു or സ്വാതന്ത്ര്യത്തെ ദരിദ്രന്മാർ വില്ക്കുന്നു ധനികന്മാർ മേടിക്കുന്നു. 'I have declared, and shall declare his glory' അവന്റെ മാഹാത്മ്യത്തെ ഞാൻ പ്രസിദ്ധമാക്കീട്ടുണ്ടു ഇനി പ്രസിദ്ധമാക്കുകയും ചെയ്യും.

Note 1. The object precedes the verb in Malayalam.
2. The placing of the common object with the first verb is a poetical arrangement in English.

19. Exercise A.

1) All desire, but not many attain a happy old age.
2) The mother nurse, and the sires defend their children.
3) Does he not intend, does he not at all wish, to go abroad?
4) Either nobody was asked or everybody was supposed to know the cause of the change.
5) I foresaw, yet I could not prevent these sad consequences.
6) Yes, let the rich deride, the proud disdain,
These simple blessings of the lowly train.
7) Write in full and give the meaning of the following abbreviations.
8) They could neither understand nor appreciate him.
9) He threw down, and they picked up, the gauntlet.
10) Government withholds, and the people clamour for, representative government.
11) I shall read, and you will translate, this passage for the amusement of these little children.
12) All see, but few contemplate, the beauties of nature.
13) Many know, but few observe, the rules of right conduct.

Exercise B.

1) ധനത്തെ പലർ കാംക്ഷിക്കുന്നു, പക്ഷെ അല്പം ചിലൎക്കേ സിദ്ധിക്കുന്നുള്ളു.
2) ഞാൻ പണം സമ്പാദിപ്പാനും നീ ചെലവഴിപ്പാനുമാണോ?
3) ഉപദേശം പലരും തരും അനുസരിക്കുന്നതു ചിലർ മാത്രം.
4) ദൈവത്തെ മനുഷ്യർ സ്തുതിക്കയും പൂജിക്കയും ചെയ്യുന്നു.
5) ബുദ്ധിമാനെ മൂഢന്മാർ ഭയപ്പെടുകയും ശിഷ്ടന്മാർ പൂജിക്കയും ചെയ്യുന്നു.
6) മനുഷ്യർ തങ്ങളുടെ ഭാഗ്യകാലത്തു പൂൎവ്വസ്നേഹിതന്മാരെ ഓൎക്കയാകട്ടെ, ബഹുമാനിക്കയാകട്ടെ ചെയ്യുന്നില്ല.
7) സത്യത്തെ മാനിക്കയും പാലിക്കയും വേണം.
8) ചില ജാതിക്കാർ മൂഢതനിമിത്തം വിഷമുള്ള പാമ്പുകളെ ഉപദ്രവിക്കയാകട്ടെ കൊല്ലുകയാകട്ടെ ചെയ്യുന്നില്ല.
9) ബൊയ്ഡീശ്യയെ റോമക്കാർ വളരെ അപമാനിക്കുകയും കൊരടാവുകൊണ്ടു അടിക്കുകയും ചെയ്തു.
10) പ്രജകളുടെ ക്ഷേമത്തെ രാജാവു എപ്പോഴും കാംക്ഷിക്കുകയും രാജകിങ്കരന്മാർ നിവൃത്തിപ്പാൻ വേണ്ടി ഉത്സാഹിക്കയും വേണം.

11) പാഠങ്ങളെ വിദ്യാൎത്ഥികൾ വീട്ടിൽനിന്നു പഠിക്കുകയും ഗുരുനാഥന്മാർ ക്ലാസിൽവെച്ചു വ്യാഖ്യാനിക്കുകയും വേണം.

12) വെണ്കല്ലുകളെ കൂലിക്കാർ ഖനികളിൽനിന്നു കഴിച്ചെടുക്കുകയും സാമൎത്ഥ്യമുള്ള പ്രവൃത്തിക്കാർ കൊത്തിനുരുക്കുകയും ചെയ്യുന്നു.

iv. *The Co-ordinate Sentence.*

Sometimes a co-ordinate sentence would seem to simulate the appearance of a complex sentence. This is especially the case with adjective clauses. The relative pronouns which introduce such clauses have a twofold use in English, restrictive and co-ordinative; it is only in the former case that the sentence becomes complex, in the latter it is to be translated as a co-ordinate sentence.

Note. When the relative can be changed into a personal pronoun and a conjunction, it is co-ordinatively used; sometimes a conjunction and noun will be found to replace the relative; as, 'I met a man who pointed out the way to the town' ഞാൻ ഒരാളെ കണ്ടു, ആയാൾ പട്ടണത്തിലേക്കുള്ള വഴി കാണിച്ചുതരികയും ചെയ്തു. 'The prince, who is an excellent horseman, kept his seat' രാജകുമാരൻ കുതിരപ്പുറത്തു സ്ഥിരമായിത്തന്നെ ഇരുന്നു. അദ്ദേഹം സമൎത്ഥനായ കുതിരസവാരിക്കാരനാണ്.

a.) *The Co-ordinate Sentence under Personal Pronouns* who, which *and* that.

20. Exercise A.

1) The rebels were defeated by the archbishop who was acting as regent.
2) My people, who have long been discontented, now became openly mutinous.
3) His mother, from whom he derived all his rights, was still alive.
4) Cardoc was the king of Siberians, who lived in South Wales.
5) He was taken before the emperor, who received him kindly.
6) The very next village is famous for the contentions between the parson and the squire, who live in a state of perpetual war.
7) He had three children, all of whom died young.
8) Our loss amounted to five thousand men, among whom were many officers of distinction.
9) This movement on our part was a great consolation to the enemy, who thence took occasion to claim the victory.

10) The artist had a gothic chest, in which he put the wardrobe.

11) These animals are killed for their fat, which is made into oil.

12) The alligator's tail, which I now tasted for the first time, was by no means to be despised.

13) We walked over an extensive plain, which was in some places completely bare.

14) In this lake are also great quantities of very small fish, which I suppose serve as food for the large ones, which in their turn are probably sometimes eaten by the alligators.

15) We were good sailors, which our enemies were not.

16) He is an artist of much merit, which his brother does not promise to become.

17) Round the house are a good many orange and mango trees, behind which is a row of cottages in which reside the herdsmen, who are mostly Negroes and slaves.

18) You, who know him well, trust him.

19) I apply to you, who are responsible for his health.

20) I learnt geometry at school, which I found useful to me in after-life.

Model. ആനയുടെ കൊമ്പിന്നു ദന്തം എന്നു പേർ, ദന്തംകൊണ്ടു പലപല വിചിത്രസാമാനങ്ങൾ പണിചെയ്യുന്നു 'The tusk of the elephant is called ivory, of which many elegant articles are made'.

Exercise B.

1) രാജാവു സഭാമണ്ഡപത്തിൽ പ്രവേശിച്ചു പൌരന്മാരോടു ഇരിക്കാൻ പറഞ്ഞു അവരും ഇരുന്നു.

2) യജമാനൻ പണിക്കാരനോടു വെള്ളം കൊണ്ടുവരുവാൻ പറഞ്ഞു; അവൻ അതു കേട്ടു അടുത്ത തടാകത്തിലേക്കു ഓടി.

3) ഒരു ദൂതൻ രാജാവിനെ കാണ്മാൻ പടിക്കൽ വന്നുനിന്നു; അപ്പോൾ രാജാവു പള്ളിക്കുറുപ്പുകൊള്ളുകയായിരുന്നു.

4) കാഫ്രികൾ അഫ്രിക്കക്കാരാകുന്നു: ഈ വകക്കാൎക്കു കറുത്ത വൎണ്ണവും ചുരുണ്ട മുടിയും, പതിഞ്ഞ മൂക്കും തടിച്ചു മലൎന്ന അധരങ്ങളും ഉണ്ടു.

5) മൃഗങ്ങളുടെ ഏഴാമത്തെ വൎഗ്ഗത്തിന്നു മാൎജ്ജാരവൎഗ്ഗമെന്നു പേർ; ഇതിൽ പൂച്ച, സിംഹം, പുലി മുതലായവ അടങ്ങിയിരിക്കുന്നു.

6) ആ കപ്പലിൽ എട്ടു കപ്പക്കാർ ഉണ്ടായിരുന്നു; അവർ കരയിലുള്ളവരെ നോക്കി നിലവിളിച്ചു തങ്ങളുടെ രക്ഷെക്കുവേണ്ടി അപേക്ഷിച്ചു.

7) ഒരാൾക്കു അസാധാരണ വലിയ തലയുള്ള ഒരു നായ് ഉണ്ടായിരുന്നു; അതു ഒരു ന്യൂഫൌണ്ട്ലാൻറ് നായ്ക്കും മറെറാരുവകെക്കും ഉണ്ടായ ഒരു ഇരുജാതിയായിരുന്നു.

8) ദക്ഷിണസമുദ്രത്തിന്മദ്ധ്യേ ശലമോൻ എന്ന പേരോടു കൂടിയ ഒരു ദ്വീപിൻ കൂട്ടം ഉണ്ടു; ഇതിൽ വലിപ്പമുള്ളതു നടുവിലും മററെതെല്ലാം ചുററും വളരെ അകലേയും ആകുന്നു.

9) കടല്ലൂരയിൽ അവന്നു ഒരു വീടു ഉണ്ടായിരുന്നു; അവൻ തന്റെ സമയം മിക്കതും നായാടിയും മീൻ പിടിച്ചും അവിടെ കഴിച്ചു.

10) ദക്ഷിണസീമന്തത്തിൽ കേരളരാജ്യത്തിൽ ഒരു രാജാവു വാണിരുന്നു; വിധി വിപരീതം ഹേതുവായി ആയാൾ വളരെ സങ്കടങ്ങൾ അനുഭവിക്കേണ്ടി വന്നു.

11) ഒരിക്കൽ പുതുശ്ശേരിയിലുള്ള പരന്ത്രീസ്സുകാർ ബെങ്കളൂരിലേ ഹൈദരാലിയുടെ അടുക്കലേക്കു ഒരു കാൎയ്യസ്ഥനെ അയച്ചു; ആ ഉദ്യോഗസ്ഥൻ കതിരപ്പുറത്തേറി, കാടു, മല, മൈതാനം മുതലായവറ്റുകൾ കടന്നുപോകേണ്ടിയിരുന്നു.

12) യൂറോപ്പ് അമേരിക്കാ മുതലായ രാജ്യങ്ങളിലെ സ്ത്രീകളുടെ സ്ഥിതി ആലോചിച്ചു നോക്കു; ഈ രാജ്യങ്ങളിൽ പുരുഷന്മാൎക്കും സ്ത്രീകൾക്കും പഠിപ്പു, അറിവു, സ്വാതന്ത്ര്യം ഇതെല്ലാം ഒരുപോലെ ഉണ്ടു.

13) ഈ പഞ്ചാംഗത്തിൽ, ലോകപ്രസിദ്ധയായ രമാഭായിയുടെ ചരിത്രം കാണാം; ആ സ്ത്രീയുടെ വൃത്താന്തത്തെ സംക്ഷേപിച്ചു താഴെ പറയുന്നു.

14) അവന്റെ നടപ്പു നന്നാക്കേണമെന്നു അവന്റെ യജമാനൻ അവനോടു വളരെ ഉപദേശിച്ചു; അതു അവൻ അനുസരിച്ചില്ല.

15) തോട്ടത്തിൽ കഴിഞ്ഞകൊല്ലം വളരെ മാവുകൾ വെച്ചിരുന്നു; അവ ഈ കൊല്ലത്തെ അനാവൃഷ്ടികൊണ്ടു ഒക്കെ ഉണങ്ങിപ്പോയി.

16) ശിക്കാർകാരൻ മരത്തിന്മേലുള്ള കിളിയെ വെടിവെച്ചു; അതു കുറെ ദൂരം പറന്നു താഴെ വീണു.

17) കുട്ടികൾ ലഹരിയുള്ള സാധനങ്ങൾ അല്പംപോലും പെരുമാറരുതു; ഈവക സാധനങ്ങൾ മനോദേഹങ്ങളുടെ ശക്തിയെ നശിപ്പിക്കുന്നു.

18) സൂൎയ്യചന്ദ്രന്മാരല്ലാതെ ആകാശത്തിൽ അനേകം നക്ഷത്രങ്ങളും ഉണ്ടു; ഈ നക്ഷത്രങ്ങൾ സൂൎയ്യനെക്കാൾ എത്രയോ ലക്ഷം നാഴിക അകലെയാണ്.

19) ലോകത്തിൽ അസംഖ്യം ചെടികൾ ഉണ്ടു; ഇവകൾ ഔഷധങ്ങളായും ഭക്ഷണമായും മററും മനുഷ്യരുടെ സുഖത്തിന്നായി ഉപയോഗമുള്ളവയായിത്തീരുന്നു.

20) ലോകത്തെ ദൈവം സൃഷ്ടിച്ചു; ഇതിനെ അവൻ രാപ്പകൽ കാത്തു രക്ഷിച്ചുപോരുന്നു.

Note. **Besides '*who*, *which*' and '*that*' other pronouns, as' *when*, *where*, *why*' and their compounds '*whenever*, *wherever*, *whereby*, *wherin*, *whereof*, *whereupon*, *wherefore*' etc., introduce co-ordinate sentences which may be similarly treated.**

b.) *Co-ordinate Sentences under Conjunctive Adverbs.*

Models. 1. 'Some, as often happens, give up a pursuit half way' ചിലർ ഒരു പ്രവൃത്തി പകുതിവഴിക്കു വിട്ടുകളയുന്നു, ഇതു സാധാരണയാണ്. 2. 'Brutus, as you know, was Cæsar's angel' ബ്രൂട്ടസ് സീസൎക്കു ഒരു ദൈവദൂതനായിരുന്നു, ഇതു നിങ്ങൾക്കറിയാമല്ലോ. 3. 'The family never kept a footman till last year, when they came into our street' ഈ കുഡുംബികൾ കഴിഞ്ഞകൊല്ലത്തോളം ഒരു ബാല്യക്കാരനെയും ഒരിക്കലും വെച്ചിരുന്നില്ല, കഴിഞ്ഞ കൊല്ലമാണ് അവർ ഞങ്ങളുടെ തെരുവിൽ പാൎപ്പാക്കിയതു. 4. 'Alligators abound in a lake in the centre of the island, where they are killed in great numbers' ദ്വീപിന്റെ മദ്ധ്യത്തിൽ ഉള്ള തടാകത്തിൽ മുതലകൾ ധാരാളം ഉണ്ടു, ഇവിടെ വെച്ചു അവയെ എത്രയോ കൊല്ലുകയും ചെയ്യുന്നു. 5. 'Charles and Francis still carried on their intrigues, whereby much loss was occasioned to all Europe' ചാറല്സും ഫ്രാൻസീസും തങ്ങളുടെ കസൃതികൾ ഇപ്പോഴും നടത്തിപ്പോന്നു, അതിനാൽ യൂറോപ്പിന്നു മുഴുവനും വളരെ നാശം പററി. 6. ഇന്നു വൈകുന്നേരം ഞാൻ നിന്നെ കാണും, അപ്പോൾ നമ്മുടെ ഒരുക്കങ്ങൾ മുഴുവനാക്കാം 'I shall see you this evening, when, or in the course of which, we can complete our arrangements'.

Note. Instead of translating into Malayalam as two separate sentences, the co-ordinate sentence under conjunctive adverbs may be translated by നപുംസകക്രിയാപുരുഷനാമോപവാക്യം by converting the finite verb into ക്രിയാപുരുഷനാമം of the വിഭക്തി (or case) indicated by the conjunction. For example, in the model sentence No. 5 we may say പോന്നതിനാൽ instead of പോന്നു—അതിനാൽ as above. So also in No. 1 instead of ദൈവദൂതനായിരുന്നു, ഇതു നിങ്ങൾക്കറിയാമല്ലോ, we may say ദൈവദൂതനായിരുന്നു എന്നതു നിങ്ങൾക്കറിയാമല്ലോ.

21. Exercise A.

1) They were drawn into dispute against their will, as too often happens on these occasions.

2) A temperate zone, as has been pointed out by Mr. Darwin, seems better adapted to the support of large land animals than the tropics.

3) The repeal of the Septennial Act, as was to be expected, was strongly pressed.

4) The horse is now the badge of Kent, as you may see to this day on any sack of Kentish hops.
5) Poetry is not a mere frivolous accomplishment, as some persons have been led to imagine.
6) This is a day when the sky is singularly clear.
7) It was the month of Radjab, when the desert might be travelled in security.
8) The reign of Philip and Mary, when many men were burned for their religion, had thoroughly set Englishmen against Spain and the Pope.
9) The regnant years of Edward I. are reckoned from the day of his father's funeral, when Edward was acknowledged king and when the prelates and nobles swore allegiance to him.
10) I went to His Lordship to remind him of my affair, when I learned to my great concern of his intended journey abroad.
11) I will stand by your friend in the prison, where I have some influence.
12) The rest of the conspirators fled into the country, where many of them were cut to pieces.
13) Half a mile further on is a house where you can get refreshments.
16) Wycliff retired from Oxford to Letterworth, where he remained during the rest of his days.
15) They came through the outer-room to the tapestry parlour, where was nobody but the young page.
16) There is a deep pathos in the sense of liveliness, whereby we were enabled to perceive the alliance of tender emotion with weakness.
17) Saul cast a javelin at him to smite him, whereby Jonathan knew that it was determined of his father to slay David.
18) A river winds through the plain, wherein the wild beasts cool themselves.
19) He delivered a long speech, wherein he suggested many changes in our present customs.
20) We engaged in frequent skirmishes, wherein I received many wounds.
21) Their laws are expressed in the most plain and simple words, wherein those people are not mercurial enough to discover above one interpretation.
22) There have been six rebellions raised on that account, where one emperor lost his head, and another his crown.
23) The boy constructed for himself a stringed instrument, whereon he plays most skilfully.
24) The arbour had in it also a soft couch, whereon the weary might lean.

25) I was born in England, whence I came five years ago.

26) The prisoner got out at the window upon the roof, whence he continued his route upon the tops of the adjoining houses.

27) Before night we reached a market town twenty miles from the place, whence we set out in the morning.

28) The crown of her head was covered with a small French cap, whence her beautiful hair descended in ringlets.

29) These invaders were the people of the North of Europe, whence they were called Northmen.

30) Our whole life is but a day repeated, whence it is that old Jacob numbers his life by days.

31) In order to make us feel there must be a change of impression, whence all feeling is twofold.

32) He is in the garden of Naboth, whither he is gone down to possess it.

33) A gentleman desired to see me at a certain house, whither I at once repaired.

34) All his life, he had loved his native village, whither he returned to end his days.

Exercise B.

Note. The student should use the pronoun with and without the preposition in working out this exercise.

1) അവൻ ഫ്രാൻസ് വരെ പോയി അവിടെനിന്നു സ്വരാജ്യത്തേക്കു മടങ്ങി.

2) പിറ്റേ ദിവസം സ്വസ്ഥനാളായിരുന്നു. അന്നു അവൎക്കു യുദ്ധം ചെയ്യാൻ പാടുണ്ടായിരുന്നില്ല.

3) അവൻ ലണ്ടനിലേക്കു പുറപ്പെട്ടു അവിടെവെച്ചു ധനവും കീൎത്തിയും സമ്പാദിക്കാമെന്നു വെച്ചായിരുന്നു.

4) നന്നരാവിലെ ഞാൻ കറിസ്ഥലത്തു ചെന്നു അവിടെവെച്ചു എന്റെ സ്നേഹിതനെ കാണുകയും ചെയ്തു.

5) ഞാൻ വിളയിന്നുള്ളിൽ പോയൊളിപ്പാൻ ഓടിയതു അവിടെ എനിക്കു അപകടമുണ്ടാകയില്ലെന്നുവെച്ചായിരുന്നു.

6) അന്യായം അവന്നു വിരോധമായി വിധിച്ചു; അതുകൊണ്ടു അവൻ ഹൈക്കോടതിയിൽ അപ്പീൽ ബോധിപ്പിച്ചിരിക്കുന്നു.

7) കള്ളൻ അവളെ കടല്ക്കരയോളം കൊണ്ടാക്കി; അവിടെനിന്നു അവൾ ഫ്ലാൻറസ്സിൽ പോയി രക്ഷപ്പെട്ടു.

8) അഫ്രിക്കാരാജ്യത്തിൽ കാഫ്രിക്കാർ എന്നൊരു ജാതിക്കാർ ഉണ്ടു. അവർ നാഗരീകത്തിന്റെ ഛായ കൂടി ഇല്ലാത്തവരാകുന്നു.

9) അവന്റെ കയ്യിൽ എപ്പോഴും ഒരു പെട്ടിയുണ്ടായിരുന്നു. അതിലാണ് അവൻ തന്റെ ധനം മുഴുവനും സൂക്ഷിച്ചുവെച്ചിരുന്നതു.

10) ഒട്ടക്കം കള്ളന്മാർ ഒരു വലിയ ഗ്രഹയെയും അതിന്നകത്തു അനേകം അസ്ഥികൾ ചിതറിക്കിടക്കുന്നതും കണ്ടു.

11) ഇരുമ്പു നീലഛായയോടു കൂടിയ കറുത്ത ലോഹമാകുന്നു. അതിനെ കൊണ്ടു അനേകവിധ ആയുധങ്ങൾ മനുഷ്യരുടെ ഉപയോഗത്തിന്നു തക്കവണ്ണം ചമെക്കാവുന്നതാകുന്നു.

12) അവൻ കപ്പൽ കരവിട്ടോടുന്നതു കണ്ടതിനാൽ ജീവനെ രക്ഷിക്കാമെന്നുള്ള വിശ്വാസം നശിച്ചു.

13) സെൽക്കക്ക് തന്റെ സഞ്ചാരത്തിലൊക്കെയും ഒരു കോടാലി കൂടെ കൊണ്ടുപോകാറുണ്ടായിരുന്നു. അതിനെക്കൊണ്ടു തന്റെ മാൎഗ്ഗത്തിലുള്ള വല്ല തടസ്ഥങ്ങളെയും നീക്കം ചെയ്യും.

14) അല്പകാലം കഴിഞ്ഞ ശേഷം കൊളമ്പസ്സ് ധൈൎയ്യശാലിയായ ഒരു നാവികന്റെ മകളെ കല്യാണം കഴിച്ചു. ഈ കല്യാണത്താൽ അവന്നു മതിയായ ചില സ്നേഹിതന്മാരെ ലഭിക്കുന്നതിന്നു ഇടയായി.

15) ഉരഗാകൃതിയായി മഹാസുരന്താ
നൊരുഭാഗേ വദനം പിളൎന്നു നിന്നാൻ
ഗുഹയെന്നു നിനെച്ചു ഗോപവൃന്ദം
സഹസാ തന്മുഖകന്ദരേ കടന്നു.

16) (രാമലക്ഷ്മണന്മാർ)
തോയപാനവും ചെയ്തു വിശ്രാന്തന്മാരായി വൃക്ഷ
ച്ഛായാശ്രിതലേ പുനരിരുന്നു യഥാസുഖം.
അന്നേരമാശു കാണായ്വന്നിതു വരുന്നത-
ത്യുന്നതമായ മഹാസത്വമത്യുഗ്രാരവം.

17) തൽകഥാശ്രവണേന ഭക്തിയും വൎദ്ധിച്ചീടും
ഭക്തിവൎദ്ധിച്ചീടുമ്പോൾ വിജ്ഞാനമുണ്ടായ്വരും
വിജ്ഞാനംകൊണ്ടു തന്നെ മോക്ഷവും വരും നൂനം.

18) ഗൌതമീതീരേ നല്ലോരാശ്രമം ചമെച്ചതിൽ
സീതയാ വസിക്ക പോയ് ശേഷമുള്ളൊരു കാലം.

19) ജന്മസംസാരവൃക്ഷമൂലമായതു ദേഹം
തന്മൂലം പുത്രകളത്രാദി സംബന്ധമല്ലോ.

20) പുഷ്കരനേത്രനാം രാമൻ തിരുവടി
ലക്ഷ്മണനായ സഹോദരനോടും നിജ
ലക്ഷ്മിയാം ജാനകിയോടും തപസ്സിനായി
പുക്കിതു കാനനം താതാജ്ഞയാ പുരാ.
കട്ടുകൊണ്ടീടിനാൻ തൽക്കാലമെത്രയും
ദുഷ്ടനായോരു ദശമുഖരാവണൻ (സീതയെ).

21) (രാഘവൻ) രാത്രിഞ്ചരന്റെ തലയൊന്നറുത്തുടൻ
ധാത്രിയിലിട്ടാനതുനേരമപ്പോഴേ
കൂടമുളച്ചു കാണായിതവൻ തല.

22) വൃക്ഷങ്ങളെ ഇലകളോടു കൂടി സൃഷ്ടിച്ചിരിക്കുന്നതു അവയെക്കൊണ്ടു അവകൾ ശ്വാസം കഴിപ്പാനാകുന്നു.

23) എല്ലാവൎക്കും ഓരോ ന്യൂനതകൾ ഉണ്ടു; ഇവയെ അവരുടെ ശത്രുജനങ്ങൾ അവൎക്കു വിരോധമായി പലപ്പോഴും ഉപയോഗിക്കുന്നു.

24) ഭൂമി ഇരുപത്തുനാലു മണിക്കൂറുകൊണ്ടു ഒരിക്കൽ തിരിഞ്ഞുവരുന്നു; ഇതു കൊണ്ടാണ് രാവും പകലും ഉണ്ടാവാൻ കാരണം.

25) അവൻെറ സംസാരവും ഉച്ചാരണവും സ്വദേശിയനെപ്പോലെ അല്ലായിരുന്നു; അതുകൊണ്ടു അവൻ ക്ഷണിക്കാതെ വന്നവനാണെന്നു അതിഥി ഉടനെ മനസ്സിലാക്കി.

26) ഉഷ്ണകാലത്തിൽ ദേഹത്തിൽനിന്നു വെള്ളം സ്വേദരൂപേണ അധികം പുറത്തേക്കു പോകുന്നതിനാൽ അപ്പോൾ മൂത്രം കുറഞ്ഞുകാണും.

27) ഭൂമിയിലെ ജലാശയങ്ങളിൽനിന്നു വെള്ളം സൂൎയ്യരശ്മി തപിപ്പിച്ചു ആവിയാക്കി വായുമണ്ഡലത്തിലേക്കു കയറുന്നു. അവിടെനിന്നു തണുത്തു കീഴോട്ടു തന്നെ മഴത്തുള്ളിയായി വീഴുന്നു.

28) ഞാൻ അവനെ ഒരു സംവത്സരം മുമ്പെ ഒരു ദിവസം നിരത്തിന്മേൽ വെച്ചു കണ്ടിരുന്നു; അതിൽ പിന്നെ അവനെ ഒരിക്കലും ഞാൻ കണ്ടിട്ടില്ല.

29) സദ്യയുടെ മദ്ധ്യേ ഒരു സ്വൎണ്ണമാമ്പഴം സ്വൎഗ്ഗത്തിൽനിന്നു പതിച്ചു: അതിന്മേൽ 'അതിസുന്ദരിക്ക്' എന്നു എഴുതിയിരുന്നു.

30) നിശ്ശബ്ദമായി, ലളിതമായി, വളഞ്ഞൊഴുകുന്ന നദിയെ അവൻ കണ്ടാനന്ദിച്ചു, അതിൽ നാനാ ദേശങ്ങളിലെ വിവിധ സാധനങ്ങളെക്കൊണ്ടു പരിപൂൎണ്ണമായ അസംഖ്യം കപ്പലുകൾ അങ്ങോട്ടും ഇങ്ങോട്ടും ഓടുന്നുണ്ടായിരുന്നു.

31) ഇതി നുതിവചനങ്ങളോതി നിന്നാർ?
അതിശയഭക്തിവിശൃങ്ഖരാം സുരന്മാർ
അതുസമയമുദാരമേഘനാദ
പ്രതിനിധിയാമശരീരിവാക്കുമാസീൽ.

Chapter V.

The Complex Sentence.

In a complex sentence, the subject, object or the predicate of the principal sentence—one or more of them—is qualified by clauses. The subject and the object are nouns or noun-equivalents, and the clauses qualifying them are called adjective clauses, while those of the predicate are called adverbial clauses.

As already explained in Rule No. 2, the qualifying adjuncts in Malayalam invariably precede the words they qualify; and hence in translating an English complex sentence we may lay down the following rule:—

Rule 19. Take the words of the principal sentence in the order laid down for the simple sentence, with the proviso that the clauses qualifying *any* part of it should be dealt with before the part itself.

Note. The student will note that a complex sentence is merely a simple sentence with clause-adjuncts taking the place of qualifying expressions.

The adjective-clause may be employed in all places where an *adjective* may stand, but it cannot take the place of a predicate adjective as complement to an incomplete verb.

Complex Sentence with Adjective-Clauses.

In English, *who*, *which*, and *that* are the relatives that generally introduce an adjective-clause, *who* for rational nouns, *which* for neuter, and *that* for both. As already explained under adjectives, a പേരെച്ചം should be put for the relative and its predicate together, and must terminate the Malayalam translation of an adjective-clause.

The student will remember that the predicate closes a sentence in Malayalam, and hence പേരെച്ചം, which is a participial form of the verb, naturally comes at the end of the sentence. English qualifying expressions consisting of clauses or long phrases follow the words they qualify, and the adjective-clause therefore comes after the noun it qualifies, subject, of course, to the general principle of *minimum separation.* The relative and its predicate may also be regarded as equivalent to the past participle of the verb, and it is only the peculiarity of the English idiom that requires that the relative should be expressed when in the nominative case; it is generally omitted when in the objective case. In Malayalam a ശബ്ദന്യൂനം replaces the two together in both cases.

Model. 'The man who bought a horse yesterday died suddenly this morning' ഒരു കുതിരയെ ഇന്നലെ മേടിച്ച ആൾ ഇന്നു രാവിലെ പെട്ടെന്നു മരിച്ചുപോയി.

According to the rule already adduced, we must begin with the *subject*, which is the word *man* in this case, but it has a qualifying adjunct, which ought therefore to be taken *before* it. This is the reason why we have translated the adjective-clause before the principal sentence.

a.) *The Adjective-Clause with the Relative in the* Objective *Case.*

Note. In the following exercise, the introducing relative pronoun is omitted, but the omission makes no difference in Malayalam.

22. Exercise A.

1) Yonder is the place they were to meet in.
2) Show me the passage you spoke of.
3) The anxiety I underwent was extreme.
4) Which is the one you think best?
5) I like this retreat better, because of an ill-report it lies under, of being haunted.
6) Is this the kind of thing you want?
7) The time we agreed upon was six o'clock.
8) He led in triumph the kings he conquered.
9) The things you long for, you must work for.
10) No man, I know, would suit you better.

Exercise B.

1) ഞാൻ പറഞ്ഞ ആൾ ഇതാണ്.
2) നിങ്ങൾ വായിച്ച പുസ്തകം നിങ്ങൾ മടക്കികൊടുത്തുവോ?
3) രാജാവു താമസിക്കുന്ന ദിക്ക് ഇവിടെനിന്നു വളരെ ദൂരത്താണ്.
4) അണ്ണയന്മാർ ഓൎമ്മ വെക്കേണ്ടതായ ഒരു കഥ ഞാൻ പറയാം.
5) ഒട്ടകപ്പക്ഷിയുടെ ചിറകിന്മേൽ നിന്നെടുത്ത നീളമുള്ള തൂവലുകളെ വിലാത്തിയിലെ മദാമ്മമാർ തങ്ങളുടെ തൊപ്പികളിന്മേൽ അലങ്കാരമായി ഉപയോഗിക്കുന്നു.

6) ചെറുപ്പകാലങ്ങളിലുളവായ ശീലം
മറക്കുമോ മാനുഷനുള്ള കാലം.
7) ഞങ്ങൾ ചെന്നു നോക്കിയ മുറികകത്തെ സാമാനങ്ങൾ ആറുലക്ഷം ഉറുപ്പിക വിലെക്കുണ്ടു.
8) ഉറുമ്പു കൂട്ടുന്ന മൺകൂമ്പാരങ്ങൾ നഗരങ്ങളിലൊക്കെ കാണാം.
9) ഒരാൾ ഒരു കൊല്ലംകൊണ്ടു തിന്നൊടുക്കുന്ന ഭക്ഷണസാധനങ്ങൾ വളരെ തൂക്കമുണ്ടെന്നു കാണാം.
10) കൊളമ്പസ് കണ്ടുപിടിച്ചിരിക്കുന്ന രാജ്യത്തിന്നു ഇപ്പോൾ പുതുലോകമെന്നു പേർ.
11) വിലാത്തിക്കാർ ഉപയോഗിച്ചുവരുന്ന ഭക്ഷണസാധനങ്ങൾക്കു വളരെ ഗുരുത്വമുണ്ടു.
12) ഞാൻ പാർത്ത വീടു ഇരട്ടിക്കൂലിക്കു വേറെ ഒരാൾ വാങ്ങിയിരിക്കുന്നു.
13) നീ പറയുന്നതു എന്താകുന്നു?
14) നീ എഴുതിയ വാചകങ്ങൾ വായിപ്പാൻ വളരെ രസം ഉണ്ടു.
15) വെള്ളത്തിൽ വരെച്ച വര കാണ്മാനുണ്ടാകയില്ല.
16) ഇടിതട്ടിയ വീടു വിദ്യുച്ഛക്തിയുടെ അസാധാരണബലത്തെ ദൃഷ്ടാന്തപ്പെടുത്തുന്നു.
17) വർണ്ണമില്ലാതോരിരിമ്പും രസംകൊണ്ടു
വർണ്ണാത്മസവർണ്ണമാകുന്നു നിർണ്ണയം.

b.) *The Adjective-Clause with the Relative as Subject.*

23. Exercise A.

1) Happily I see a friend who will help me.
2) There are verses that will make a wild hawk pause on the wing.
3) The boat was manned by boatmen that handled an oar with ease and dexterity and were perfectly at home with every dangerous part, near and far.
4) Have I no friends that will rid me of this fear?
5) I know a charm that will make thee meek and tame.
6) The party of Red Rose survived the last king who claimed the crown in right of Henry IV.
7) He jests at scars who never felt a wound.
8) He seems to have waited for the death of those who could confute him.
9) The elephants are the only animals which have a proboscis.
10) Those who ventured to interrogate him learned nothing.

Exercise B.

1) സൂക്ഷ്മതയുള്ള ഒരു പക്ഷി വലക്കെണിയെ തെറ്റി ആപത്തൊഴിക്കുന്നു.
2) കിരീടം ധരിക്കുന്ന തലെക്കു സൈ്വരമില്ല.

3) ഒരിക്കലും അവസാനിക്കാത്തതായ ഒരു വാദം അവൻ തുടങ്ങിയിരിക്കുന്നു.
4) ആൎക്കും മനസ്സിലാവാത്ത ഒരു പ്രസംഗം അവൻ കഴിച്ചു.
5) ചീനത്തുനിന്നു കയററി അയക്കുന്ന ശൎക്കര വളരെ മേത്തരമാകുന്നു.
6) തന്നെ രക്ഷിച്ച ദൈവത്തെ മറക്കുന്ന മനുഷ്യൻ മൂഢന്മാരിലും മൂഢനാകുന്നു.
7) ഇന്ത്യാരാജ്യത്തിന്റെ വടക്കെ അതിരാകുന്ന പൎവ്വതത്തിന്നു ഹിമാലയം എന്നു പേരാകുന്നു.
8) ക്ഷണത്തിൽ ദേഷ്യം വരുന്ന ഒരാൾ യാതൊരു യോഗത്തിലും ചേരാൻ യോഗ്യനല്ല.
9) തിന്മാൻ മാത്രം ജീവിക്കുന്നവർ എല്ലാവൎക്കും ഒരു ഭാരമായിത്തീരുന്നു.
10) അന്യന്മാരുടെ ഗുണത്തിനു വേണ്ടി സ്വഗുണത്തെ ഉപേക്ഷിക്കുന്ന പുരുഷൻ, പുരുഷൻ.

Note 1. In English pootry the antecedont is sometimes omitted; as, 'Who steals my purse steals trash;' but a Malayalam poet is not accorded the same privilege.

2. The relative pronouns have a two-fold use in English, the restrictive and the co-ordinative. It is only the restrictive that introduces the true adjective-clause; in the other case, the sentence is merely co-ordinative, as has been already explained. The student should therefore before translating such sontences, carefully examine the construction to discover the true nature of the sentence, otherwise the meaning will be materially altered.

As already pointed out (Chapter I.), an adjective may be replaced by (1) prepositional phrase, (2) possessive case, (3) noun in apposition, (4) participles, (5) participial phrases, and (6) adjective-clauses, according to circumstances; so also the *adjective-clauses* may be replaced by each of the rest. In translating a complex sentence with adjective-clauses, therefore, elegance and variety of diction may be secured by replacing the adjective-clauses by one or the other of above equivalents. For instance: 1. 'Tho bird that is cautious escapes the net' സൂക്ഷ്മം ഉള്ള പക്ഷി വലക്കെണ്ണി തെററി ആപത്തൊഴിക്കുന്നു. 'The cautious bird escapes the net' സൂക്ഷ്മം ഉള്ള പക്ഷി വലക്കെണ്ണി തെററി ആപത്തൊഴിക്കുന്നു. 'With caution the bird may escape the net' സൂക്ഷ്മത്താൽ പക്ഷിക്ക് വലക്കെണ്ണി തെററി ആപത്തൊഴിക്കാവുന്നതാകുന്നു. 2. 'The wits of the time when Charles was king' ചാരത്സ് രാജാവായിരുന്ന കാലത്തിലെ രസികന്മാർ. 'The wits of King Charles' time' ചാരത്സ് രാജാവിന്റെ കാലത്തിലെ രസികന്മാർ.

3. The duty that the messenger had to perform was difficult' ദൂതൻ നിവൃത്തിക്കേണ്ടുന്നതായ പ്രവൃത്തി വളരെ പ്രയാസമുള്ളതായിരുന്നു. 'The messenger's duty was difficult ദൂതൻെറ പ്രവൃത്തി വളരെ പ്രയാസമുള്ളതായിരുന്നു. 4. 'The difficulties whereby the enquiry was surrounded were not really overcome' ഈ അന്വേഷണത്തെ ചുഴന്നിരുന്ന പ്രയാസങ്ങളെ യഥാൎത്ഥത്തിൽ ജയിച്ചിരുന്നില്ല. 'The difficulties surrounding the enquiry were not overcome' ഈ അന്വേഷണത്തെ etc. 5. 'The judges of the common law, who held their situation during the pleasure of the king, were scandalously obsequious' = 'the judges of the common law, holding their situatiou at the pleasure of the king, were most obsequious (*participial phrase co-ordinative*).

Note 3. The participle or the participial phrasọ, when *restrictive*, is translated into Malayalam just as an adjective clause, but when *co-ordinative* we may substitute an adverb equivalent of *time* or *reason*, as in the last example. പൊതുനിയമകൎത്താക്കളായ ജഡ്ജിമാർ രാജാവിൻെറ ഇഷ്ടമുള്ളെടത്തോളം ഉദ്യോഗം ഭരിക്കുന്നവരാകയാൽ etc.

o.) *The Adjective-clause introduced by Relative Pronouns with Prepositions.*

Models 1. 'The man to whom I gave the book' ഞാൻ പുസ്തകം കൊടുത്ത ആൾ. 2. 'The river upon which the town is situated' പട്ടണം നില്ക്കുന്ന പുഴ. 3. 'The town whence you came' നീ പോന്ന പട്ടണം. 4. 'The book wherein the story is found' ഈ കഥ (എഴുതി) കണ്ടിരിക്കുന്ന പുസ്തകം.

From these examples we are able to deduce this rule:

Rule 20. A relative introducing an adjective-clause, when accompanied by a preposition either prefixed to or compounded with it, is translated into Malayalam *without* any case inflection; on the other hand care must be taken to *supply* the appropriate preposition in translating a Malayalam ശബ്ദന്യൂനമോ പവാക്യം into English.

Note. The two important pronouns that take such a construction are *who* and *which* with their compounds; *that* never takes an antecedent preposition; with it the preposition is dolegated to the end of the sentence. For example, 'The town from which you came' = 'the town that you came from'. Both these forms of construction may be used in working out *Exercise B*, noting, however, that *that* is the characteristic restrictive pronoun.

24. EXERCISE A.

1) The ship that we sailed in is new.
2) Humility is the soil that virtue delights to grow in.
3) Such was the opinion in which justice was done to all parties.
4) Look ye for the coming of the day of God, in which the heavens shall be dissolved.
5) There was no other house that they might take refuge in.
6) Sir Edward Coke reckons thirty-two instances in which the great charter has been solemnly ratified.
7) Zoroaster introduced among the Magians the use of temples, in which the sacred fire was kept perpetually alive.
8) I have considered this passage in a light in which none of the critics have considered it.
9) There is none other name given under heaven among men, whereby we must be saved.
10) There are three methods whereby a man may rise to be a prime minister.
11) Everybody has some points whereby they are specially liable to err.
12) The flood shall destroy all flesh wherein is breath.
13) He showed them the way wherein they should walk.
14) The passage, wherein the reconciliation is described, is very pathetic.
15) You have reaped that on which you bestowed no labour.
16) There is but one point that they seemed agreed on.
17) The evidence on which the statement rests is not beyond doubt.
18) The place whereon thou standest is holy ground.
19) He is the rock whereon I place my trust.
20) The sick man took that whereon he lay and departed.
21) No source from which valuable information was likely to be derived has been neglected.
22) They eagerly turned to the quarter whence the sound came.
23) Every place whereon the soles of our feet shall tread shall be yours.
24) For the land whither thou goest in to possess it, is not as the land of Egypt whence ye came out, where thou sowedest thy seed and wateredst with thy foot as a garden with herbs, but the land whither ye go to possess is a land of hills and villages.
25) In the use of instruments (men) the closeness or looseness of the discipline to be exercised, must of course vary, not only with the nature of the man, but also and more distinctly with the nature of the work; and where the work is such that its effectiveness

depends much upon its conscientious performance, authority should be so used as in no degree to supplant the conscience, but on the contrary to support it; and the support should be given by an influential co-operation in which authority is rather felt than recognized.

26) It is of far greater importance to a statesman to make one friend, who will hold out with him for twenty years, than to find twenty followers in each year, losing as many, or even a tenth part as many.

27) Favours which seem to be dispensed upon an impulse, with an unthinking facility, are received like the liberalities of a spendthrift, and men thank God for them.

28) There is one sort of adherents, not much to be prized, but still perhaps needful to be considered, whose services should be secured by a succession of small acknowledgments at reasonable intervals rather than by much at a time. The leech that is gorged hangs but loosely.

29) Those who will study the career of the most successful Irish demagogue of this or any other century will learn that his success was promoted by a steady adherence to two rules.

30) Hardly anything will bring a man's mind into full activity, if ambition be wanting; where it is least forthcoming as a substantive and waking passion, there are various indirect adjuncts of waking passions whereby it may be quickened.

Exercise B.

1) ഞാൻ എൻെറ പെട്ടിവെച്ചിരുന്ന മേശ രണ്ടാമത്തെ മുറിക്കകത്താകുന്നു.
2) ഗംഗാനദി ഉത്ഭവിക്കുന്ന പൎവ്വതം വിന്ധ്യൻ അല്ല.
3) നീ പറഞ്ഞ ആൾ ഇതല്ല.
4) അവൻ കയറിയ മരത്തിന്മേൽ ഫലങ്ങൾ ഉണ്ടായിരുന്നില്ല.
5) നമ്മുടെ കഥയിലെ നായകനെ മറചെയ്ത ഗിരി ഇതല്ല.
6) ബേബർ ഇന്ത്യാരാജ്യത്തെ ജയിച്ചു അതിൻെറ സുരക്ഷണമാൎഗ്ഗത്തിൽ അനവധി മാററങ്ങളെയും അവൻ വരുത്തി.
7) നാം ഉറങ്ങുന്ന മുറിക്കരികെയുള്ള മരത്തിന്മേൽ ഒരു പക്ഷിക്കൂട്ടു കാണ്മാനുണ്ടു.
8) ബാല്യകാലം മുഴുവനും വളരെ ഭാഗ്യത്തിൽ വസിച്ചുവന്നതായ രാജ്യം വിട്ടുന്നതുകൊണ്ടു രാജകുമാരനു വളരെ വ്യസനം തോന്നി.
9) സൈന്യങ്ങൾ, യാതൊന്നും തിന്മാനില്ലാത്ത രാജ്യങ്ങളിൽ കൂടി കടന്നു പോകേണ്ടിവന്ന ഹേതുവാൽ സൈന്യാധിപൻ വളരെ വ്യസനിച്ചു.

10) വിലാത്തിപ്പച്ചക്കറിസാമാനങ്ങൾ നട്ടു വളൎത്തുന്ന ഒരു തോട്ടത്തിന്റെ ഉടമസ്ഥനെ ഈയിടെ ഒരു ദിവസം ഞാൻ അങ്ങാടിയിൽവെച്ചു കണ്ടു.

11) യാതൊരു മേൽവിലാസവും ഇല്ലാത്തതായ ഒരു കത്തു അവൻ എനിക്കു മദിരാശിയിൽ നിന്നയച്ചു.

12) വളരെ മുനിമാരും ദിവ്യജനങ്ങളും പാൎത്തുവന്ന ഈ വനത്തെ നശിപ്പിക്കൊല്ല.

13) സ്നേഹമാകുന്ന മനോഭാവമില്ലാത്ത മനസ്സു ദീപമില്ലാത്ത ഒരു ഭവനം പോലെ ആകുന്നു.

14) പക്ഷി പറന്നു വീണ മരം ആ തോട്ടത്തിൽ ഉണ്ടായിരുന്നതിൽ ഏററവും പൊക്കമുള്ളതായിരുന്നു.

15) നീ ഇപ്പോൾ പ്രവേശിച്ചിരിക്കുന്ന (embarked) കാൎയ്യം സാധിപ്പാൻ എത്രയും പ്രയാസമുള്ളതാകുന്നു.

16) അക്ബരിന്റെ ജീവചരിത്രത്തെ വിവരിച്ചിരിക്കുന്ന പുസ്തകത്തിന്നു 'അയിൻ അക്ബരി' എന്നു പേർ.

17) എന്നെ ഈ വൎത്തമാനം പറഞ്ഞു കേൾപ്പിച്ച ആൾ ഇപ്പോളിവിടെയില്ല.

18) ചായ നട്ടുണ്ടാക്കി കയററി അയച്ചിരുന്ന രാജ്യം ആദ്യത്തിൽ ചീനസാമ്രാജ്യം മാത്രം ആയിരുന്നു.

19) ഒരു മേലധികാരിയുടെ അടുക്കെ ചെല്ലേണ്ടുന്ന മാതിരി, നിന്റെ ബുദ്ധികൊണ്ടു തന്നെ നീ ആലോചിച്ചെടുക്കേണ്ടതാകുന്നു.

20) കുട്ടികൾ എഴുതുന്ന പെൻസിൽ ചുരുങ്ങിയാൽ മൂന്നു ഇഞ്ച് നീളം ഉണ്ടായിരിക്കേണം.

21) നിങ്ങൾ വിശ്വാസം വെച്ചിരിക്കുന്ന പണിക്കാരൻ നിങ്ങളെ വഞ്ചിച്ചിരിക്കുന്നു.

22) നിങ്ങൾ കളിച്ച കളം ഈ രാജ്യത്തിലെ എത്രയും ശ്രുതിപ്പെട്ടവയിൽ ഒന്നാകുന്നു.

23) അവനും അവന്റെ പണിക്കാരനും ഇട്ടിരിക്കുന്ന കുപ്പായം ഈ ദിക്കുകളിൽ വെച്ചുണ്ടാക്കിയതല്ല.

24) നാം ശ്വാസിക്കുന്ന അവയവം നമ്മുടെ ശരീരത്തിൻ മേൽഭാഗത്തെ നെഞ്ചിൻ ഉള്ളിൽ ഇരിക്കുന്നു.

25) പുറത്തു അമ്പാരിയുള്ള രണ്ടാനകൾ ക്ഷേത്രത്തിന്മുൻ ഭാഗത്തു നില്ക്കുന്നു.

26) അരിവെച്ച വെള്ളവും കേവലം സാരാംശം ഇല്ലാത്തതല്ല.

27) അവൻ തുഴഞ്ഞുകൊണ്ടിരുന്ന ചുക്കാൻ പെട്ടെന്നു പൊട്ടി തോണി നടുപ്പുഴയിലേക്കു ഒഴുകിപ്പോയി.

28) യാതൊന്നും വ്യക്തമായി കേൾപ്പാൻ അസാദ്ധ്യമായിരുന്ന ഈ ഘോഷത്തിൽ, താൻ അന്വേഷിച്ചു പുറപ്പെട്ടിരുന്ന ആളെ നിജപ്പെടുത്തുന്നതിൽ അവന്നു തെററു വന്നുപോയി (at fault).

29) നമുക്കു സ്നേഹമുള്ള ഒരു കുട്ടി മരിച്ചുപോയാൽ അതു ഇരുന്ന സ്ഥലവും, അതിന്നു സന്തോഷമുണ്ടായിരുന്ന സാധനങ്ങളും, അതു ഉണ്ട പാത്രങ്ങളും, കളിച്ച സാമാനങ്ങളും ഇവ ആസകലം അതുവുമായുള്ള സംഗം നിമിത്തം പരിശുദ്ധമായിത്തീൎന്നപ്രകാരം വിചാരിച്ചു പോരുന്നു.

d.) *Adjective-clause under* 'what'.

'*What*' is a restrictive relative equivalent to a noun and a restrictive relative either 'that' or 'as'; the noun is not expressed but has to be gathered from the context. 'Show me what you want' = 'show me the *thing* you want'. The Malayalam translation, therefore, of the adjective-clause under 'what', follows, as to the order of words, the same arrangement as that of the adjective-clauses under *who, which* and *that*, which have been already explained.

Note 1. A ശബ്ദന്യൂനം with the pronoun അതു or an appropriate noun gathered from the context should be used instead of '*what*'.

2. The antecedent of 'what' is not *expressed* and therefore in translating Malayalam sentences into English 'what' should be used without an expressed antecedent.

Model. ഇപ്പോൾ നോർഫോക്കെന്നും സഫോക്ക് എന്നും പറഞ്ഞുവരുന്ന രാജ്യത്തിൽ ബൊയിഡിഷ്യയുടെ ജാതിക്കാർ പാർത്തിരുന്നു: 'Boadicea's people lived in what is now called Norfolk and Suffolk'. Here the student will note that the word രാജ്യത്തിൽ is omitted in the English translation.

Rule 21. Adjective-clauses introduced by relative pronouns, such as '*who, which*, *what*, *when, where*' etc. may be translated by സൂചിതാധീനവാക്യം with a ചോദ്യപ്രതിസംജ്ഞ and a പൂജകപേർ, the ചോദ്യാവ്യയം 'ഒ' being affixed to the former; as, നൊർഫോക്കെന്നും സഫോക്കെന്നും ഇപ്പോൾ ഏതിന്നു പേരായിരിക്കുന്നുവോ ആ രാജ്യത്തു ബൊയിഡിഷ്യയുടെ ജാതിക്കാർ പാർത്തിരുന്നു.

Note 3. This form of expression confers prominence upon the *noun* qualified by the adjective-clause, and should not therefore be resorted to, except when such emphasis is sought. In ordinary Malayalam such construction is rare, occurring only in impassioned writings, and in the exposition or description of facts and qualities either involved or difficult to understand. For example take the following:—

യാതൊരു പാദാംബുജമാരായുന്നിതു വേദം
യാതൊരു നാഭിതന്നിൽ ഉണ്ടായി വിരിഞ്ചനും
യാതൊരു നാമം ജപിക്കുന്നിതു മഹാദേവൻ
ചേതസാ തത്സ്വാമിയെ ഞാൻ നിത്യം വണങ്ങുന്നേൻ.

'I adore from the bottom of my heart the Lord, whose lotus-feet form the object of Vedic enquiry, and from whose navel sprung Virinja, whose name is ever on the tongue of Mahâdéva'.

or

'What lotus-feet the Vedas search after, what navel gave birth to Virinja, and what name Mahâdéva ever repeats, those do I adore every day from the bottom of my heart'.

25. Exercise A.

1) Regard the quality rather than the quantity of what you read.
2) This name had a different meaning in England from what it had elsewhere.
3) What the seamen call a heavy air was coming off the sea.
4) We must look to other standards than what men may say.
5) Delay not till to-morrow what ought to be done to-day.
6) The Roman empire, at the time of its greatest extent, took in the whole of what was then the civilized world.
7) Nobody could be treated as a criminal for obeying what the judges have solemnly pronounced to be the lawful government.
8) I am not what I seem.
9) The stranger was not what he seemed to be.
10) Take what you want.
11) The money he has, together with what he will obtain from his uncle, is sufficient for the purpose.
12) These cattle are finer animals than what the next country could produce.
13) What cannot be cured must be endured.
14) I clothed my thoughts in what appeared to me the most appropriate language.
15) Men readily believe what they wish to be true.

Exercise B.

1) ഞാൻ നിന്നോടു പറയുന്നതു ഇതാണ്.
2) തന്റെ ജന്മമെന്നു അന്യായക്കാരൻ വാദിക്കുന്ന സ്ഥലം ഇപ്പോൾ പ്രതിയുടെ കൈവശം ആകുന്നു.

3) ശക്തിയാൽ അശക്യമായതു കൌശലത്താൽ സാധിക്കേണം.
4) ഇപ്പോൾ ലണ്ടൻ എന്നു പറയുന്ന പട്ടണത്തിന്നരികെയായിരുന്നു റോമക്കാർ ഒന്നാമതായി ഇംഗ്ലത്തിൽ പാൎത്തതു.
5) പണ്ടേതിലും പതിന്മടങ്ങായുട
നുണ്ടിഹ രാജ്യഭണ്ഡാരവും ഭൂപതേ.
6) ദുഷ്കരം എത്രയും നീ ചെയ്ത കാരിയം.
7) അന്നുണ്ടായതൊക്കയും വൎണ്ണിപ്പാൻ മനുഷ്യരാലസാദ്ധ്യം.
8) അവൻ തന്റെ ഒന്നായികൊണ്ടുപോയ വസ്ത്രങ്ങളും ബോമ്പായിൽ നിന്നു വാങ്ങിയതും കൂടി ഒരു പെട്ടി നിറയ ഉണ്ടായിരുന്നു.
9) അവന്നു മനസ്സിലാവാൻ കഴിയാഞ്ഞതൊക്കയും അവന്റെ അച്ഛൻ അവന്നു വിവരിച്ചു കൊടുത്തു.
10) നിങ്ങൾക്കിഷ്ടമുള്ളതെന്താണെന്നുവെച്ചാൽ എടുക്കാം.
11) യാതൊന്നു യാതൊന്നു പുല്ലിംഗവാചകം
വേദാന്തവേദ്യതത്വവുമേ നീ
ചേതോവിമോഹന സ്ത്രീലിംഗവാചകം
യാതൊന്നതൊക്കവെ ജാനകീദേവിയും.
12) വധം ചെയ്യുന്നവരാരൊ അവരെ ചിഹ്നങ്ങൾ കൊണ്ടറിയാം.
13) നീ സാധുവായ ഹരിശ്ചന്ദ്രനു എന്തു ചെയ്തുവൊ അതെല്ലാം ഈ മഹജ്ജനങ്ങൾ മുമ്പാകെ ചൊൽക.
14) നാം കാപ്പിയെന്നും അറബികൾ 'ബുൻ' എന്നും പറയുന്ന സാധനം ഒരു മരത്തിന്റെ കായാകുന്നു.

e.) *Adjective-clause under* 'why'.

'Why' is restricted to reason or cause and is never co-ordinative. **'This is why you should not stay' = 'this is the reason on account of which you are not to stay'** നീ നില്ക്കരുതെന്നുള്ള സംഗതിയിതാണ്.

26. Exercise A.

1) **The reason why he retired from public service is not known.**
2) **There is good reason why the utmost care should be taken.**
3) **Hence also we may see the reason why languages constantly change.**
4) **These are not sufficient reasons why so great changes should take place.**
5) **There was no cause why I should study to set forth the matter with eloquence.**
6) **This is also the cause why victuals are so dear.**
7) **This is not the only cause why men steal.**
8) **His vices are the cause why his people held him in contempt.**

9) That is why he is arrogant.

10) I do not see the reason why so much fuss should be made about such a trifle.

11) Young men, of course, may and ought to have opinions on many subjects, but there is no reason why they should print them.

Exercise B.

1) ഈ കൊല്ലം വൎഷം ഇത്ര കുറയുവാനുള്ള കാരണം എനിക്കു മനസ്സിലാവുന്നില്ല.

2) തെരുവീഥിയിൽ ഇത്ര ശബ്ദമുള്ളതിന്റെ കാരണം ഞാൻ പറഞ്ഞുതരാം.

3) അൎത്ഥം മനസ്സിലാവാതെ പഠിക്കുന്ന സ്വഭാവമാണ് ഇത്ര അധികം കുട്ടികൾ പരീക്ഷയിൽ തോല്ക്കുന്നതിന്റെ കാരണം.

4) അവന്റെ ദീനം ഇന്നേക്കു ഇത്ര വൎദ്ധിച്ചതു എന്തുകൊണ്ടാണെന്നു മനസ്സിലാവുന്നില്ല.

5) രക്തവൎണ്ണത്തിലുള്ള പുഷ്പങ്ങൾ നിൎഗ്ഗന്ധമായിത്തീരാനുള്ള സംഗതി എന്തെന്നു അറിഞ്ഞില്ല.

6) പ്രതിക്കാരൻ ഇതുവരെ ഹാജരാവാതെ ഇരുന്നതു അവനു നടപ്പാൻ കഴിയാത്തതു കൊണ്ടാണ്.

7) ചൂടുകുപ്പായം എപ്പോഴും ധരിക്കേണമെന്നു പറയുന്നതിന്റെ കാരണം ഇതാണ്.

8) അതിലാളനത്താൽ കുട്ടികൾ വഷളായി പോകുന്നതു ഇങ്ങിനെയാണ്.

9) സൂൎയ്യരശ്മി സസ്യാദികൾക്കു അത്യാവശ്യമെന്നു പറവാൻ സംഗതി ഇതാണ്.

Note 1. The suffix കൊണ്ടു is very commonly used to designate causation in Malayalam, and hence for 'the reason why', or 'the cause why' we may simply use കൊണ്ടു in Malayalam. പറയുന്നതു, പറഞ്ഞതു and പറവാനുള്ള are also idiomatic equivalents of the same. Elegance and variety may be secured by such substitutions.

2. The past tense may be changed into the future in Malayalam, and the adjective termination ഉള്ള added to it; as, 'The reason why he was hanged' അവനെ തൂക്കിക്കൊല്ലുവാനുള്ള കാരണം. 'This is the reason why there are no poisonous snakes in England' ഇംഗ്ലണ്ടിൽ വിഷമുള്ള പാമ്പുകൾ ഇല്ലാതിരിപ്പാനുള്ള സംഗതി ഇതാണ്.

3. The student should take care to distinguish the adjective-clause from the noun-clause introduced by 'why'.

Chapter VI.

The Noun-clause.

The noun-clause, as its name implies, serves the functions of a noun. It is either the subject or object of a sentence.

Rule 22. In translating noun-clauses, the same place should be assigned to them in the order of words as would fall to the noun they replace, *i. e.* a noun-clause as subject should be taken in the order that the *subject* would be taken, and an object noun-clause should occupy the usual place of the *object*.

Note 1. In Malayalam എന്നു is the sign of a noun-clause. 'He told me that Râman would come'. The order in which this is to be translated is (1) subject, (2) object, (3) predicate, and the adjuncts coming before each. (1) He (2) that Râman would come (3) me told അവൻ, രാമൻ വരുമെന്നു, എന്നോടു പറഞ്ഞു.

2. For the sake of clearness, sometimes, the subject will have to be removed nearer the predicate when there is a long gap between the two, as in the above instance; the more elegant form of the translation would be രാമൻ വരുമെന്നു അവൻ എന്നോടു പറഞ്ഞു, but the first is by no means objectionable.

The most common introductory word of a noun-clause is 'that' which, contrary to the Malayalam usage, may be omitted before the object noun-clause. All relative pronouns may likewise introduce noun-clauses, and the test for distinguishing them from similar adjective-clauses lies in their respective functions—a noun clause stands as the subject or object of a sentence, while an adjective-clause qualifies a noun or its equivalent.

Model. 'That thou wast weak is thy excuse' നിണക്കു ക്ഷീണമായിരുന്നു എന്നാണ് നിന്റെ സമാധാനം.

i. *Noun-clause as Subject.*

27. Exercise A.

1) That materials for such a collection existed, cannot be doubted.
2) That some flowers are more beautiful than the rest, cannot be disputed.
3) That the sacerdotal government should encroach on the functions of the civil magistrate, would in our times be a great evil.
4) That he is careful is well known.
5) That the king should be deposed was considered necessary by the unanimous verdict of the people.
6) Where Attila was buried, cannot be determined with any degree of certainty at present.
7) What he spoke was not like madness.
8) How extensive the Danish occupation was, is best seen in the local names and divisions.
9) When he will arrive is not yet known.
10) Where that good shoemaker got his notion of reading from, remained a mystery even to his most intimate friends.
11) What a young man should aim at, is to acquire a habit of binding things together according to their bonds of natural affinity.
12) That wonder should be abundant in the opening scenes of life, is in the healthy course of nature.
13) What we said of the word *self-interest* applies to all synonyms and circumlocutions which are employed to convey the same idea.
14) When and how the death of Herodotus took place, is uncertain.

Note. എന്നാൽ, എന്നു etc. may sometimes be used as symbolical of the noun-clause used as the subject of a sentence.

Exercise B.

1) നീ ചെയ്യേണ്ടതു ഒരല്പം, അതിന്റെ ലഭ്യമാകുന്നതു വലുതായ കാൎയ്യം.
2) ദയ കൂടാതെ ജീവനാശം ചെയ്തുകൊണ്ടു സഞ്ചരിക്കുന്ന രാക്ഷസിയാണ് ഞാൻ എന്നു ഇപ്പോൾ തീൎച്ചയായി.
3) അവൾ എവിടെ ജനിച്ചു എന്നു സംശയത്തിൽ ഇരിക്കുന്നു.
4) ജ്ഞാനിയായ അങ്ങുന്നു അസത്യം പറവാൻ എന്നെ ഉപദേശിക്കുന്നതു ആശ്ചൎയ്യം.
5) ആ പെട്ടകം അവിടെ ആർ കുഴിച്ചിട്ടു എന്നും എത്ര കാലമായി എന്നും ഇപ്പോൾ തീൎച്ചയാക്കുവാൻ പ്രയാസം.

6) ഇന്ദ്രനോടൊന്നിച്ചിരിപ്പാൻ മനസ്സില്ല തന്വംഗിമാൎക്കെന്നു ചൊന്നാലിരിക്കുമോ?
7) ഈശ്വരനില്ലെന്നു പറയുന്ന നിരീശ്വരമതക്കാർ മലയാളത്തിൽ ഇല്ലെന്നു തന്നേ പറയാം.
8) നമ്മുടെ കൂട്ടരിൽ ഇംഗ്ലീഷ് പഠിച്ചു വലിയ പരീക്ഷകൾ ജയിച്ചിരിക്കുന്ന [illegible] ചിലർ നിരീശ്വരമതക്കാരിൽ ചേൎന്നിരിക്കുന്നതുകൊണ്ടു ഞങ്ങൾ അത്യന്തം വ്യസനിക്കുന്നു.
9) ദൈവത്തിന്നു പ്രത്യക്ഷദൎശനമില്ലെന്നു തന്നെ ഒരു സമയം സമ്മതിക്കാം.
10) ഇംഗ്ലീഷ് നോവൽ മാതിരിക്കനുസരിച്ചു മലയാളത്തിൽ ഒന്നാമതായി ഉണ്ടായതു എന്നുള്ള അഭിമാനം കുന്ദലതക്കാണെന്നു സംശയമില്ല.
11) സൂക്ഷ്മത്തിൽ വല്ല അൎത്ഥവും ഈ ശ്ലോകത്തിന്നുണ്ടോ എന്നു സംശയമാണ്.
12) കാളിദാസൻ ഭാരതഖണ്ഡത്തിൽ എവിടെ ജനിച്ചു എന്നും, എപ്പൊഴെന്നും, എന്തെല്ലാം കൃതികൾ രചിച്ചു എന്നും ഇവിടെ വിസ്തരിപ്പാൻ ആവശ്യമില്ല.
13) അന്യായക്കാരൻ വാദിക്കുംപ്രകാരം രാമൻ എന്ന ഒരു കാരണവൻ ഈ തറവാട്ടിൽ ജനിച്ചു എന്നു തന്നെ തെളിയിച്ചിട്ടില്ല.
14) ഒരു വിദ്വാനാകുന്നതു എന്തുകൊണ്ടെന്നും അവനെ പരന്മാരിൽനിന്നു വ്യത്യാസപ്പെടുത്തുന്നതു എന്തു കൊണ്ടെന്നും ഇതിൽനിന്നു കാണാവുന്നതാകുന്നു.
15) ഇപ്രകാരമുള്ള നവീനപരിഷ്കാരങ്ങളെ കുറിച്ചു ചിരിക്കുകയോ കരയുകയോ വേണ്ടതെന്നറിഞ്ഞില്ല.

ii. *Noun-clause as Object.*

28. Exercise A.

1) They demanded that the obnoxious chief should be dismissed.
2) Faction itself could not deny that Addison had been strictly faithful to his early opinions.
3) He executed what you ordered him to do.
4) What he wants in knowledge he supplies by self-confidence.
5) We can prove that the earth is round.
6) I expect that he will arrive to-morrow.
7) State when and where you were born.
8) I have shown in what state our constitution stood at the time of the Norman conquest.
9) What the corrupt man sees he admires, what he admires he imitates.
10) You would think that those men had an astonishing talent for seeing things that had already passed away.

11) I am told that the old masters of art had to do these shameful things for bread.

12) At this point, I can imagine that some young man may be inclined to ask me, whether I should advise him to enter upon a formal study of logic or metaphysics.

13) You must know that from my earliest infancy I found always a strong inclination for books and letters.

14) Chamier declared that it was a hard exercise of faith to believe that so foolish a chatterer had written "The Traveller".

15) We are next to inquire what religion shall be taught.

Exercise B.

1) അവനെ വഴക്കിയത് എന്താണെന്നു എനിക്കു മനസ്സിലാവുന്നില്ല.

2) സക്കാർഇഞ്ചിനിയർസായ്പവർകൾക്കു ഈ ജൂലായി ൧-ാംനു മുതൽ ൧ മാസത്തേക്കു രണ്ടു വലിയ ആനകളും മൂന്നു ചെറിയ ആനകളും ആവശ്യമുണ്ടെന്നു ആയാൾ നമുക്കെഴുതിയിരിക്കുന്നു.

3) ഈ മാപ്പിളമാർ വന്നു പറയുന്നതൊന്നും വിശ്വസിക്കരുതെന്നു കപ്പിത്താൻ താമൂതിരിയെ ഉണൎത്തിച്ചു.

4) പ്രതിവാദി, എണ്ണൂറു വരാഹൻ അടങ്ങിയ ഒരു സഞ്ചിയാണ് തന്നോടു വീണു പോയതെന്നു പറയുന്നു.

5) ആരു നീ വരാംഗനേ ഘോരമാം വനാന്തരേ
ധീരയായി നടക്കുന്നു ചൊല്ലു നീ സുലോചനേ!

6) ആരു നീ മനോഹരേ ദൂരസഞ്ചാരത്തിനു
കാരണമെന്തു ബാലേ ആരുടെ തനൂജ നീ
യാതൊരു രാജ്യത്തിൻെറ സാരമാം അലങ്കാരം സാദരം പറക നീ.

7) ബുദ്ധിമാനൊരു മുയൽ പണ്ടൊരു സിംഹത്തിനെ
സിദ്ധിപൂകിച്ചാനതും അഗ്രജൻ കേട്ടിട്ടില്ലേ.

8) എന്തു ഖേദിച്ചു വസിപ്പാനവകാശമെന്നു ചോദിച്ചു ദ്വിജേന്ദ്രൻ മഹാമുനി.

9) നിന്നുടെ ഭൎത്താവു ദേഹമോ ജീവനോ
ധന്യേ പരമാത്മമെന്നോടു ചൊല്ലേ നീ.

10) പ്രത്യക്കാരൻ ദീനത്തിൽ കിടക്കുന്നു എന്നും നടപ്പാൻ പാടില്ലെന്നും അവൻെറ അനുജൻ ബോധിപ്പിച്ചിരിക്കുന്നു.

11) ശ്രീകൃഷ്ണൻ എവിടേ ജനിച്ചു എന്നും, ജനിപ്പാൻ കാരണമെന്തെന്നും, എങ്ങിനെ ശത്രുക്കളെ ജയിച്ചു എന്നും ഹിന്തുക്കളൊക്കെ അറിയുന്നു.

12) യുദ്ധത്തിനു കാരണമെന്തെന്നും ആർ ജയിച്ചു എന്നും എനിക്കറിവാൻ ആഗ്രഹമുണ്ടു.

13) കടലാസ്സ് എങ്ങിനെ ഉണ്ടാക്കുന്നു എന്നും അതിനെക്കൊണ്ടുള്ള ഉപയോഗം എന്തെന്നും നിങ്ങൾ വേണ്ടുംവണ്ണം അറിഞ്ഞിരിക്കുന്നു എന്നു ഞാൻ വിചാരിക്കുന്നു.

14) വൃക്ഷങ്ങൾക്കു പത്രങ്ങൾ എന്താവശ്യത്തിന്നാണെന്നു ഞാൻ മുമ്പെ പറഞ്ഞുവല്ലൊ.

Note. A noun-clause chiefly stands as the subject or object of a sentence; but it may sometimes be found in some other position of the noun as well; as, 'He was conscious that he had many difficulties'. The translation of such forms demands no special consideration.

iii. *General exercises in Adjective and Noun-clauses.*

29. Exercise A.

1) The most valuable notes are those in which he (Dr. Johnson) had an opportunity of showing how attentively he had during many years observed human life and human nature.
2) The influence exercised by his conversation directly upon those with whom he lived, and indirectly on the whole literary world, was altogether without a parallel.
3) I believe with Plato that a lie is a thing hateful both to gods and men.
4) An idle man is like a house-keeper who keeps the door open for any burglar.
5) Men are often clever enough, but they do not know what to do with their cleverness.
6) What a pious tradition has taught us to do daily before our principal meals as a comely ceremony, let us learn to do before every serious act of our life, not as a cold form, but as a fervent reality.
7) Kant has said that the business of philosophy is to answer three questions: — what can I know, what ought I to do, and for what may I hope?
8) Upon what sort of evidence can we be justified in concluding that a given event is the effect of a particular volition of the deity or of the interposition of some invisible agent?
9) This Venice, which was a haughty, invincible, magnificent republic for nearly fourteen hundred years, whose armies compelled the world's applause whenever and wherever they battled, whose navies well nigh held domain of the seas, and whose merchant fleets whitened

the remotest oceans with their sails and loaded their piers with the products of every clime, is fallen a prey to poverty, neglect and melancholy decay.

Note. Split the adjective-clauses into co-ordinate clauses.

10) There are a good many things about this Italy, which I do not understand; and more especially I cannot understand how a bankrupt government can have such palatial railroad depots and such marvels of turnpikes.

11) What is it that confers the noblest delight? What is it that which swells a man's heart with pride above that which any other experience can bring him? Discovery.

Note. Use യാതൊന്നു etc.

12) Men did not entertain certain desires and aversions, because they believed in a moral sense, but they gave the name of moral sense to a feeling which they found in their minds however it came there.

13) A man who having a bad temper, keeps it in subjection, and constrains himself to behave habitually with justice and humanity towards those who are in his power, seems to us worthy of the highest admiration; on the other hand, a man, who, having been blessed by nature with a bland disposition, gradually brings himself to inflict misery on his fellow-creatures, with indifference, with satisfaction, and at length with a hideous rapture, deserves to be regarded as a portent of wickedness.

14) They had not been long in this situation when news came that the Jacobins of Paris had made a last attempt to regain ascendency in the state, that the hall of the Convention had been forced by a furious crowd, that one of the deputies had been murdered and his head fixed on a pike, that the life of the President had been for a time in imminent danger, and that some members of the legislature had not been ashamed to join the rioters.

15) We might almost reconstruct our history so far as it turns upon the Norman conquest by an analysis of our present language, a mustering of its words in groups, and a close observation of the nature and character of those which the two races have severally contributed to it.

16) The ancient guttural is heard now only in those portions of the old Anglican provinces which are in the southern counties of Scotland and the northern counties of England.

17) I propose here, after enquiring briefly into the general question of the determination of the sun's distance, to describe the opportunities which will be afforded during the transit of 1874, and to discuss the preparations which are being made by this country to take her part in the work of observation.

18) That the study of mathematics and their application to astronomy, are full of interest, will be allowed by all who have devoted their time and attention to those pursuits; and they only can estimate the delights of arriving at truth, whether it be the discovery of a world or of a new property of numbers.

19)   The boast of heraldry, the pomp of power,
      And all that beauty, all that wealth e'er gave,
      Await alike the inevitable hour;
      The path of glory leads but to the grave.

20) These poor animals just look and tremble and give forth the very indications of suffering that we do. There is the distinct cry of pain. There is the unequivocal physiognomy of distress. They put on the same aspect of terror on the demonstration of a menaced blow. They exhibit the same distortions of agony after the infliction of it. The bruise or the burn, or the fracture or superior strength just affects them similarly to ourselves. Their blood circulates as ours. They have pulsations in different parts of the body like ours. They sicken, and they grow feeble with age, and finally they die just as we do. They possess the same feelings and the same instincts with our own species. The lioness robbed of her whelps causes the wilderness to cry aloud with the proclamation of her wrongs, or the bird whose little household had been stolen, fills and saddens all the grove with melodies of deepest pathos.

21) The English is in truth, of all the languages of its kindred, the one which most remarkably illustrates the mode of linguistic change consisting in the loss of formal grammatical distinction by synthetic means. There is no other known tongue which, from having been so rich in them, has been so poor; none which has so nearly stripped its root-syllables of the apparatus of suffixes with which they were formerly clothed and left them monosyllables.

22) This change is to be attributed partly no doubt to the discovery of printing, a discovery which has not only diffused knowledge widely, but as we have already observed, has also introduced into reasoning,

a precision unknown in those ancient communities, in which information was for the most part conveyed orally.

23) We find that a polished society, a society in which a most intricate and elaborate system of jurisprudence was established, in which the arts of luxury were well understood, in which the works of great ancient writers were preserved and studied, existed for nearly a thousand years, without making one great discovery in science or producing one book which is read by any but curious enquirers.

24) We never met with a book which so strongly indicated that the writer was in good humour with everybody else, which contained so much of that kind of reproach which is vulgarly said to be no slander, and of that kind of praise which is vulgarly said to be no commendation.

25) The regent was in many respects the facsimile of our Charles the Second. Like Charles he was a good-natured man utterly destitute of sensibility. Like Charles he had good natural talents which a deplorable indolence rendered useless to the state. Like Charles he thought all men corrupted and interested and yet did not dislike them for being so.

26) No man who wishes to keep well within the limits of that which he has a right to assert, will affirm that it is impossible that the sun and moon should ever have been made to appear to stand still in the valley of Ajalon, or that the walls of a city should have fallen down at a trumpet blast or that water was turned into wine, because such events are contrary to uniform experience and violate laws of nature.

Note. For the sake of perspicuity bring the subject '*man*' and its adjuncts near the predicate '*affirm*' and begin the translation with the noun-clause 'that the sun and moon etc.'

27) A strange effect of narrow principles and short views! that a prince possessed of every quality which procures veneration, love, and esteem, of great parts and profound learning, endowed with admirable talents for government and almost adored by his subjects, should form a nice unnecessary scruple, whereof in Europe we can have no conception, let slip an opportunity put into his hands that would have made him absolute master of the lives and liberties and the fortunes of his people.

Note. 'Whereof. . . .conception' is a parenthetical clause and may therefore be translated as an independent sentence at the close. For 'whereof' substitute 'of such nice and unnecessary scruples'.

28) In prescribing men's duties, the moralists of all ages have set up an ideal far beyond what can be attained, the supposition being that this is necessary in order to secure the utmost amount of actual performance.

29) The arts of advertising which are carried to such perfection in the present day, exemplify the round of devices for catching the public attention; but they do nothing to teach the modes of graduating the impressiveness of a composition according to the relative importance of several topics.

Note. Arts കൌശലങ്ങൾ; round of devices സൂത്രങ്ങളുടെ ബാഹുല്യത; exemplify ദൃഷ്ടാന്തമായിരിക്കുന്നു.

30) Pursuing the career of Muhamed or of any man who has memorably impressed his own mind or agency upon the revolution of mankind, we feel, solicitude about the circumstances which might surround his cradle to be altogether unreasonable and impertinent.

Note. Change the participial phrase into a clause.

31) To love him, to seek union with him in the closest manner possible, is to return to our proper original—to seek him from whom all our powers are derived, and by whom alone they can be sustained in time, and must be consummated and completed in eternity.

Note. To seek union ഐക്യതയെ കാംക്ഷിക്ക; to return to our proper original നമ്മുടെ സാക്ഷാൽ ആദികാരണത്തിൽ ലയിക്ക; and for the *dash* we may understand എന്നു വെച്ചാൽ or എന്നു പറഞ്ഞാൽ and add at tho end of the sentence എന്നു സാരം or എന്നർത്ഥം.

32) To be the source of happiness is the highest prerogative, the greatest pre-eminence, that one being can possess over another; it is in fact to be his god.

Note. 'It is in fact' understand എന്നു തന്നെയല്ല before this sentence.

33) Esmond came to the spot on one sunny evening of spring, and saw amidst a thousand black crosses, casting their shadows across the grassy mounds that particular one that marked his mother's resting place.

34) All thoughts, all passions, all delights,
Whatever stirs this mortal frame,
All are but ministers of love
And feed his sacred flame.

Note. For 'all' in line 3, say ഇവയെല്ലാം.

35) The fair understanding between Sir Roger and his chaplain, and their mutual concurrence in doing good, is the more remarkable, because the very next village is famous for the difference and contentions that rise between the parson and the squire, who live in a perpetual state of war.

Note. Take 'because etc.' first and then 'the fair understanding'. The more remarkable അത്രയും അധികം വിശേഷവിധിയായിട്ടുള്ളതു.

36) The squire has made all his tenants atheists and tithe-stealers; while the parson instructs them every Sunday, in the dignity of his order and insinuates to them, in almost every sermon, that he is a better man than his patron.

Note. This is a compound sentence. 'While' അതുകൊണ്ടു. 'In the dignity of his order' തന്റെ പദത്തിൻ സ്വതഃസിദ്ധമായ ഗൌരവത്തോടെ.

37) There are two sorts of good company; the one consists of persons of birth, rank, and fashion; the other, of those who are distinguished by some peculiar merit in any liberal art or science; and a mixture of these is what we would have understood by good company.

38) I once heard a political discourse by a noted personage, which consisted of the assertion, in various forms and with various illustrations, of the proposition that all the miseries of this country arise from its monarchico-aristocratic government, and that they could all be cured, as by the stroke of a magician's wand, by the introduction of a perfectly democratic government.

Note. Change 'which consisted' into 'and this consisted'.

39) The experiments selected to illustrate the subject fixed upon are striking and convincing and such as can be performed with facility and economy.

40) The author has the pleasing task of expressing his gratitude for the favourable reception accorded to nine preceding editions which he has endeavoured to render worthy of continued patronage; he indulges in the hope, that it will still be found entitled to rank with books of practical utility.

Note. 'Has the pleasing task of expressing' = Expresses his gratitude with pleasure. 'Indulges in the hope' ആശിച്ചു കൊള്ളുന്നു. 'Practical utility' കാൎയ്യമായി ഉപയോഗമുള്ള or simply പ്രയോജനമുള്ള.

41) They immortalize the memory of the man, who was during forty years, the constant protector of all oppressed races and persecuted sects, of the man whom neither the prejudices nor the interests belonging to his station could seduce from the path of right, of the noble who in every great crisis cast in his lot with the commons, of the planter who made manful war on the slave trade, of the land-owner whose whole heart was in the struggle against the corn-law.

42) One Inspector states that, in his district, paraphrasing is partly a verbatim copy of the originals and partly a mass of absurdities; another, that the attempts at paraphrasing are almost impossible to pass; a third, that very few of the candidates have a clear idea of what is meant by paraphrase.

43) ....Heaven's ebon vault
Studded with stars unutterably bright,
Thro' which the moon's unclouded grandeur rolls,
Seems like a canopy which love has spread
To curtain her sleeping world.

44) I do not know what I may appear to the world, but to myself I seem to have been only like a boy playing on the sea-shore and diverting myself in now and then finding a smoother pebble or a prettier shell than ordinary, whilst the great ocean of truth lay all undiscovered before me.

45) I have often wished that I had clear,
For life six-hundred pounds a year,
A handsome house to lodge a friend,
A river at my garden's end.

46) .....Thyself last; cherish thou hearts that hold thee,
Corruption wins not more than honesty.
Still in thy right hand carry gentle peace
To silence envious tongues; be just and fear not.
Let all the lands thou aim'st at be thy country,
Thy God's and truth's.

47) For nought so wide that on the earth doth live,
But to the earth some special good doth give;
Nor aught so good, but strained from that fair use
Revolts from true birth stumbling on abuse;
Virtue itself turns vice being misapplied,
And vice sometimes by action dignified.

48) Little did I dream that I should have lived to see such disasters fallen upon the queen in a nation of gallant men, in a nation of men of honour and of cavaliers; I thought ten thousand swords must have leaped from their scabbards to avenge even a look that threatened her with insult.

49) Ye who listen with credulity to the whispers of fancy and pursue with eagerness the phantoms of hope, who expect that age will perform the promises of youth, and that the deficiencies of the present day will be supplied by the morrow, attend to the history of Rasselas, prince of Abyssinia.

50) Being beaten in a conflict, being checked in anything we have undertaken, committing some error in a public display, blunders, inaccuracies, and awkwardness of speech, being put about by trifles, making great exertions for small results, being chaffed and jeered at, being slightly intoxicated, being defied by our inferiors—these and such like expose us to the laughter of bystanders, the infliction not being severe enough to rouse either their sympathy or some of the strong emotions, as anger and fear.

Exercise B.

1) ഞാൻ അയച്ച മൃഗങ്ങളെ എല്ലാം നീ സംഹരിച്ചു, അത്രമാത്രമല്ല ഒടുവിൽ അയച്ച പന്നിയെയും വധിച്ചു.

Note. അത്രമാത്രമല്ല and even.

2) പുഷ്പിച്ച ലതാദ്രുമങ്ങൾ ചുററുമുള്ള ആ തടാകത്തിന്നരികെ രോഷത്തോടെ വരുന്ന താപസനെ ഹരിശ്ചന്ദ്രൻകണ്ടു എന്തു ചെയ്യുമോ എന്നു ശങ്കിച്ചു ചെന്നെതിരേററു.

Note. Harischandra was alarmod..........and hastened to welcome.

3) ഞാൻ ഇന്നലെ കഷ്ടമായ ഒരു സ്വപ്നം കണ്ടു, അതിനെ കേട്ടു അതിന്റെ ഭവിഷ്യൽഫലത്തെയും നിവൃത്തിയെയും സാവധാനമായി ആലോചിച്ചു ചൊല്ലുവിൻ.

4) ഹരിശ്ചന്ദ്രമഹാരാജാവു പ്രയോഗിച്ച ബാണമേററു രക്തം ഒഴുകി ഉടൽ നടുങ്ങിക്കൊണ്ടു പന്നി വിശ്വാമിത്രനിരിക്കും തപോവനത്തിൽ വീണു താൻ ചെയ്തതും അനുഭവിച്ചതും എല്ലാം മുനിയെ അറിയിച്ചു.

Note. ഹരിശ്ചന്ദ്രമഹാരാജാവു പ്രയോഗിച്ച. Use the possessive instead of the adjective-clause. വീണു......അറിയിച്ചു fell down and related what ho etc. etc.

5) സൂര്യകുലജാതന്മാർ കൊടുക്കത്തക്കവയല്ലാതെ കൊടുപ്പാൻ പാടില്ലാത്തവ കൊടുക്കയില്ല.

Note. ....and not what etc.

6) രാജ്യവിശേഷങ്ങൾ ഓരോന്നു നോക്കിക്കണ്ടു, സമൃദ്ധിയായി രമണീയമായുള്ള കാശിപട്ടണത്തിൻ ദ്വാരപ്രദേശത്തു രാജാവു ചെന്നുനിന്നു. അവിടെ വേദാദ്ധ്യയനശാലകൾ അനേകം, ശാസ്ത്രപാഠശാലകൾ അസംഖ്യം, ധനധാന്യാദിസമൃദ്ധമായ തെരുക്കൾ അനേകം.

Note. രാജ്യവി......കൊണ്ടു admiring the various scenes. പട്ടണത്തിൻ....ചെന്നുനിന്നു stood at the gates of the city. അവിടെ......in which were etc. etc.

7) ചന്ദ്രമതി ദഹിച്ചു ശേഷിച്ചു കിടക്കുന്ന വിറകുകൾ എടുത്തു കൂട്ടി ശവത്തെ എടുത്തു വിറകിന്മേൽ വെച്ചു തീവെക്കുമ്പോൾ പ്രകാശത്താൽ ഹരിശ്ചന്ദ്രൻ കണ്ടു തന്റെ കുമാരനെയാണ് ദഹിപ്പിക്കുന്നതെന്നറിയാതെ ഈ രാത്രിയിൽ ശവദാഹം ചെയ്യുന്നതു ആരെന്നറിവാൻ വേണ്ടി വേഗത്തിൽ ഓടിവന്നു.

Note. വിറകുകൾ എടുത്തു കൂട്ടി collected into a heap upon which. തീ വെക്കുമ്പോൾ.....lighted it when by the glare etc.

8) ചന്ദ്രമതി പിതൃവനം കടന്നു ഇനിയും എന്താപത്തുകൾ അനുഭവിക്കുമോ എന്നു ഭയപ്പെട്ടുകൊണ്ടു ഓടി ബ്രാഹ്മണന്റെ ഊരിൽ ചെന്നു ചേരും മുമ്പെ, കാശിരാജാവിന്റെ പുത്രനെ രാത്രിയിൽ ചോരന്മാർ എടുത്തു ദൂരെ ഒരു വീഥിയിൽ കൊണ്ടുപോയി അവനെ കൊല ചെയ്തു ആഭരണങ്ങൾ എല്ലാം എടുത്തുകൊണ്ടുപോയിട്ടുണ്ടായിരുന്നു.

Note. ചന്ദ്രമതി.......ഓടി Chandramati crossed the cemetery aud hastened ou, filled with a vague apprehension as to what further calamities were in store for her.

9) പ്രഭാതത്തിന്നു മുമ്പെ രാജകിങ്കരന്മാർ കള്ളന്മാരെ അന്വേഷിച്ചു ആ വീഥിയിൽ വന്നിറങ്ങി, മരിച്ചു കിടക്കും പുത്രനെയും ഒന്നും തിരിയാതെ സംഭ്രമിച്ചു നില്ക്കും ചന്ദ്രമതിയെയും കണ്ടു.

Note. അന്വേഷിച്ചു......ഇറങ്ങി came to the street in search of etc. and saw etc.

10) രാഘവനതുകാലം ഏകദാ കൌതുകാലാൽ വേഗമേറീടുന്നൊരു തുരഗരത്നമേറി പ്രാണസമ്മിതനായ ലക്ഷ്മണനോടു ചേൎന്നു ബാണതൂണീരബാണാസനപാണികൾ പൂണ്ടു കാനനദേശേ നടന്നീടിനാൻ നായാട്ടിന്നായി. കാണായ ദുഷ്ടമൃഗസഞ്ചയം കലചെയ്വാൻ ഹരിണഹരികരികരടിഗരികിരിഹരിശാൎദ്ദൂലാദികളമിതവന്യമൃഗം വധിച്ചു കൊണ്ടുവന്നു ജനകൻ കാല്ക്കൽ വെച്ചു വിധിച്ചവണ്ണം നമസ്കരിച്ചു വണങ്ങിനാൻ.

Note. അതുകാലം in one of these days. കൌതുകാലാൽ....... പൂണ്ടു, may be translated as past participles and put at the beginning of the sentence, the subject രാഘവൻ will thus be brought near the predicate. കാനനദേശേ നടന്നീടിനാൻ roamed through the forest. വധിച്ചു കൊണ്ടുവന്നു bagged many .... കാല്ക്കൽ വെച്ചു etc. and placed the trophies at the feet of etc.

11) ഏറക്കാലം കഴിയുംമുമ്പെ സിംഹം ഇര തെണ്ടികാട്ടിൽ കൂടി സഞ്ചരിക്കുമ്പോൾ വേടർ വെച്ച വലയിൽ കുടുങ്ങുവാൻ സംഗതിയായി. അതിൽനിന്നു വിട്ടുപോരുവാൻ കഴിയായ്കകൊണ്ടും ഏററവും ഭയങ്കരനാദത്തോടെ ഉച്ചത്തിൽ അലറിക്കൊണ്ടിരുന്നു.

Note. ഏറക്കാലം.......മുമ്പെ before long; സഞ്ചരിക്കുമ്പോൾ roaming; അതിൽനിന്നു whence; വിട്ടുപോരുവാൻ കഴിയായ്കകൊണ്ടു finding it impossible to escape.

12) വാദിക്കുന്ന പറമ്പിൽ മേയി ൪൮-ാം നം ഞാൻ ചെന്നു നോക്കുകയും അന്വേഷിക്കുകയും, ൩ മുതൽ ൧൦ വരെ സാക്ഷികളെ താലൂക്കിൽ ഹാജരാക്കാനായി കല്പിക്കുകയും ചെയ്തു മടങ്ങിപ്പോരികയും ആ സാക്ഷികളെ മേയി ൨൭-ാം നം ഹാജരാക്കി അവരെ വിസ്തരിക്കുകയും അന്യായക്കാരൻ കാണിച്ച ആധാരങ്ങളുടെ പകൎപ്പു വാങ്ങി വിസ്താരത്തിൽ ചേൎക്കുകയും ചെയ്തു.

Note. വാദിക്കുന്ന use the prepositional phrase 'in dispute' for the ശബ്ദന്യൂനം; from ൩ മുതൽ to കല്പിക്കുകയും ചെയ്തു should be translated as a nominative absolute after മടങ്ങിപ്പോന്നു; as, 'I returned, the witnesses 3 to 10 having been ordered' ആ സാക്ഷികൾ, where these witnesses were etc........ അവരെ വിസ്തരിക്കുകയും.... Passive voice, 'were examined'. കാണിച്ച produced; വിസ്താരത്തിൽ ചേൎത്തു filed.

13) അന്ന്യായക്കാരനുള്ള ആലത്തറപറമ്പിൽ പ്രതിക്കാർ കടന്നു ബലമായി തൈ വെപ്പാൻ ഭാവിക്കുകയും ആ സംഗതിക്കു ചോദിച്ചപ്പോൾ മാൎച്ച ൧൨-ാംനു- പകൽ പ്രതിക്കാർ വാക്കേററം പറകയും കലശൽ ഭാവിക്കുകയും ചെയ്തു എന്നു അന്ന്യായം.

Note. The complainant states etc.

14) നാലു ഇന്ദ്രിയങ്ങൾ ആത്മാവില്ലെന്നു സാക്ഷീകരിച്ചിരിക്കെ ശേഷിച്ച ഒരു ഇന്ദ്രിയത്തിൻ സാക്ഷിമാത്രം പ്രമാണിച്ചു ആത്മാവുണ്ടെന്നു വിശ്വസിക്കുന്നതു ബുദ്ധിയോ?

Note. Whereas four senses deny etc. is it wise etc.?

15) ആദിശേഷൻ എന്നൊരു സൎപ്പം ഈ ഭൂമിയെ താങ്ങിനില്ക്കുന്നു എന്നും ഒരു ആമ തൻമുതുകിന്മേൽ ഇതിനെ ചുമന്നു നില്ക്കുന്നു എന്നും ചിലർ പറയുന്നു.

16) ശ്രീമാൻ ദശരഥനാമയോദ്ധ്യാധിപൻ രാമനെന്നുണ്ടവൻതന്നുടെ നന്ദനൻ, ലക്ഷ്മണനാകമനുജനോടും നിജലക്ഷ്മീസമയായ സീതയോടുമവൻ വന്നിരുന്നീടിനാൻ ദണ്ഡകകാനനെ വന്യാശനനായി തപസ്സു ചെയ്തീടുവാൻ.

Note. . . . has a son called **Râma**, who with his brother etc.

17) ദുഷ്ടനായുള്ളൊരു രാവണരാക്ഷസൻ കട്ടുകൊണ്ടോനവൻ തന്നുടെ പത്നിയെ, ലക്ഷ്മണനോടുമവളെ അന്വേഷിച്ചു തൽക്ഷണമൃശ്യമൂകാചലെ വന്നിതു, മിത്രാത്മജനെയും തത്ര കണ്ടീടിനാൻ.

Note. അവളെ അന്വേഷിച്ചു in search of whom; തത്ര കണ്ടീടിനാൻ where he fell in with.

18) സുഗ്രീവവാക്യമിത്ഥം കേട്ടു രാഘവൻ സുഗ്രീവനെ പിടിച്ചാലിംഗനം ചെയ്തു സന്തോഷപൂൎണ്ണാശ്രുനേത്രാംബുജത്തോടുമന്തൎഗ്ഗതമരുൾചെയ്തിതു; സാദരം മൽകാൎയ്യഗൌരവം നിങ്കലും നിൎണ്ണയം ഉൾക്കാമ്പിലോൎത്തു കൎത്തവ്യം കരുക നീ, ജാനകീമാൎഗ്ഗണാൎത്ഥം നിയോഗിക്ക നീ വാനരവീരരെ നാനാദിശി സഖേ!

Note. മൽകാൎയ്യഗൌരവം. . . . . . നിൎണ്ണയം the success of the undertaking is entirely in your hands.

19) തദന്തു ച മധുരാപുരേ വിളങ്ങും മുദിതമഹാമതിയായ ശൂരപുത്രൻ പ്രണയിനി ദേവകിയെ സുഖേന വേട്ടാൻ.

Note. തദന്തു ച in the meanwhile.

20) തദനന്തരമത്ര ഗോഷ്ഠദേശേ പദമെന്നുള്ളതു സൌഖ്യമല്ല മേലിൽ അശുഭങ്ങളനേകമുണ്ടു കാണ്മാൻ ഇതി ചിന്തിച്ചു തുടങ്ങി നന്ദഗോപൻ.

21) തദനു വിപിനവഹ്നിക്ലേശനാശേ വിവസ്വാൻ
ഉദയഗിരികരേറി പ്രൌഢമാവിർഭവിച്ചു.
മുദിതമതി മുകുന്ദൻ നന്ദവൃന്ദേന സാകം
സദനമനുഗമിച്ചാനുത്തമം തത്ര രേമേ.

Note. തദനു........വിനാശെ all anxiety on the score of the wild fire being at an end.

22) മുമ്പു ഞാൻ പറഞ്ഞ സ്ഥലത്തിൽ കൂടി പുഴയിലേക്കു ഇറങ്ങുന്നവിടേക്കു ഏകദേശം രണ്ടു വെടിപ്പാടുണ്ടെന്നു എനിക്കു തോന്നുന്നു.

23) ഉദയമംഗലം കോവിലകം വക കാവുന്താഴ എന്നും ചെറിയ നെല്ലിക്ക എന്നും നെല്ലിക്കമൂലയെന്നും പേരുകളായ മൂന്നു നിലങ്ങളിൽ നാട്ടിപ്പണിക്കായി കാലിപൂട്ടുമ്പോൾ ൧൦൮൨ ആമതു ഇടവമാസം ൧൯-ാംനു-ക്കു ൧൮൨൭ ആമതു മെയിമാസം ൩൧-ാംനു- പകൽ പ്രതികൾ വന്നു ഏൎക്കാലി കൊത്തി അറുക്കുകയും, പിടിച്ചു തള്ളി അടിക്കുകയും പണി വിരോധിക്കുകയും ചെയ്തു എന്നു ൩൯൯ ൩൫-ാംനു- അന്യായം.

Note. നാട്ടിപ്പണി transplanting. ഏൎക്കാലി കൊത്തി അറുത്തു cut off the team. അടിച്ചു assaulted.

24) യൌവനാരംഭം തുടങ്ങി കുമാരിക്കു
ദൈവമെന്തോന്നുവാൻ ഭാവിച്ചിരിക്കുന്നു.
വീൎയ്യവും ശൌൎയ്യവും കാൎയ്യബോധങ്ങളും
ധൈൎയ്യവും നല്ലോരു രൂപസൌന്ദൎയ്യവും
ജാതിപ്രകൎഷവും സമ്പൽസമൃദ്ധിയും
ജ്ഞാതിസന്മാൎഗ്ഗവും കീൎത്തിസംശുദ്ധിയും
എല്ലാ ഗുണങ്ങളുമുള്ളവൻ പുത്രിക്കു
വല്ലഭനായി ഭവിക്കേണമിന്നഹോ.

Note. ദൈവ........ഭാവിച്ചിരിക്കുന്നു what may be the will of Providence.

25) അധികാരികൾ പറഞ്ഞേടത്തോളമുള്ള സമാധാനങ്ങൾ വിശ്വാസയോഗ്യമല്ലെന്നും, അവൎക്കു അല്പമായ പിഴ കല്പിച്ചു ഉപേക്ഷകൾ നിൎത്തൽ ചെയ്യേണ്ടതു ആവശ്യമെന്നും ഈ കച്ചേരിക്കുണ്ടായ അഭിപ്രായം ഈ കടലാസ്സുകൾ മേലധികാരത്തിൽ കാണുമ്പോൾ തീൎച്ച വരുമെന്നു കണ്ടിരിക്കുന്നു.

Note. Begin 'The court is of opinion that', or 'It appears to the court that' etc. ഉപേക്ഷകൾ നിൎത്തൽ ചെയ്യേണ്ടതു to put a stop to such negligence.

26) അന്യായക്കാരന്റെ ജന്മം മേലാറ്റൂരംശം എടയാറ്റൂർ ദേശത്തു പൊയിലിൽ തൊടികപ്പറമ്പത്തുനിന്നു ൧൮൯൪-ാമതു മെയിമാസം ൩-ാംനു- ബുധനാഴ്ച രാവിലെ മേപ്പടി പറമ്പിലുള്ള തേക്കിൻകൂട്ടത്തിൽ നിന്നു ഒരു ഉറുപ്പിക വിലകുള്ള ഒരു തേക്കിൻകാൽ പ്രതിക്കാരൻ ബലമായി മുറിപ്പിക്കുകയും വിരോധിച്ചപ്പോൾ വാക്കേററം പറകയും ചെയ്യുപ്രകാരം ദാമോദരൻ നമ്പൂതിരിപ്പാടു അന്യായം ബോധിപ്പിച്ചിരിക്കുന്നു.

Note. ജന്മം freehold; തേക്കിൻകൂട്ടം teak grove; തേക്കിൻ കാൽ a sapling; വാക്കേററം പറക insult; അന്യായം ബോധിപ്പിച്ചിരിക്കുന്നു has lodged a complaint.

27) അന്യായക്കാരന്റെ ദുർബ്ബലതയുടെയും സാധുത്വത്തിന്റെയും ഒന്നാം പ്രതിയുടെ പ്രബലതയുടെയും അതിനാലുള്ള ജനസ്വാധീനത്തിന്റെയും അവസ്ഥകൾ അന്യായക്കാരന്റെ ഭാഗം മേൽപ്രകാരം തെളിവുകൊടുപ്പാൻ കഴിഞ്ഞതു വിചാരിച്ചാൽ അവൻവക്കൽ ഈ കാൎയ്യത്തിലുള്ള സത്യം അവനെ രക്ഷിച്ചു എന്നു കല്പിക്കേണ്ടതും പ്രതി മേല്പ്രകാരം തെളിവുകൊടുത്തതു ഒരാശ്ചൎയ്യമല്ലാത്തതുമാകുന്നു.

Note. Begin 1. 'Taking into consideration the fact that in spite of the insignificance and indigence of the complainant etc. 2. അതിനാലുള്ള ജനസ്വാധീനം the consequent influence. 3. അവൻവക്കൽ on his side. 4, കല്പിക്കേണ്ടതും it has to be recorded that. 5. ആശ്ചൎയ്യമല്ല not surprising.

28) ഞാൻ ഒരുനാൾ ധ്യാനത്തിനായി മലമുകളിൽ കയറിപ്പോയി വിശ്രമത്തോടെ മനുഷ്യന്റെ ആയുസ്സിനെ കുറിച്ചു വിചാരിച്ചു മനുഷ്യർ നിഴൽ പോലെയും ജീവൻ സ്വപ്നംപോലെയും ആകുന്നു എന്നു പറഞ്ഞു എഴുനീററപ്പോൾ എന്റെ മുമ്പിൽ ഇടയരൂപത്തിൽ ഒരുവനെ കണ്ടു.

Note. വിശ്രമത്തോടെ calmly. എഴുനീററപ്പോൾ etc. left my seat. . . . . . . where etc.

29) ഞാൻ ആരെന്നറിയാതെ ഭയപ്പെട്ടു കാല്ക്കൽ വീണപ്പോൾ അവൻ വായ് തുറന്നു എന്റെ ഭയത്തെ നീക്കി. മിത്രജാവേ, നീ തനിയെ പറയുന്നതു ഞാൻ കേട്ടു എന്റെ പിന്നാലെ വാ എന്നു വിളിച്ചു മലയുടെ എല്ലാററിന്നും മേൽതട്ടിൽ കൊണ്ടുപോയി കിഴക്കോട്ടു നോക്കിച്ചു.

Note. 1. I was frightened at the stranger and. . . . . when etc. 2. തനിയെ പറയുന്നതു soliloquy 3. പിന്നാലെ വാ എന്നു വിളിച്ചു beckoned me to follow.

30) തെക്കെ സമുദ്രത്തിൽ ശലോമോൻ ദ്വീപുകൾ എന്നു ചില ദ്വീപുകൾ ഉണ്ടു. ഏറക്കാലം മുമ്പെ ഒരു രാജാവു നീതിന്യായങ്ങളോടെ അവിടെ വാണു തന്റെ പ്രജകൾക്കു ആകുംവണ്ണം സൌഖ്യം വരുന്നതെല്ലാം പ്രവൃത്തിച്ചു.

Note 1. നീതിന്യായങ്ങളോടെ with law and justice. 2. ആകുംവണ്ണം പ്രവൃത്തിച്ചു did all in his power.

31) ഒരു വർത്തകൻ പത്തുവർഷം മുമ്പെ തന്നോടു നൂറുവരാഹൻ കടം വാങ്ങിയ ഒരുത്തന്റെ അടുക്കെ ചെന്നു പണം തിരികെ ചോദിച്ചപ്പോൾ അവർ തമ്മിൽ കലശൽ ഉണ്ടായി കോടതിയിലേക്കുപോയി.

Note. ചോദിച്ചപ്പോൾ demanded etc. . . . . when etc.

32)
നൈഷധൻ തന്റെ കഥാവിശേഷങ്ങളെ
തോഷമുൾക്കൊണ്ടു കേൾക്കുന്ന ജനങ്ങൾക്കു
ഭീഷണമായ കലിയാൽ കലിതമാം
ദോഷമൊന്നും വന്നു നേരിടുന്നില്ലപോൽ.

Note. നേരിടുന്നില്ലപോൽ it is said; they say.

33) ഏററവും തെളിഞ്ഞ ബുദ്ധിയുള്ള മനുഷ്യർ കൂടക്കൂട ഉണ്ടായ ധൂമകേതുക്കളെപ്പോലെ ലോകത്തെ ഭ്രമിപ്പിച്ചു ക്ഷണത്തിൽ കാണാതെ മറഞ്ഞുപോകുന്നെങ്കിലും പതിപ്പിക്കുന്ന അച്ചുകൊണ്ടു ആവക ബുദ്ധിമാന്മാരുടെ മനസ്സിൽനിന്നു ഉദിച്ച അത്ഭുതമായ നിനവുകളെ നാം പിടിച്ചു, അശ്രദ്ധത്താലും വിചാരിക്കാത്ത ഈ ഉപദേശങ്ങളെ മററുള്ളവർക്കു തെളിയിച്ചുകൊണ്ടു അവരുടെ ബുദ്ധിയെ ഉണർത്തി ലോകത്തിന്നു പലപ്രകാരമുള്ള ഉപകാരം ഉണ്ടാക്കുകയും ചെയ്യുന്നു.

Note. 1. ഏററവും തെളിഞ്ഞ ബുദ്ധിയുള്ള മനുഷ്യർ men of genius or brilliant intellects. 2. ധൂമകേതു meteor. 3. ലോകത്തെ ഭ്രമിപ്പിച്ചു etc. take the world by surprise. 4. പതിപ്പിക്കുന്ന അച്ചു printing press. 5. നിനവുകൾ ideas or thoughts. 6. ബുദ്ധിയെ ഉണർത്തി stimulate their intellect.

34) ഈ സൂത്രംകൊണ്ടു (printing) വിശേഷാൽ നിത്യദൈവം അരുളിച്ചെയ്ത പ്രകാശമായ വേദവും എല്ലാടത്തും പരന്നു നമ്മുടെ പലപ്രകാരമുള്ള മനോവ്രണങ്ങളെ ഉണക്കി ഇരുളിനെ നീക്കി മനുഷ്യരെ തക്ക മഹത്വത്തിൽ കരേററുന്നു.

Note 1. ഈ സൂത്രംകൊണ്ടു by means of this invention. 2. വിശേഷാൽ in particular. 3. മനോവ്രണങ്ങളെ ഉണക്കി soothing unction to our wounded hearts. 4. മഹത്വത്തിൽ കരേററുന്നു elevate etc.

35) ശ്രീരാമദേവകഥാമൃതമാഹാത്മ്യം
ആരാലുമോൎത്താൽ അറിയാവതല്ലേതും.
രാമനാമാമൃതത്തിനു സമാനമാ
യ്യാമകേ മാനസേ മററുതോന്നീലഹോ.
നല്ലതു മേന്മേൽ വരേണമേ നിങ്ങൾക്കു
കല്യാണഗാത്രിയെ കണ്ടുകിട്ടേണമേ.

Note. നല്ലതു മേന്മേൽ വരേണമേ നിങ്ങൾക്കു may etc.

36) മസൂരി എന്ന ഭയങ്കരവ്യാധിയുടെ ഉപദ്രവോപശാന്തി ഉണ്ടാവുന്നതു ആയതിന്റെ വിഷംകൊണ്ടു തന്നെ എന്നു അനൎഘമായ ഈ വിചാരം ആരുടെ ഉള്ളിൽ ഒന്നാമതായി ഉത്ഭവിച്ചു എന്നു എല്ലാവരും ചോദിക്കുമായിരിക്കും.

37) മസൂരികാബീജം രക്തത്തോടു ചേരുംവണ്ണം മനുഷ്യദേഹത്തിൽ ചെലുത്തിയാൽ ഉണ്ടാകുന്ന മണികൾ മസൂരിവൎഗ്ഗത്തിൽ പെട്ടതാണെങ്കിലും സാധാരണ മസൂരിയിലുള്ള വിഷസ്ഫോടങ്ങളെക്കാൾ കഠിനതെക്കും ഉപദ്രവത്തിന്നും അപായത്തിന്നും വളരെ കുറവുള്ളതാകുന്നു എന്നും ഇങ്ങിനെ കീറിവെക്കുന്നതു മസൂരികാരോഗത്താൽ ഉണ്ടാകുന്ന ബാധയെ തടുത്തു നമ്മുടെ ദേഹത്തെ കാത്തുകൊള്ളുന്നു എന്നും ഉള്ള ഈ തത്വങ്ങളെ കണ്ടറിഞ്ഞതു എങ്ങിനെ ആയാലും മനുഷ്യവൎഗ്ഗത്തിന്നൊക്കയും ഏററവും പ്രയോജനകരമായിത്തീൎന്നിരിക്കുന്നു.

Note. That vaccine lymph introduced into the human body and mingled withthe blood, produces etc. . . . . . . these truths however are of the highest utility etc.

38) ചുരുക്കിപ്പറഞ്ഞാൽ കലക്ടർ നാട്ടിന്റെ പുഷ്ടി ക്ഷേമം ഇവയെ മേല്ക്കുമേൽ അഭിവൃദ്ധിയാക്കി പിതൃഭാവം വഹിച്ചു പരിപാലനം ചെയ്തുവരുന്ന ഗവൎമ്മെണ്ടിന്റെ പ്രതിനിധിയാകുന്നു.

Note. In short the Collector is the representative of a parental Government that is ever solicitous for etc.

39) പുരാതനകാലങ്ങളിൽ നാഗരീകം പ്രാപിച്ചതും പ്രാപിക്കാത്തതും ആയ എല്ലാ ദേശങ്ങളിലും, വാനോട്ടു ചെന്നു മുട്ടുന്നതും തഴച്ചു വളൎന്നു വരുന്നതും ആയ നാനാതരത്തിലുള്ള വൃക്ഷനിരകളെക്കൊണ്ടും ലതാദികളെക്കൊണ്ടും നിറഞ്ഞു പരിശോഭിതങ്ങളായ മഹാകാനനങ്ങൾ ഉണ്ടായിരുന്നു എന്നും അവകൾ പലവൎഗ്ഗങ്ങളിൽ ചേൎന്ന അനേകായിരം കാട്ടുമൃഗങ്ങളുടെ വാസസ്ഥലമായും, സംസാരം നിസ്സാരമെന്നുറച്ചു പാരത്രികമായ ശാശ്വതസുഖത്തെ കരുതി അതിൽ തന്നെ അതികാംക്ഷയോടും കൂടെ ക്ഷണമാത്രഭംഗുരങ്ങളായ വിഷയഭാഗങ്ങളെ ഉപേക്ഷിച്ചു സന്യാസം ചെയ്തു കാലം കഴിപ്പാൻ മനംകൊണ്ടു മുനി

വരന്മാരും മററുള്ളവരും ഏകാന്തമായി സദാ സമാധിയിൽ ഇരുന്നു കൊള്ളുവാൻ തക്കതായ തപോവനമായും ഇരുന്നു എന്നും മററും കാവ്യപുരാണാദികളിൽ വായിച്ചറിഞ്ഞിരിക്കുമല്ലോ.

Note. You have, no doubt, read in poems and old stories that in ancient times all countries, whether civilized or uncivilized, contained vast forests filled with etc. . . . . which formed the habitation of . . . . and afforded quiet retreats suitable for etc.

40) രാജാക്കന്മാരും പ്രഭുക്കളും യദൃച്ഛയാ ഈ വക മഹാരണ്യങ്ങളിലേക്കു ചെന്നപ്പോൾ അവിടുത്തെ കാഴ്ചകൾ കണ്ടു അവയിൽ മനസ്സു ലയിച്ചു ക്ഷേമാവഹമായ സമ്പൽസമൃദ്ധിയോടും കൂടെ വിശിഷ്ടനഗരങ്ങളിലുള്ള കാഞ്ചനമയമായ മണിഹർമ്മ്യങ്ങളിൽ വാഴുന്നതിനെക്കാളും പ്രകൃതിപേശലങ്ങളായ കാന്താരങ്ങളിൽ അധിവസിച്ചു അവിടെയുള്ള വിവിധമായ ഫലമൂലാദികളെ ഭക്ഷിച്ചും കീചകാദികളിൽ നിന്നു സദാ ഉത്ഭവിക്കുന്ന ഗീതങ്ങളെയും, പികാദികളുടെ മധുരകൂജിതങ്ങളെയും കേട്ടു കാനനസമ്പത്തു കണ്ടു മനസ്തൃപ്തി വരുത്തി നിരന്തരം ഉല്ലസിച്ചിരിക്കുന്നതു തന്നേ അത്യുത്തമമെന്നു വാഞ്ഛിച്ചിട്ടുണ്ടു പോൽ.

Note. It is even said that kings and nobles, finding themselves by accident in the midst of such vast forests, have been so captivated by etc.

41) ലോകപ്രസിദ്ധകവിയായ കോലറിഡ്ജ് തന്റെ ചെറുപ്രായത്തിൽ ഒരു നാൾ ഇംഗ്ലന്തിലെ സരസ്സുകൾക്കരികെ ഉലാവിക്കൊണ്ടിരുന്നപ്പോൾ ഒരു അഞ്ചൽക്കാരൻ ഒരു വീട്ടിലേക്കു കടന്നു ഒരു സ്ത്രീയുടെ കയ്യിൽ ഒരു കത്തുകൊടുക്കുകയും അവൾ അതിനെ ബദ്ധപ്പെട്ടു വാങ്ങി ഇരുപുറവും നല്ലവണ്ണം നോക്കി ദീർഘശ്വാസമിട്ടുകൊണ്ടു വീണ്ടും തപ്പാൽക്കാരന്റെ കയ്യിൽ കൊടുക്കുകയും ചെയ്യുതിനെ കണ്ടു.

Note. The world-renowned poet Coleridge was sauntering etc. when he saw etc.

42) ഉത്തരധ്രുവം ദക്ഷിണധ്രുവം എന്നു ഹിന്തുക്കൾ പറഞ്ഞുവരുന്ന തെക്കും വടക്കുമുള്ള മുനകൾക്കരികെയുള്ള ദേശങ്ങളുടെ അവസ്ഥയെ അറിയേണ്ടതിന്നായി ഉത്തരസമുദ്രത്തിന്നു നേരെ പ്രയാണം ചെയ്തു ആ വഴിക്കു പടിഞ്ഞാറോട്ടു കണ്ണെത്തുന്നേടത്തോളം ഭൂമുഖത്തെ സന്ദർശിച്ചുംകൊണ്ടു പോകുന്നതായാൽ നമ്മുടെ ഉള്ളത്തിൽ ഉദിക്കാവുന്ന വി

ചാരങ്ങൾ ഇന്നിന്നവയെന്നു സഞ്ചാരികളാൽ ലോകോപകാരാൎത്ഥം പ്രസിദ്ധം ചെയ്യപ്പെട്ട പത്രികാദിമുഖേന നമ്മിൽ ചിലരുടെ ഹൃദയത്തിൽ പ്രത്യക്ഷമായി വിളങ്ങുന്നതാണല്ലോ.

Note. Some of us have been vividly impressed by the accounts which travellers have published for the edification of the world describing the feeling etc. etc.

43) റോലന്ത് ഹിൽ തന്റെ ആയുഷ്കാലത്തെയും, ബുദ്ധിശക്ത്യാദികളെയും അനൎഘവും അത്യുത്തമവുമായ വിഷയങ്ങളിൽ പ്രയോഗിച്ചു വേല ചെയ്തപ്പോൾ വിഷയങ്ങളെ സ്വദേശത്തിൻ നന്മെക്കായി നവീകരിച്ചതിന്റെ ശേഷം ഒടുവിൽ കുറഞ്ഞൊരുകാലം വിശ്രമിക്കേണമെന്നു കരുതി ൧൮൬൪-ാം വൎഷം പല ബഹുമതികളോടു കൂടി ഉദ്യോഗത്തിൽനിന്നു പിരിയുകയും ചെയ്തു.

44) തങ്ങളുടെ കൈവശമുള്ള ഓരോ സാധനങ്ങളെ കൊടുത്തു തങ്ങൾക്കിഷ്ടമായ വസ്തുക്കളെ വാങ്ങേണ്ടതിന്നു വേണ്ടിയ സൌകൎയ്യം ഓരോ രാജ്യാധികാരത്തിൻ കീഴിലുള്ള പ്രജകൾക്കുണ്ടാക്കി കൊടുക്കുന്നതു അതാതു രാജ്യഭരണകൎത്താക്കന്മാരുടെ പ്രധാനധൎമ്മങ്ങളിൽ ഒന്നാകുന്നു.

Note. It is one of the important duties of Government etc. കൊടുത്തുവാങ്ങുക in exchange for. സൌകൎയ്യം ഉണ്ടാക്കിക്കൊടുക്കുക to afford every convenience.

45) പണ്ടത്തെ കാലങ്ങളിൽ തോപ്പുകൾ, വയലുകൾ മുതലായ അനുഭവസ്ഥലങ്ങളിൽ പ്രവേശിക്കുന്നതിന്നു അൎഹതയില്ലാത്തവർ മാൎഗ്ഗാന്തമാമായോ മറേറാ ഗൂഢമായി കടക്കുന്നതായാൽ അവരെ പിടിക്കേണ്ടതിന്നു എലിക്കെണികൾ പോലെയുള്ള വലിയ കെണികൾ വെച്ചു വരാറുണ്ടായിരുന്നു.

Note. കടക്കുന്നതായാൽ അവരെ പിടിക്കേണ്ടതിന്നു as an adjective sentence.

46) ജാതി, മന്ദാരം, പാരിജാതകം, കുന്ദം, കുരവകം മുതലായ പ്രസൂനനികരങ്ങളിൽനിന്നു പൊങ്ങുന്ന സൌരഭ്യനിചയങ്ങളെ വഹിച്ചുകൊണ്ടു ത്രിഗുണപ്രഭാവേനയുള്ള വാതപോതങ്ങളുടെ പ്രചാരത്താൽ ദിക്കെങ്ങും നിറഞ്ഞു വഴിഞ്ഞു.

Note. The cool zephyr sported about, loaded with the fragrance of etc.

47) കരുണാവാരിധിയായ ദൈവത്തിന്റെ അപരിമിതമായ കൃപാകടാക്ഷത്താൽ ബ്രിത്താന്യ മഹാരാജ്ഞിയും ഇന്ത്യാരാജ്യത്തിന്റെ ചക്രവൎത്തിനിയും ആയിരിക്കുന്ന വിക്ടോറിയയായ നാം ഇപ്പോൾ ദെൽഹി നഗരത്തിൽ യോഗം കൂടി ചേൎന്നുവന്നവരായ നമ്മുടെ രാജാംഗ ഉദ്യോഗസ്ഥന്മാർ മിത്രങ്ങളായ രാജാക്കന്മാർ, പ്രഭുക്കന്മാർ, സജ്ജാ

തിക്കാരുമായ പ്രജകൾ എന്നീ മഹാജനങ്ങളായ നിങ്ങളെ നമ്മുടെ പ്രതിനിധിയും കാൎയ്യസ്ഥനുമായ ഉപരാജാവു മുഖാന്തരം ശുഭസൽക്കാരം ചെയ്യുന്നു.

Note. We, Victoria, by the Grace of God, the Queen of Great Britain and the Empress of India do offer our hearty welcome etc.

48) രാജ്യനിയമങ്ങളെ ലംഘിച്ചാൽ സംഭവിക്കുന്നതും സംഭവിക്കാവുന്നതും ആയ രാജദണ്ഡനം അപമാനത്തിന്നു ഹേതുവാകയാൽ രാജചട്ടങ്ങൾ എന്താകുന്നു എന്നു നാം ഏവരും അല്പം ഗ്രഹിച്ചിരിക്കേണ്ടതു ആവശ്യമാകുന്നു.

Note. 1. രാജ്യനിയമങ്ങൾ laws of the land. 2. അപമാനത്തിന്നു ഹേതുവാകയാൽ being disgraceful. 3. ആവശ്യമാകുന്നു it is necessary.

49) തിന്നും കുടിച്ചും വൃഥാ നേരംപോക്കി യാതൊരു പ്രയോജനവുമില്ലാതിരിപ്പാനല്ല, തനിക്കും മററുള്ളവൎക്കും തന്നാൽ കഴിയുന്നേടത്തോളം നന്മയെ വരുത്തുവാൻ സമയോചിതം പോലെ പ്രവൃത്തിക്കുകയും, ഓരോ സംഗതികളെ മററുള്ളവരിൽനിന്നു അറിഞ്ഞുകൊള്ളുകയും അവരെ അറിയിക്കുകയും ചെയ്തു ജീവനം കഴിക്കേണം എന്നാകുന്നു പ്രായേണ മനുഷ്യൎക്കുള്ള ആഗ്രഹം.

Note. 1. Men generally are not content to waste their life etc., but are desirous of etc. 2. സമയോചിതം പോലെ as opportunities present themselves. 3. ഓരോ സംഗതികളെ........to അറിയിക്കുകയും ചെയ്തു to give and receive instruction. 4. തന്നാൽ കഴിയുന്നേടത്തോളം to the best of one's ability.

50) സുഖദുഃഖങ്ങളുടെ നിമിത്തകാരണങ്ങൾ എത്രയോ ബഹുലങ്ങളും സംശയഗ്രസ്തങ്ങളും അന്യോന്യവ്യാമിശ്രിതങ്ങളും ആണെന്നു മാത്രമല്ല സംപൎക്കവിശേഷങ്ങളാൽ അസംഖ്യഭേദഗതികൾ കൂടി ഉണ്ടാവാൻ പാടുള്ളവയും ആകസ്മികസംഗതികളാൽ അന്യഥാഭാവം ഭവിപ്പാൻ എളുപ്പമായുള്ളവയും ആയിരിക്കയാൽ സുനിശ്ചിതങ്ങളും നിൎവ്വിവാദങ്ങളും ആയ കാൎയ്യകാരണങ്ങളെ ആലോചിച്ചു തീൎച്ചപ്പെടുത്തി ഇന്ന പദവി സുഖമത്രെ എന്നു ഖണ്ഡിതമാക്കി സ്വീകരിപ്പാൻ ആഗ്രഹിക്കുന്നവൻ അന്വേഷിച്ചുകൊണ്ടു തന്നെ കാലഗതിയെ പ്രാപിച്ചു പോകുന്നതല്ലാതെ ആ പദവിയെ അനുഭവിപ്പാൻ സാധിച്ചു എന്നു വരുന്നതല്ല.

Note. The causes of good and evil being as numerous as uncertain, so entangled with each other etc..........he who would fix his choice of life upon........must die without being able to enjoy it.

Chapter VII.

The Adverbial Clause.

The adverbial clause serves the same purpose as the adverb, and strictly speaking its place in the complex sentence is regulated by the same rules and circumstances as those governing the use of adverbs and adverbial phrases. But the clause being often longer than the simple adverb or the adverbial phrase, these rules have to be slightly modified to meet the requirements of elegance, euphony, and above all the perspicuity of the sentence. Bain's rule as to the position of an adverb in the sentence is given under the verb and its qualificants (Chapter I.). It is sufficient to mention here that the best and most comprehensive rule as to the position of the adverb and the adverb-equivalent, is to place them so as to effect what they are intended to affect, or to bring them under the most catholic law of minimum separation. Let there be the least possible separation between the adverbial clauses and the words they qualify. The adverbial clauses are divided into the same classes as the adverb, viz., (1) the adverbial clause of *place,* (2) of *time,* (3) of *degree,* (4) of *belief,* (5) of *cause* and *effect,* and (6) of *manner.*

i. *The Adverbial Clause of Place.*

The adverbial clause of *place* is introduced by relative adverbs of place, such as, 'where', 'whither', 'whence', 'where-ever', 'wheresoever' etc. It will be remembered that in Malayalam the place of the adverb is generally supplied by the oblique cases with the case-suffixes either expressed or suppressed, as ആശ്രിതപ്രഥമ. Example: 'It stands where I placed it' ഞാൻ വെച്ച ദിക്കിൽ അതു ഇരിക്കുന്നു. Therefore the Malayalam translation of these sentences is the same as that of the corresponding adjectival clause, 'It stands in the place where I placed it.

Rule 23. The adverbial clause of place is to be translated as the *adjective*-clause with the appropriate case-suffix added to the noun which the ശബ്ദന്യൂനം qualifies.

Models 1. 'Whither thou goest I will go, and where thou lodgest I will lodge' നീ പോകുന്ന ദിക്കിലേക്കു ഞാനും പോരും നീ താമസിക്കുന്ന ദിക്കിൽ ഞാനും താമസിക്കും. 2. 'Such is the patriots' boast wherever we go' ഞങ്ങൾ ചെല്ലുന്ന ദിക്കിൽ ഒക്കെയും സ്വദേശാഭിമാനികൾ പറഞ്ഞു ഘോഷിക്കുന്നതു ഇങ്ങിനെയാണ്.

Note. If the sentence is too long or involved, it is necessary for the sake of perspicuity in Malayalam, to split it up into co-ordinate sentences.

30. EXERCISE A.

1) Press where you see my white plume shine amidst the ranks of war.

2) Even now where Alpine solitudes ascend
I sit me down a pensive hour to spend.

3) Coblentz stands where the Moselle joins the Rhine.

4) The accident happened where the line joins the river.

5) Oh, lead me wherever I go.

6) Yonder where the vines are flowing,
Yonder roars the Rhine.

7) Where there is mystery it is generally supposed that there must be wit.

8) How often have I led thy sportive choir
With tuneless pipe beside the murmuring Loire,
Where shading elms along the margin greet
And freshened by the wave where the zephyr fleet.

9) Where a good deal of carpenter's work is done, there are many nails used for one purpose or another which are thrown on one side as crooked and not fit for use.

10) Where God hath his church, the devil will have his chapel.

11) It does not follow that volcanic discharges must always take place where the greatest external contraction or internal pressure is exerted.

12) Where there is or is not poverty, there is commonly discord.

13) The prince having considered his sister's observation, told her she had surveyed life with prejudice and supposed misery where she did not find it.

14) Thus it is that respect is commonly least due, as well as least willingly accorded, where it is arrogated most, and that independence is least possessed where it is most insisted on.

15) Among the wonders of this city are the catacombs or the ancient repositories in which the bodies of the earliest generations were lodged, and whereby the virtue of the gums which embalmed them they yet remained without corruption.

Exercise B.

1) യത്ര സുപ്തോ നിശിരാഘവൻ സീതയാ
തത്ര ഗത്വാ ഗുഹൻ സത്വരം ചൊല്ലിനാൻ.

2) ഞാൻ വെച്ച ദിക്കിൽ തന്നെ നിധി ഇരുപതു സംവത്സരം കഴിഞ്ഞാലും ഉണ്ടാകുമെന്ന പൂൎണ്ണവിശ്വാസത്തോടെ ഞാനും പരിചാരകന്മാരോടു കൂടി ഒട്ടകങ്ങളിന്മേൽ ഏറി മരുഭൂമിയിൽ കൂടി ധനാഗ്രഹത്തോടെ അക്ഷമനായി ശീഘ്രയാത്ര ചെയ്തു.

3) വെള്ളവും നല്ല പുല്ലും തണുപ്പുമുള്ള കാട്ടിൽ
വെള്ളെരുതായുള്ളവൻ വെള്ളിമാമലപോലെ.

4) ധനമുള്ളേടം സുഖമില്ല; സുഖമുള്ളേടം അതിനെ അനുഭവിപ്പാൻ ഉള്ള മാൎഗ്ഗങ്ങളും ചുരുങ്ങും. ഇങ്ങിനെ ഉള്ളതിനെ അനുഭവിക്കാതെയും ഇല്ലാത്തതിനെ ആഗ്രഹിച്ചും മനുഷ്യരുടെ ആയുഷ്കാലം മുഴുവനും നിരുന്മേഷമാകുന്ന കാൎമ്മേഘത്താൽ പരിവൃതമായിത്തീരുന്നു.

5) മൃഗമദപ്രഭോ, സുന്ദരീ മാലതീ, നിങ്ങളോടു ഞാൻ യാത്ര പറയുന്നില്ല. ഈ ഭൂമിയിൽ നിങ്ങൾ ഉണ്ടെങ്കിൽ അവിടെ എന്നെ കാണാം.

3) സത്യം അസത്യമെന്നു തോന്നിപ്പോകുവാനിടയുള്ളേടം, അസത്യം സത്യമെന്നു തോന്നുംവിധം പറയുന്നതാണ് നല്ലതെന്നു കരുതി ചന്ദ്രമതി ഇപ്രകാരം പറഞ്ഞു.

7) എന്റെ ഭൎത്താവു എവിടെ പോകുന്നുവോ അവിടേക്കു ഞാനും പുറപ്പെടും, എവിടെ ശയിക്കുന്നുവോ അവിടെ ഞാനും സന്തുഷ്ടിപൂണ്ടു ശയിച്ചുകൊള്ളും, എന്തു ഭുജിക്കുന്നുവോ, അതിൽ ഓഹരി എനിക്കും കിട്ടിയാൽ തൃപ്തിയായി.

8) എവിടെ ധനമുണ്ടോ അവിടെ അഹംഭാവം ചെന്നു ചേരുന്നു, അഹംഭാവത്തിൻ പിറകെ തന്നെ അധഃപതനവും അചിരാൽ അനുഭവിക്കുന്നു.

9) കാൎയ്യത്തിന്റെ സ്വഭാവം നേരാംവണ്ണം ധരിക്കുന്നതു പ്രയാസമായിരുന്ന സംഗതികളിൽ തനിക്കു പരിചയമുള്ളതായ ആ കാൎയ്യത്തിന്റെ വല്ല ഭാഗത്തെയും പിടിച്ചു അത്ര വാക്കു പടുതയോടെ പ്രസംഗങ്ങൾ ചെയ്തുകൊണ്ടു കേൾക്കുന്നവരെ അന്ധാളിപ്പിക്കുന്നതു ചില വക്കീലന്മാരുടെ സമ്പ്രദായമാകുന്നു.

10) ചില സസ്യാദികൾ വളരുവാൻ വേണ്ടിയ ഉഷ്ണം ഇല്ലാതെ വരുന്ന ദിക്കുകളിൽ കണ്ണാടി ഗൃഹങ്ങൾ ചമെച്ചു അതിന്നകത്തു നാനാഭാഗങ്ങളിലും ഇരുമ്പുകുഴലുകളെ നടത്തി അവയിൽ കൂടി തിളെച്ച വെള്ളം സദാ ഒഴുകിച്ചുകൊണ്ടു ആവശ്യമായ ഉഷ്ണത്തെ ജനിപ്പിച്ചു അവയെ വളൎത്തുന്നു.

ii. *The Adverbial Clause of Time.*

The adverbial clauses of *time* are introduced by the relative adverbs of time, such as '*when*', '*while*' and '*whenever*', and also by the prepositions and conjunctions of time, as, '*before, after, since, ere, until, as soon as, no sooner than, just when*' etc.

As already pointed out, the oblique cases of Malayalam nouns do duty for adverbs; but when it is remembered that *prepositions* have adverbial functions in English where they take the place of case-inflection, this peculiar usage of Malayalam cases should not appear a serious anomaly.

പോൾ expresses point of time; കൊണ്ടു duration of time; തൊട്ടു, ഓളം, വരെ extension or limit; and കാലം time generally. അകം and ഉള്ളിൽ joined to ഷഷ്ഠി are equivalent to *within;* as, നാലുനാളിന്നുള്ളിൽ; ഒരുവത്സരത്തിന്നകം. അന്നെ, മുതല്ക്കു joined to ശബ്ദന്യൂനം express point of time; as, കൂപത്തിൽ തള്ളിവിട്ടന്നേയുള്ള വൈരം; ജനിച്ചന്നേ; മരിച്ചന്നേ, കണ്ടമുതല്ക്കു അനുരാഗമുണ്ടായി. മുതല്ക്കു may also be joined with പ്രഥമ; as, ജനനം മുതല്ക്കു കരുടൻ. പിൻ, അനന്തരം, ആറെ, joined with ശബ്ദന്യൂനം are equivalent to '*after*'; as, വൈരി മരിച്ച പിന്നല്ലാതെ; കൊന്നതിന്നനന്തരം; (also with dative; as, ചെന്നതിന്നനന്തരം; കൊന്നതിന്നനന്തരം); പറഞ്ഞാറെ. അളവു is used in poetry and is equivalent to 'after'. ഇടയിൽ and its Sanskrit equivalent മദ്ധ്യേ correspond to the English 'whilst'; തോറും expresses continuity or repetition; as, ചെയ്യുന്തോറും. 'As soon as' and 'no sooner than' are rendered by ഉടനെ, തൽക്ഷണം etc.

Note 1. The ablative or പഞ്ചമി from its general signification of separation or removal, is made use of to express *distance* and the locative or സപ്തമി to show *time* generally.

2. Either the ആശ്രിതപ്രഥമ form, or the ആദേശരൂപം in ഉ is of frequent occurrence instead of പഞ്ചമി; as, ഞാൻ വരുമ്പോൾ അവനെ കണ്ടു; കാലത്തനർത്ഥം അനുഭവിക്ക; ഒടുക്കത്തു കൈവല്യം വരും; കാലത്തു പെറും ശോകങ്ങൾ.

31. Exercise A.

1) No sooner was the first pressure of military tyranny felt than the nation began to struggle fiercely.

2) He was told that St. Anne had been a saint before he was born, and would be one after he was hanged.

3) After he had enjoyed many triumphs and suffered many reverses Dryden at last reached eminence.

4) When this thought had taken possession of my mind I considered every moment as wasted which did not bring me nearer home.

5) While courts are disturbed with intestine competitions and ambassadors are negotiating in foreign countries, the smith still plies his anvil and the husbandman still plies his plough forward, the necessaries of life are required and obtained, and the successive business of the season continues to make its wonted revolution.

6) When I see and reckon the various forms of connubial infelicity, the unexpected causes of lasting discord, the diversities of temper, the oppositions of opinion, the rude collisions of contrary desire, where both (the husband and wife) are urged by violent impulses, the obstinate contest of disagreeing virtues, where both are supported by consciousness of good intention, I am sometimes disposed to think, with the severe casuists of most nations, that marriage is rather permitted than approved.

7) When the poet Goethe, in his prologue to the Faust, sighs after his lost youth, his friend reproves him, and whilst admitting that youth is propitious to diverse other ends and exercises, declares that, for the purpose of poetry, the elder is the better man.

8) The prince whose thoughts were always on the wing, as he passed by the gate said, with a countenance of sorrow: "Why art thou so strong and why is man so weak?"

9) As they were walking by the side of the mountain, they observed that the croneys which the rain had driven from their burrows, had taken shelter among the bushes and formed holes behind them tending upwards in an oblique direction.

10) The main street, which is called after the lucky finder of the first
gold in the neighbourhood—Bayley—is an immensely wide
thoroughfare, and when the shops and stores on either side,
which are at present constructed of corrugated iron, are rebuilt
in brick and stone, as they undoubtedly will be some day, it
will present a very imposing appearance.

11) I walked into the building by chance after dinner one evening
without knowing what was going on, and was much surprised
when I learned that the rough, unkept crowd of men I saw
around me, most of whom did not look worth a shilling, were
engaged in buying or selling shares in the various mines of the
district, and that in this manner the market price of the stocks
was to a great extent made.

12) It is twenty-three years now since the military expedition command-
ed by Sir Garnet Wolsely made its way from Cape Coast Castle
to the interior, crossing the river Prah and plunging into the
tropical forest beyond, to attack king Koffi Kalkalli, the monarch
of what was then a considerable Ashantee Empire.

13) No sooner had we passed within the grotesquely carved vestibule
than the portcullis dropped quickly behind us as we went on
our way.

14) As long as the whole Chinese Empire obeys orders from Pekin,
Russia can dominate four hundred millions yellow men by put-
ting their emperor diplomatically into her pocket.

15) While Germany is commemorating the twenty-fifth anniversary of the
outbreak of the war with France, the German magazines are
reviving the patriotic songs which are said to have roused to
enthusiasm the sons the Fatherland, in the struggle with their
French neighbour.

16) According to Herr Theo. Seelman, who writes in Heft 27 of the
Universum, patriotic songs are the noblest of national hymns.
Sung by millions of men, no one asks at the time of their
appearance how they have originated or whence they have come,
but when the occasion which called them forth is past, attention
is gladly turned to their origin and history.

17) We had gone some distance when I suddenly saw on the horizon
what looked like long, low, white walls, in short, what seemed
to be the inclosure of an Eastern city.

18) As we came nearer the spot, little tongues of fire shot out of the ground; at short intervals, they rose from a foot to two feet high, spouting up suddenly and then dying away.

19) We should mention that the Admiralty adopted the diving dress fully thirty years ago; and as time went on, the apparatus became more generally used throughout the service, until at the present day every flag-ship carries eight fully qualified divers and every cruiser four.

20) No sooner, however, did the British ultimatum arrive than the Chinese Government, apparently believing that England means business when she puts her fleet in motion, suddenly complied with everything that was asked of her.

Note. Ultimatum ചരമോക്തിസന്ധി, അന്ത്യപ്രതിജ്ഞ.

Exercise B.

1) അൎദ്ധരാത്രൌ ശരജാലവും ചാപവും ഹസ്തേ ധരിച്ചു മൃഗയാ വിവശനാ
യ്യാഹിനിതീരേ വനാന്തരേ മാനസേ മോഹേന നില്ക്കുന്നനേര
മൊരു മുനി ദാഹേന മാതാപിതാക്കൾ നിയോഗത്താൽ സാഹസ
ത്തോടിരുട്ടത്തു പുറപ്പെട്ടു കുംഭവുംകൊണ്ടു നീർ കോരുവാൻ വന്ന
വൻ.

2) താപസശാപംകൊണ്ടു രാക്ഷസനായൊരു ഞാൻ താപേന നടന്നീടും
കാലമങ്ങൊരുദിനം ശതമന്യുവിനെ പാഞ്ഞടുത്തതിനതിരുഷാ ശത
കോടിയാൽ തലയറുത്തു ശതമഖൻ.

3) ഉത്തര കോസലത്തിങ്കലയോദ്ധ്യയെന്നുത്തമമായുണ്ടൊരു പുരി ഭൂതലേ,
തത്രൈവ വാണു ദശരഥനാം നൃപൻ പുത്രരുമുണ്ടായ്വന്നിതു നാലു
പേർ: നാരായണസമൻ ജ്യേഷ്ഠനവർകളിൽ ശ്രീരാമനാകുന്ന
തെന്നുമറിഞ്ഞാലും. താതാജ്ഞയാ വനവാസാൎത്ഥമായവൻ ഭ്രാതാ
വിനോടും ജനകാത്മജയായ സീതയാം പത്നിയോടും വിപിനസ്ഥലേ
മോദേന വാഴുന്ന കാലമൊരുദിനം, ദുഷ്ടനായുള്ള ദശാസ്യനിശാ
ചരൻ കട്ടുകൊണ്ടാശു പോയീടിനാൻ പത്നിയെ.

4) കൈരാതവേഷം ധരിച്ചിന്ദുചൂഡൻ
വൈരേണ നേരിട്ടണഞ്ഞൊരുനേരം
ധൈൎയ്യേണ വിൽകൊണ്ടടിച്ചാൻ കിരീടി
വീരാഗ്രഗണ്യൻ മഹാദേവ ശംഭോ.

5) കുംഭസംഭവൻ താനും കൈലാസം തന്നിൽ ചെന്നു
കുംഭീന്ദ്രചൎമ്മാംബരനാകിയ ദേവന്തന്നേ

സംഭ്രമസമന്വിതം സ്തുതിച്ചു പോരുന്നേരം
ദുർഭഗനവനുടൻ വനമായ്ച്ചമഞ്ഞുടൻ
ഉൾപ്പൂവിൽ ഭ്രമിപ്പിച്ചു മാൎഗ്ഗവും കാണാതാക്കി
ചൊല്ലേഴുമസുരേന്ദ്രൻ ക്രൌഞ്ചനാം മഹാഖലൻ.

6) ഒരു വിശേഷമായ പ്രഭാതത്തിൽ ഒരു വൃദ്ധനും തന്റെ മകനും കൂടി ഉലാവിക്കൊണ്ടിരിക്കുമ്പോൾ, അവർ നടന്നുപോകുന്ന മാൎഗ്ഗത്തിന്നു റററത്തു ഒരു വേലക്കാരനെ ചൂണ്ടിക്കാണിച്ചുകൊണ്ടു മകൻ അച്ഛനോടു ആ മനുഷ്യൻ എന്താണു ചെയ്യാൻ പോകുന്നതെന്നു ചോദിച്ചു.

7) ആർണ്ണിക്കും വേലൂരിന്നും മദ്ധ്യേ കണ്ണിയമ്പാടി ചുരം എന്നു പറയപ്പെടുന്ന ഒരു മലസന്ധിൻ വഴിയായി ഞാൻ ഒരുനാൾ പ്രയാണം ചെയ്യുമ്പോൾ അവിടെ ഒരു സ്ഥലത്തിൽ പല്ലക്കു ഇറക്കിവെച്ചു വിനോദമായി ചുരുട്ടു വലിച്ചുംകൊണ്ടു അവിടത്തെ മനോഹരമായ കാഴ്ചയെ എന്റെ ചിത്രപുസ്തകത്തിൽ വരെച്ചുകൊണ്ടിരുന്നു.

8) ആ പുലി എന്റെ ദൃഷ്ടിയിൽ പെട്ടു ഉടനെ ആ കുറിപ്പുപുസ്തകത്തെയും പെൻസിലിനെയും താഴെ വെച്ചു അതു പക്ഷെ ഇനിയും അടുക്കുന്ന പക്ഷം ഉടനെ വെടിവെക്കത്തക്കവിധം കൈത്തോക്കിൽ ഒന്നിനെ കൊത്തി പറിച്ചു നിൎത്തി.

9) നാകികൾ നേരൊത്ത ഗോപന്മാൎക്കെല്ലാക്കും
നാഥനായി നന്നായി നിന്ന നന്ദൻ
സന്തതിയില്ലാഞ്ഞു സന്തതം വെന്തു വെ
ന്തന്ധനായ്പിന്നെയും വാണ കാലം
അത്ഭുതകാന്തി കലൎന്നോരു ജായക്കു
ഗൎഭമുണ്ടായിട്ടു വന്നു കൂടി.

10) കംസന്റെ ചൊല്ലിനാൽ കൈതവം പൂണ്ടുള്ള
വാസവവൈരികൾ പാരിലെങ്ങും
ചാലപ്പോയ്ച്ചെന്നോരോ ബാലകന്മാരെയും
കാലന്നു നൽകി നടന്ന കാലം
പൂതനയെന്നോരു ഭൂസുരനാരിയീ
ഭൂതലം തന്നിൽ നടന്നെങ്ങുമേ
സുന്ദരിയായൊരു നാരിയായ്പ്പോയിട്ടു
നന്ദഗൃഹത്തിനകത്തു പുക്കാൾ.
ബാലകമന്ദിരം തന്നുടെ ചാരത്തു
ചാലപ്പോന്നങ്ങവൾ നോക്കുന്നേരം
ചൊല്പെററുനിന്നുള്ള ശില്പം കലൎന്നു നി
ന്നല്പമായുള്ളോരു തല്പത്തിന്മേൽ
ചാലക്കിടന്നങ്ങുറങ്ങി നിന്നീടുന്ന
ബാലകൻ തന്നെയും കാണായ്വന്നു.

11) മാദനൻ പൂൎണ്ണയൌവനം പ്രാപിക്കുന്ന കാലം ജൃംഭാംഗദന്റെ നാണിഭം വീണുപോകുമെന്നു തന്നെയായിരുന്നു സൎവ്വജനങ്ങളുടെയും അഭിപ്രായം.

12) ഈ നിഷ്ക്കക്ഷ്യയായ ക്ഷണനം മാലതി ഉന്മേഷം കൂടാതെ അനുസരിക്കയായിരുന്നു. ഏതാണ്ടു പകുതി വഴിയെത്തിയപ്പോൾ ദൂരത്തു സരസ്സിന്റെ അപരതീരത്തുനിന്നു ഏകകാഹളധ്വനി കേൾക്കായി.

13) ഇങ്ങിനെ ഏതാണ്ട് പൂൎണ്ണനിശ്ശബ്ദന്മാരായിരുന്ന സേനകൾ തങ്ങളുടെ നായകസ്ഥാനം വഹിച്ചവനായ ജൃംഭാംഗദനെ കണ്ടറിഞ്ഞു ഉടനെ ഗിരിഗുഹാദികൾ ഞെട്ടി വിറക്കുമാറു ഏവനും ജൃംഭാംഗദാ, മഹാപ്രഭോ! ജയജയ! എന്നു മൂന്നുപ്രാവശ്യം ആൎത്തുവിളിച്ചു പിന്നെയും നിശ്ശബ്ദരായി തന്നെ നിന്നു.

14) ആചാരമല്ലാത്ത മോഹങ്ങൾ
ആചാൎയ്യന്മാരും തുടങ്ങിക്കൊണ്ടാൽ
ആകുന്നവണ്ണം പ്രയത്നങ്ങൾ ചെയ്യേണം
ലോകാപവാദം വരാതിരിപ്പാൻ.

15) പക്ഷികൾ മുട്ടയിട്ടു പട്ടിണിയിട്ടു കിട
ന്നൊക്കവെ കൊത്തിപ്പിരിച്ചരികെ ചേൎത്തുകൊണ്ടു
പക്ഷങ്ങൾതോറും വെച്ചു വളൎത്തും ദിനന്തോറും
ഭക്ഷിപ്പാൻ കൊക്കിൽ കൊത്തിക്കൊണ്ടന്നു കൊടുത്തുടൻ
നാൾതോറും പറക്കയും പഠിച്ചുവളൎത്തിയാ
ലേതുമേ മമത്വമില്ലവററിലൊട്ടും പിന്നേ.

16) ശാരദനീരദസന്നിഭനാകിയ
നാരദമാമുനിവീണയുമായി
ചാരുദയാനിധികലഹപ്രീതി
വിശാരദനാകിയ ഭഗവാനൊരുനാൾ
ധീരനതാകിയ നക്തഞ്ചരപതി
വീരനിരിക്കും മണിമാളികമേൽ
ചാരുദയാഘനമോദമൊടങ്ങിനെ
പാരാതങ്ങെഴുന്നെള്ളി തദാനീം.
ഉന്നതനാകിയ രാവണനപ്പോൾ
ഉത്ഥാനഞ്ചെയ്താശു വണങ്ങി
ഭക്തിപുരസ്സരമൎഘ്യാദികൾകൊ
ണ്ടത്യാദരമാരാധനചെയ്തു.

17) അൎജ്ജുനൻ പണ്ടൊരു കാലം ശങ്കരനെ തപം ചെയ്തു
അത്ഭുതമാം പാശുപതം ലഭിപ്പാനായി
മന്ദരമാം പൎവ്വതത്തിൻ മൂലഭാഗേ ചെന്നു കൂടി
സുന്ദരനാം പാണ്ഡുപുത്രൻ വസിക്കും കാലം
ഉഗ്രമായ തപംകൊണ്ടു ലോകമെല്ലാം ഭയപ്പെട്ടു
വ്യഗ്രഭാവങ്ങളെ പൂണ്ടു ദേവരാജാവും.

18) പതംഗപതിരിവ പവനസുതനഥ വിഹായസാ
ഭാനുബിംബാഭയാ പോകം ബൊന്തരേ
അമരസമുദയമനിലതനയബലവേഗങ്ങ
ളാലോക്യ ചൊന്നാർ പരീക്ഷണാൎത്ഥം തദാ.

19) പാഥോജസംഭവനന്ദനൻ ജാംബവാൻ
താതനനുഗ്രഹംകൊണ്ടു മോഹം തീൎന്നു
കണ്ണുമിഴിപ്പാനരുതാഞ്ഞിരിക്കുമ്പോൾ
ചെന്നു വിഭീഷണൻ ചോദിച്ചിതാദരാൽ:—
നിന്നുടെ ജീവനുണ്ടോ കപിപുംഗവാ
നന്നായിതെങ്കിൽ നീയെന്നെയറിഞ്ഞിതോ?

iii. *Adverbial Clause of degree.*

In adverbial clauses of degree there is always some expression denoting comparison. They are introduced by 'than', 'as', 'the' etc.; as, 'The result was greater than I anticipated'; 'the sea is as deep as the mountains are high'; 'the more you have the more you want'.

In Sanskrit, comparison is expressed by the ablative and in Malayalam chiefly by സപ്തമി; as, മരണാൽപരം ആത്മപ്രശംസ; ഗൃഹത്തിൽ ഇരിക്കയിൽ മരിക്കനല്ലൂ; കൃഷ്ണനിൽ മൂന്നു മാസം മൂത്തതു ബലഭദ്രൻ.

കാൾ and its various transformations കാണിൽ, കായിൽ, കാട്ടിൽ, കാട്ടിലും etc. joined to ദ്വിതീയ are of very frequent occurrence as particles of comparison; as, മുക്തിയെക്കാളും മുഖ്യമായതു ഭക്തി piety is more important than salvation. കാററിനെക്കാൾ വേഗം ഓടും will run faster than the wind. ബലം ഭവാന്നേറും രിപുവിനെക്കാട്ടിൽ you have greater strength than the enemy.

'As—as' shows equality and is expressed by പോലെ or ഓളം; as, 'Heaped as high as a mountain' മലപോലെ പൊക്കത്തിൽ കൂട്ടി. നെല്ലിക്കയോളം വണ്ണത്തിൽ ഗുളിക ഉരുട്ടി made into pills as big as a gooseberry.

N. B. Strictly speaking ഓളം shows *limit* or *extent* and is therefore better employed as an equivalent of 'so – as' than 'as—as' in Malayalam. In involved constructions containing 'as—as' the more lucid form of expression is by എത്ര—ഒ—അത്ര; as, 'The sea is as deep as the mountains are high പൎവ്വതങ്ങൾക്കു എത്ര പൊക്കമുണ്ടോ അത്ര ആഴം സമുദ്രങ്ങൾക്കും ഉണ്ടു.

'So—that' is literally translated by തക്കവണ്ണം or അതിൻവണ്ണം —അത്ര: as, 'The burden was so heavy that he could not carry it ten yards without stopping' പത്തു വാര കൂടി നില്ക്കാതെ കൊണ്ടുപോവാനവന്നു അസാദ്ധ്യമായ്വരത്തക്കവണ്ണം ചുമടു അത്ര ഭാരമുള്ളതായിരുന്നു. But this is often inelegant, and we have to resort to an equivalent form in വളരെ, അധികം or അത്ര—കൊണ്ടു, which makes the construction clearer and shorter; as, ചുമടു വളരെ ഘനമുള്ളതുകൊണ്ടു അവന്നു പത്തു വാര കൂടി നില്ക്കാതെ കൊണ്ടുപോവാൻ സാധിച്ചില്ല or അവന്നു പത്തു വാര കൂടി ചുമടു നില്ക്കാതെ കൊണ്ടുപോവാൻ സാധിച്ചില്ല, അത്ര അധികം ഘനമുള്ളതായിരുന്നു. The peculiar construction under 'the—the' is expressed by തോറും or എത്ര—ഓ—അത്ര. 'The more you get the more you want' നിണക്കു കിട്ടുന്തോറും അധികം ആശ; or നിണക്കു എത്ര കിട്ടുന്നുവോ അത്ര പിന്നെയും ആശ; or നിണക്കു കിട്ടുന്നേടത്തോളം അധികം ആശ.

32. Exercise A.

1) The orator speaks so fluently that nobody can be compared with him.
2) She stalked through the splendid rooms and giddy crowd so abstractedly that she did not appear to notice anybody or anything.
3) I bore thee like the quiver on my back,
   Fleet as the whirlwind hurries on the rack.
4) The higher the stake the more nervous he became.
5) The longer the race is, the better is the chance of winning.
6) Such errors occur oftener than can be excused.
7) In the present state of Europe it would be about as safe to insert a red-hot poker in a barrel of gun-powder, as it would be for Great Britain to occupy and administer the city of Constantine.
8) The French may have created a great army, but if their ministers cannot pull together, the vaster the machine the more easily will it be wrecked.
9) It is fashionable to be little and deride the Irish convention in Chicago, but it is significant as a formal notification of the fact that the last general election in Great Britain has been accepted by the Irish patriots outside Ireland where they are much more numerous and more influential than those that are left in their native land, that for the present the policy of constitutional agitation is played out, and the day of the dagger and of dynamite has returned.

10) Sweet are the uses of adversity, and a couple of years of Tory government will probably do more to unite the Irish ranks than the eloquence of all the liberals.

11) As compared with the women of other European countries, Russian women work more and weep less, they love and they hate in perhaps greater intensity, they marry with more deliberation, they abide by their choice more firmly, they exalt their mission of motherhood more highly, and on the bearing and rearing of their children they lavish all their energies of mind and body.

12) It is interesting to know that in the opinion of a thoughtful writer in the *Annals of the American Academy*, no more interesting or significant event has taken place for some time, in the sphere of economic and political education, than the recent establishment of the London School of Economics and Political Science, which will begin work in October 1895.

13) Less than three years ago, there was founded, in the back room of a small store on a side-street at Toulon, a charitable project which bids fair to do more towards bringing about the solution of the social problem in France than all the congresses and conferences that have been held, and all the books and articles that have been written, with that end in view.

14) The immense advantages that would accrue to the nation from the state acquiring the railways and working them, are so many, that I can only briefly mention a few, which will prove that in its far-reaching benefits, railway nationalisation will excel the penny post and ought therefore to be put in the foreground of all social legislation.

Exercise B.

1) ഉഡുപതിയൊടുരസ്സമടവുയരമിയലുന്ന രത്നോത്തുംഗസൌധമേറി മെ വീടിനാൻ.

2) നിലക്കരി അമേരിക്കയിൽ മിക്കവാറും സുലഭമായും ഇംഗ്ലന്തിൽ ദുൎല്ലഭ മായും വരുമ്പോൾ വൎത്തകവ്യാപാരത്തിൽ ഇംഗ്ലന്തുദേശക്കാൎക്കുള്ള വലിപ്പം വേഗത്തിൽ പൊയ്പോവാൻ സംഗതിവന്നാൽ കൂടി അമേ രിക്ക ഇംഗ്ലന്തിന്നു എത്രകണ്ടു ഉപകരിപ്പാൻ ഇടവരുമോ അത്രതന്നെ ഇംഗ്ലന്തും അമേരിക്കക്കു ഉപയോഗമുള്ളതായി തീരുന്നതത്രേ.

3) കഠിനമായ ദേഹാദ്ധ്വാനത്താൽ ശരീരം സദാ തപിച്ചും വിയൎത്തും ഇരിക്കുന്നവൎക്കു ശരീരം ഉഷ്ണിക്കാതെ വെക്കുവാൻ സാധിക്കുന്നവരെക്കാൾ അധികമായി ദാഹവും ജലപാനത്തിന്നുള്ള ആവശ്യവും ഉണ്ടാകുന്നതാകുന്നു.

4) നാണയക്കേടുവന്നിട്ടിരിക്കുന്നതിനെക്കാൾ
പ്രാണനെ കളകെന്നതുത്തമമാകുന്നതും.

5) സൎവ്വദേവതാശരീരങ്ങളിൽ നിന്നുണ്ടായ
ദുൎവ്വാരമായ തേജസ്സൊന്നോടു കൂടിയപ്പോ
ളുൎവ്വിയുമാകാശവും നിറഞ്ഞു പരന്നൊരു
പൎവ്വതമെന്നപോലെ തേജസാം കൂട്ടമപ്പോൾ
ഔൎവ്വാഗ്നി തന്നെക്കാളും ഘോരമായി ജ്വലിച്ചിതു
സൎവ്വാശാവ്യാപ്തമായ കല്പാന്തവഹ്നിപോലെ.

6) ചിക്ഷുരനായ സേനാനായകനടുത്തിതു
തൽക്ഷണം മഹാദേവിതന്നോടു യുദ്ധം ചെയ്വാൻ
മേരുമൂൎദ്ധനി ഘനപാനീയം പെയ്യുമ്പോലെ
ഘോരബാണങ്ങൾ വൎഷിച്ചിതു ലഘുതരം
ശീതാംശ്രുദയെ സിസ്മിത രംഗങ്ങളെയെല്ലാം
മേദുരമായ മിട്ടാൽ തടുത്തു നിൎത്തുംവണ്ണം
ദേവിയുമവയെല്ലാം മുറിച്ചു കളഞ്ഞുട
നാൎവോളം വേഗത്തോടെ തുരഗങ്ങളെക്കൊന്നു
സാരഥിയെയും കൊന്നു ചാപവും മുറിച്ചിതു
സാരമാം ധ്വജത്തെയും ഛേദിച്ചു കളഞ്ഞിതു.

7) ഓൎക്കിലീരാജ്യഭാരം വഹിക്കുന്നതിൽ
സൌഖ്യമേറും വനത്തിങ്കൽ വാണിടുവാൻ

8) തത്ര കൌസല്യാവചനങ്ങളിങ്ങിനെ
ചിത്തതാപേന കേട്ടൊരു സൌമിത്രിയും
ശോകരോഷങ്ങൾ നിറഞ്ഞു നേത്രാഗ്നിനാ
ലോകങ്ങളെല്ലാം ദഹിച്ചുപോകുംവണ്ണം
രാഘവൻ തന്നെ നോക്കിപ്പറഞ്ഞീടിനാ
നാകുലമെന്തിതു കാരണമുണ്ടാവാൻ.

9) രാജാക്കന്മാരും പ്രഭുക്കളും യദൃച്ഛയാ ഈ വക മഹാരണ്യത്തിലേക്കു ചെന്നപ്പോൾ അവിടത്തെ കാഴ്ചകൾ കണ്ടു അവയിൽ മനസ്സു ലയിച്ചു ക്ഷേമാവഹമായ സമ്പൽസമൃദ്ധിയോടും കൂടെ വിശിഷ്ടനഗരങ്ങളിലുള്ള കാഞ്ചനമയമായ മണിഹൎമ്മ്യങ്ങളിൽ വാഴുന്നതിനെക്കാളും പ്രകൃതിപേശലങ്ങളായ കാന്താരങ്ങളിൽ അധിവസിച്ചു അവിടെയുള്ള വിവിധമായ ഫലമൂലാദികളെ ഭക്ഷിച്ചും കീചകാദികളിൽ നിന്നു സദാ ഉത്ഭവിക്കുന്ന ഗീതങ്ങളെയും, പികാദികളുടെ മധുര കൂജിതങ്ങളെയും കേട്ടും കാനനസമ്പത്തു കണ്ടും മനസ്തൃപ്തിവരുത്തി

നിരന്തരം ഉല്ലസിച്ചിരിക്കുന്നതു തന്നെ അത്യുത്തമമെന്നു വാഞ്ഛിച്ചിട്ടുണ്ടുപോൽ.

10) മലിനതയുള്ള വാസസ്ഥലങ്ങളെ തൽക്ഷണം വിട്ടു പാകേണ്ടതാകുന്നു. മാറിപ്പോകുവാനായി സൌകൎയ്യക്കേടുണ്ടായിരുന്നാലും വിഷവായു ഉൾക്കൊണ്ടു കഷ്ടപ്പെടുവാൻ ഇടവരുത്തുന്നതിനെക്കാളും ആ വക സുഖക്കേടുകളെ സഹിച്ചുകൊണ്ടു പോകുന്നതു തന്നെ ഉത്തമം.

11) ഓരോ സംഗതികളെ ഗ്രഹിക്കേണ്ടതിന്നു ഉതകുന്നതായ എല്ലാലക്ഷ്യങ്ങളെക്കാളും താന്താന്റെ പഞ്ചേന്ദ്രിയബോധം തന്നെ ഏററവും വിശേഷമായതു എന്നു ഏവൎക്കും സമ്മതമാണല്ലോ.

12) ഒരുവൻ സത്യവാനല്ല എന്നു സാംശയിപ്പാൻ ഇടവരുന്നതിനെപ്പോലെ അത്ര മനോവ്യഥെക്കു കാരണമായിത്തീരുന്നതു മറെറാന്നുമില്ല.

13) ഈ ശലമോൻ ദ്വീപുകളിൽ ഒരു ഉയൎന്ന കലക്കാരൻ വളരെ ധനം സമ്പാദിച്ചു തന്റെ കലത്തിന്നു പൂൎവ്വകാലങ്ങളിൽ മഹത്വത്തിന്നു ഹേതുഭൂതമായിരുന്ന ധൎമ്മഗുണങ്ങളെ മറന്നു കളയുമാറു ദ്രവ്യസമൃദ്ധിയാൽ മയങ്ങിപ്പോയി.

14) “പ്രക്ഷാളനാദ്ധി പങ്കസ്യ ദൂരാദസ്പൎശനം വരം” എന്ന പ്രമാണപ്രകാരം രോഗത്തിന്നധീനമായതിൽ പിന്നെ ചികിത്സിച്ചു ഭേദപ്പെടുത്താമെന്നു കരുതുന്നതിനെക്കാൾ രോഗബാധയെ കേവലം ഒഴിപ്പാനുള്ള മാൎഗ്ഗങ്ങളെ കണ്ടറിഞ്ഞു അവയെ സ്വീകരിച്ചു നടക്കുന്നതാണ് ഉത്തമം.

15) മദിച്ചുയരുന്ന കലശിരികളുടെ പൊക്കത്തോളം തന്നെ ആഴമുള്ള പ്രദേശങ്ങൾ അബ്ധിവിസ്താരത്തിൽ പലേടവും കാണ്മാനുണ്ടു.

iv. *Adverbial Clause of* ‘belief’.

Such constructions as ‘as certain as I live’, ‘as sure as I speak’, ‘as sure as there is God above’ etc. are merely the phraseology of *degree* applied to assurance, doubt or denial and may be translated as adverbial clauses of condition; as, **‘As sure as I am the magistrate I shall send you to jail’** ഞാൻ മജിസ്ത്രേട്ടാണെങ്കിൽ നിന്നെ ജേലിൽ അയക്കും നിശ്ചയം. The adverbial clauses of condition are introduced by ‘if, unless, except, though, and however’.

‘If’ is expressed by simple സംഭാവന; as, **‘If he is there’** അവനവിടെ ഉണ്ടെങ്കിൽ. Sometimes the present ശബ്ദന്യൂനം with പക്ഷം, അതായാൽ and എന്നു വരികിൽ may be used to express condition in all tenses as; അവനവിടെയുള്ള പക്ഷം, ... ഉണ്ടാകുന്ന പക്ഷം, ... ഉണ്ടാകുന്നതായാൽ, ... ഉണ്ടെന്നുവരികിൽ.

The force of 'unless' and 'except' is expressed by the addition of the conjunctive particle ഏ to സംഭാവന; as, ഭക്തന്മാർ തരികിലേ ഭുക്തിക്കു രസമുള്ളു a repast is not relished unless given by the devoted. But it must be noted that in this construction the sentence becomes *positive* in Malayalam and that if the *negative* form is to be preserved, അല്ലാതെ or നിഷേധസംഭാവന form must be made use of; as, ഭക്തന്മാർ തന്നാലല്ലാതെ ഭുക്തിക്കു രസമില്ല. 'You will not remain strong except you take exercise' വ്യായാമം ചെയ്യാലല്ലാതെ നിണക്കു ആരോഗ്യം നിലനില്ക്കയില്ല; or വ്യായാമം ചെയ്യാഞ്ഞാൽ നിണക്കു ആരോഗ്യം നിലനില്ക്കയില്ല.

Note 1. നിഷേധശബ്ദന്യൂനം with പക്ഷം or ക്രിയാന്യൂനം with ഇല്ലെന്നുവരികിൽ may also be used to vary the construction; as, വ്യായാമം ചെയ്യാത്ത പക്ഷം, വ്യായാമം ചെയ്യുന്നില്ലെന്നുവരികിൽ. 'Though' and 'however' are translated by അനുവാദകം, the first by ആകിലും, എങ്കിലും, ആണെങ്കിലും, എന്നുവരികിലും, എന്നിരിക്കിലും etc., and the second by എത്ര തന്നെ ആയാലും, അതായാലും or എന്നുവരികിലും.

Models. 1. 'Though deep yet clear' ആഴമുണ്ടെങ്കിലും തെളിവുണ്ടു; ആഴമുണ്ടെന്നിരിക്കിലും തെളിവുണ്ടു; ആഴമുണ്ടെന്നുവരികിലും തെളിവുണ്ടു. 2. 'However you may try, you will not succeed' എത്ര തന്നെ ഉത്സാഹിച്ചാലും നിണക്കു കാൎയ്യസാദ്ധ്യമുണ്ടാകയില്ല; എത്ര തന്നെ ഉത്സാഹിക്കുന്നതായാലും കാൎയ്യസാദ്ധ്യമുണ്ടാകയില്ല; എത്ര തന്നെ ഉത്സാഹിച്ചു എന്നുവരികിലും കാൎയ്യസാദ്ധ്യമുണ്ടാകയില്ല.

Note 2. In the past, ഇട്ടും should be used; as, എത്ര തന്നെ ഉത്സാഹിച്ചിട്ടും കാൎയ്യസാദ്ധ്യമുണ്ടായില്ല.

3. ആകിലും and എന്നിരിക്കിലും are more frequent in Poetry.

4. The phrase '*in case*' occurs now and then in English in the place of the conditional 'if' and may be translated by പക്ഷം or ആയാൽ; as, 'In case you succeed, let me hear at once നിണക്കു കാൎയ്യസാദ്ധ്യം ലഭിക്കുന്ന പക്ഷം ഉടനെ എന്നെ അറിയിക്ക, or നിണക്കു കാൎയ്യസാദ്ധ്യം ലഭിക്കുന്നതായാൽ ഉടനെ എന്നെ അറിയിക്ക.

33. Exercise A.

1)   Unless thou tell'st me where thou hadst this ring,
       Thou diest within this house.

2) Though she was a woman of great strength of mind, and had little cause to love him, her misery was such that none of the bystanders could refrain from weeping.

3) Though the particular persons and events chronicled in the legendary poems of Greece are not to be regarded as belonging to the province of real history, those poems are nevertheless full of instruction as pictures of life and manners.

4)   Poor man! I know he would not be a wolf,
       But that he sees the Romans are but sheep;
       He were no lion, were not Romans hinds.

5) The spiritual attendant of the dying slaveholder regularly adjured him, as he loved his soul, to emancipate his brethren for whom Christ died.

6) The judge himself would be punished in case he transgressed the law.

7) The duke thought himself best entitled, in case the king should die without issue, to possess the royal dignity.

8) Had the Plantagenets succeeded in uniting all France under their government, it is probable that England would never have had an independent existence.

9) Though the seas threaten, they are merciful; I have cursed them, albeit had no cause.

10) We may safely affirm, whatever the rigid bigotted maxims of the age may declare to the contrary, that persecution is not the best method of converting people.

11) Everybody can be at home in London and, whatever his tastes or his pursuits, everybody can find there the things that interest him most — collections, artistic and scientific, societies, galleries, amusements (though the theatres and operas are as good elsewhere and in some places superior), fads, eccentricities, specimens of all races, all customs, all superstitions.

12) Whether content with one's condition be a good state or not, and however strong an ally it may be to conservatism that resists progress, it undoubtedly works for social stability.

13) In conclusion, I should like again to aver that the lot of a Russian woman is a happy one, whatever may be her class.   Comparisons

are odious, but if we compare the actual position, I should say that, on the whole, the position of the Russian women was better than that of English women, and their influence politically and socially was greater.

14) The gist of what Mr. Bonnar has to tell us we have heard more or less definitely from many other witnesses, although few have spoken so clearly and with such emphasis.

15) But ask the agitators whether they desire that the plateau of Asia Minor should fall under Russian rule, and what will they tell you? That they prefer Turkey to Russia. Astonishing as this reply is, it is heard throughout all the East wherever Armenians are found; and why is this? Because if Russia held Armenia, there would only be opportunities for the agitators and their friends to gain an earnest livelihood by their labours or their efficiency, whereas, what they are desirous of doing, is to form a free and autonomous Armenia, in which their own personal enrichment and aggrandisement would take the place of patriotism and the welfare of the country.

16) The force of circumstances has imposed upon the United States the necessity, recognized with practical unanimity by her people, of insuring to the weaker States of America, although of racial and political antecedents different from her own, freedom to develop politically along their own lines and according to their own capacities, without interference in that respect from governments foreign to these continents.

17) Leaving the political side of the question altogether outside, one must allow that, however detrimental the action of France and Russia may be to our interests, it is as natural for these powers to do all in their power to exploit, and, if possible, to monopolise the trade of China and other countries neighbouring their dominions by means of railways leading to their own sea-ports, as it is monstrous on the part of our government to do nothing to foster, and much to impede, the extension of trans-frontier trade with the magnificent markets awaiting our enterprise, which neighbours our Burmese possessions.

18) A widowed countess, a chief ornament of society in her day, being left with means which were small relatively to her rank, said, with a wisdom which was as much her own as the wit for which she was celebrated, that had it not been for having to make both ends meet, she would not have known what to do with herself.

19) **The accuracy of a bill of old date is not in general very ascertainable, and it would seem to be but an ungracious return for the accommodation which the creditor has afforded, if the debtor were to institute a very strict inquisition into the minutiæ of his claims. The considerations concur with the habitual carelessness and indolence of people of fashion, as inducements to them to lead their tradesmen into temptation; and the result is such a demoralisation of the whole class, that it is rare indeed to meet with a tradesman accustomed to be employed by people of fashion, whose accounts, if closely scrutinized, would not betray a want of probity and fair dealing.**

Exercise B.

1) മനുജതരുണിയെയൊരു മഹാപാപി കാമിച്ചു മററുള്ള വൎക്കമാപത്തായി തിങ്ങിനേ.

2) ശുഭചരിതനതിബലമോടാശു ദിവ്യാസ്ത്രേണ ശോഷണബന്ധനാദ്യൈര പി സാഗരം, കപികുലബലേന കടന്നു ജഗത്ത്രയകണ്ടകനെക്കൊന്നു കൊണ്ടുപോകാശുമാം മറിവൊടൊരുനിശി രഹസികൊണ്ടുപോയാലതു മൽപ്രാണനാഥകീൎത്തിക്കു പോരാ ദൃഢം.

3) ലങ്കയിൽ ചെന്നു നാം പുക്കിതെന്നാകിലോ ലങ്കേശനും മരിച്ചാനെന്നു നിൎണ്ണയം.

4) പകൽ കഴിവോളം കല്പാനെങ്ങും തരമില്ലാഞ്ഞു തപോധനഭാവം, അൎക്കൻപോയി മറഞ്ഞൊരുസമയേ തസ്കരണത്തിന്നു സമയംനോക്കും.

5)
ജ്ഞാനം മനക്കാമ്പിലില്ലെന്നു വന്നാൽ
ഞാനെന്ന ഭാവം മുഴുത്തിട്ടുമേററം
മാനം മദദ്വേഷരാഗങ്ങളെല്ലാം
നൂനം പെരുക്കും മഹാദേവശംഭോ.
ഞാനെന്നഹംകാരമില്ലെന്നു വന്നാൽ
ആനന്ദമല്ലാതെ മറെറാന്നുമില്ല.
സ്ഥാനം നിരൂപിച്ചു ശല്യം തുടൎന്നാൽ
ഊനം ഭവിക്കും മഹാദേവശംഭോ.

6)
കുന്തീസുതന്മാൎക്കു രാജ്യം കൊടാഞ്ഞാ
ലെന്തിങ്ങു ദോഷം വരാനുള്ളു സൂതാ
സന്ധിക്കിലെന്തിങ്ങു ലാഭം വിശേഷാ
ലെന്തിന്നിതെല്ലാം മഹാദേവശംഭോ.

7) ക്ഷീരസമുദ്രേ മുഴുകി കിടക്കുന്ന സാരമാം മന്ദരം കൊണ്ടിങ്ങു വന്നാകിൽ മൃത്യു ഭവിച്ച ജനങ്ങളെല്ലാവരും സത്വരം മുന്നേതുപോലെയെഴുനീല്ക്കും.

8) ആ വലുതായ കല്ലു ഉരുളുകളിന്മേൽ ഏററുന്നതിനാൽ ആ ഉരുളുകളിൽ ഓരോന്നു ഒരേ സമയം ഒരു ഭാഗം മാത്രമേ നിലത്തു തട്ടുന്നുള്ളു. അതുകൊണ്ടു ഉരസൽ കുറച്ചു മാത്രമേ ഉണ്ടാകുന്നുള്ളു. കല്ലു അങ്ങിനെ തന്നെ നിലത്തു കൂടി വലിച്ചുകൊള്ളുന്ന പക്ഷം അതിന്റെ കീഴ്ഭാഗം എല്ലാടവും നിലത്തുവെച്ചുരയുന്നതിനാൽ ശക്തിക്കു വളരെ പ്രതിബന്ധം നേരിടുന്നു.

9) അമ്പതുകൊല്ലം മുമ്പു ഇംഗ്ലീഷുരാജ്യവും രുഷ്യാരാജ്യവും അടങ്ങിയ പടത്തെയും ഇപ്പോൾ ആ രണ്ടു രാജ്യങ്ങളുടെ പടത്തെയും ഒപ്പിച്ചു നോക്കിയാൽ ഇംഗ്ലീഷുകാർ എത്രയോ അധികം രാജ്യങ്ങളെ ജയിക്കയും അവയിൽ കുടിയേറി വസിക്കയും ചെയ്തിരിക്കുന്നു എന്നു ഉക്ഷാന്തപ്പെടുന്നതാകുന്നു.

10) ഉഷ്ണകാലത്തു വിയൎപ്പു വളരെ ഉണ്ടാകുന്നതുകൊണ്ടു ജലാംശത്തിൽ ഉണ്ടാകുന്ന കുറവു നികത്തേണമെങ്കിൽ ശീതകാലത്തിലുള്ളതിനെക്കാൾ അധികമായി വെള്ളം കുടിക്കേണ്ടി വരുന്നു.

11) കാടായിച്ചൊല്ലീലും കൈടഭവൈരിത
ന്നീടാൎന്നു നിന്നുള്ള ലീലയല്ലോ.
എന്നതുകൊണ്ടിനിക്കുള്ളിലില്ലേതുമേ
മന്ദതയിന്നിതു നിൎമ്മിക്കുമ്പോൾ.

12) വാടാത കാന്തിവളൎക്കുമപ്പൈതൽതൻ
വീടായിമേവുമമ്മന്ദിരത്തിൽ
കേടായതേതുമേ കൂടാതെ ശ്രദ്ധനാ
യ്യൂഢാഭക്ഷേൎന്നുറങ്ങുന്നേരം
ചാടായി വന്നാനസുരനവനെങ്കിലും
ചാടായി വന്നീല മേനി തന്നിൽ
ഓടായി വന്നു മരുങ്ങിനാനെങ്കിലും
ഓടായിവന്നീല കൊല്ലുന്നേരം.

13) തന്നെത്താൻ അറിയാതെ തന്നെക്കാൾ ബലമുള്ള
ധന്യന്മാരോടു ചെന്നു സന്നാഹം തുടൎന്നെന്നാൽ
പിന്നെത്താനറിയാറാമെന്നു നീ ധരിച്ചാലും.

14) ദണ്ഡകാരണ്യത്തിന്നാശു നീ പോകിൽ ഞാൻ
ദണ്ഡധരാലയത്തിന്നു പോയീടുവൻ.
നാടുവാഴേണം ഭരതനെന്നാകിൽ നീ
കാടുവാഴേണമെന്നുണ്ടേ വിധിമതം.

15) താതനും ഞാനുമൊക്കും ഗുരുത്വംകൊണ്ടു
ഭേദം നിനക്കു ചെററില്ലെന്നു നിർണ്ണയം.
പോകേണമെന്നു താതൻ നിയോഗിക്കിൽ ഞാൻ
പോകരുതെന്നു ചെറുക്കുന്നതുണ്ടോവല്ലാ.
എന്നുടെ വാക്യത്തെ ലംഘിച്ചു ഭൂപതി
തന്നുടെ വാചാ ഗമിക്കുന്നതാകിലോ
ഞാനുമെൻ പ്രാണങ്ങളെ ത്യജിച്ചീടുവൻ
മാനവവംശവും പിന്നെ മുടിഞ്ഞുപോം.

16) ആശ്രമദോഷം വരുത്തിയ ബാലിപോ
ന്നൃശ്യമൂകാചലത്തിങ്കൽ വരുന്നാകിൽ
ബാലിയുടെ തല പൊട്ടിത്തെറിച്ചുടൻ
കാലപുരി പോക മദ്വാക്യഗൌരവാൽ.

17) ശത്രുവായുള്ളൊരു ബാലിയെ സത്വരം
യുദ്ധത്തിന്നായ്വിളിച്ചാലും മടിയാതെ
വൃത്രവിനാശനപുത്രനാമഗ്രജൻ
മൃത്യുവശഗതനെന്നുറച്ചീടു നീ
സത്യമിദമഹം രാമനെന്നാകിലോ
മിത്ഥ്യയായ്വന്നു കൂടാ മമ ഭാഷിതം.

Note. സത്യമിദമഹം രാമനെന്നാകിലോ **'as sure as I am Rāma'.**

18) ഗൌരവമായ ഒരു കുററം നടക്കുകയും അതിന്റെ പരമാൎത്ഥത്തെ തെളിയിക്കുന്നതിന്നു സാധാരണ പോലീസ്സുകാൎക്കു കഴിവില്ലാതെ വരികയും ചെയ്യുന്ന പക്ഷം ആ കുററം നടന്ന വിവരം തിരക്കി അറിഞ്ഞു തെളിവുണ്ടാക്കേണ്ടതിന്നു യോഗ്യന്മാരായ വലിയ ഉദ്യോഗസ്ഥന്മാരെ അയക്കാറുണ്ടു.

v. *The Adverbial Clause of* Cause *and* Effect.

The adverbial clauses under this head are of three classes viz. of *cause, consequence* and *purpose.* The first is introdnced by the conjunctions 'because', 'as', 'since' etc., the second by 'so that', and the last by 'that', 'in order that' etc.

In Malayalam the true case of *cause* is തൃതീയ, but the nominative forms of നിമിത്തം, കാരണം, മൂലം, and others of like import are also in use to express the same meaning. It will be noted that the auxiliary verb കൊണ്ടു frequently replaces the തൃതീയ suffix ആൽ; as, അതുകൊണ്ടു, അവൻ വരായ്കകൊണ്ടു etc.

Rule 24. When the sentence is long, translate the adverbial clause of *cause* after the principal sentence and begin with എന്തുകൊണ്ടെന്നാൽ, or കാരണം; to express *consequence,* ആറു and തക്കവണ്ണം may be used; but in the majority of cases the adverbial clause of *consequence* has to be translated through its equivalent form, the illative co-ordinate sentence; as, 'A great many visitors came at one time, so that we were put to great inconvenience' ഒരിക്കൽ വളരെ വിരുന്നുകാർ വരികയുണ്ടായി, അതിനാൽ ഞങ്ങൾക്കു വളരെ അസൌകൎയ്യത്തിന്നിടയായിത്തീൎന്നു.

Purpose is expressed by വേണ്ടി and ആയ്ക്കൊണ്ടു; as, 'We sow that we may reap' കൊയ്യാനായ്ക്കൊണ്ടു നാം വിതക്കുന്നു.

34. Exercise A.

1) He went away in great anger, for he had taken offence at some remarks.
2) At this his relations were sore amazed, not because they believed that what he said was true, but because they thought that some distemper had got into his head.
3) As there was no hope of escape they resigned themselves to their fate.
4) Now that there is no more use for these things you may remove them.
5) Since those men could not be convinced, it was determined that they should be persecuted.
6) He swore so loud that all amazed the priest let fall the book.
7) I was not so young when my father died, but that I perfectly remember him.
8) What circumstances have occurred that our proposals should be withdrawn?

9) Constantinus had separated his forces that he might divide the attention and resistance of the enemy.

10) They let alone the Princess Mary lest they might provoke a war with the Emperor Charles.

11) Romans, countrymen, and lovers! hear me for my cause, and be silent, that you may hear; believe me for mine honor, and have respect to mine honor, that you may believe; censure me in your wisdom, and awake your senses that you may the better judge.

12) Their tradesmen, and the workmen whom their tradesmen employ, are compelled, these by the necessities of their situation in life, those by the competition they encounter in their business, to submit to all the hardships and disquietudes which it is possible for fashionable caprice to impose, without showing any sign of disturbance or discontent, and because there is no outcry made, nor any pantomime exhibited, the fashionable customer may possibly conceive that he disposes nothing but satisfaction among all with whom he deals.

13) When the student shall have attained to four and twenty years of age, more or less, the sooner he is in office the better; for it is there only that some essential process of his education can be set on foot, and it is in youth only that they can be favourably effected.

14) In every walk of life it were well that such men should associate themselves together in order that combination may give increased effect to their lives.

15) He quickened his pace that be may be at the gate in time, and before it closed for the day; he called to mind the miseries he had passed through the previous night and shuddered to contemplate the prospect of another such night.

16) As we cannot make a personal study of every man in a large deliberative assembly, we learn the temper of the whole, by our knowledge of individuals here and there — especially such as take a leading among others — and by the collective determination of the body.

17) There is a gentle but irresistible coercion in the habit of reading, well directed, over the whole tenor of a man's character and conduct, which is not the less effectual because it works insensibly, and because it is really the last thing he dreams of. It civilizes the conduct of men, and suffers them not to remain barbarous.

18) And since the quarrel
Will bear no colour for the thing he is,
Fashion it thus, that what he is, augmented,
Would run to these and these extremities
And therefore think him as a serpent's egg,
Which hatched, would, as his kind, grow mischievous
And kill him in the shell.

19) In the effusion of intense feeling the regularity of metre may act as a controlling or moderating power. The ebullition of incitement is made calmer and more continuous by the adoption of a measured step; so that when the subject of poetry is of an impassioned nature, the proper accompaniment is verse.

20) We cannot have a single image in the fancy or imagination that did not make its first entrance through the sight; what we have is the power of retaining, altering and compounding the images once received, into all the varieties of picture and vision that are most agreeable to the imagination; so that by this faculty a man in a dungeon is capable of entertaining himself with scenes and landscapes more beautiful than any that can be found in the whole compass of nature.

Exercise B.

1) ദേശികനാഥൻ തൻ പാദങ്ങളേശുമ
പ്പേശലമായൊരു രേണുലേശം
ക്ലേശങ്ങളേശുന്ന പാശങ്ങളേശാത്താ
നാശയം തന്നുള്ളിലാക്കുന്നേൻ ഞാൻ.

2) ശ്രീപദ്മനാഭന്തൻ ജായയെന്നിങ്ങിനെ
പേർപെററു നിന്നോരു മേദിനീ താൻ
ദുഷ്ടരായുള്ളോരു മന്നവരെല്ലാരു
മൊട്ടേറപ്പോന്നു വിറക്കയാലേ
അന്തമില്ലാത്തൊരു ഭാരത്താൽ മേദിനി
സന്താപം പൂണ്ടു തളൎന്നു മെന്മേൽ
ധേനുവായ്ച്ചെന്നു വിരിഞ്ചനോടെല്ലാം താൻ
വേദനയോതിനാൾ കാതരയായി.

3) ദുഷ്ടരാം ദൈത്യനൃപകണ്ടകന്മാരെക്കൊന്നു
ശിഷ്ടരാം ജനത്തെയും ധൎമ്മത്തെയും പാലിപ്പാനായി
ധാതാവുമുന്നമൎത്ഥിച്ചീടുക നിമിത്തമായ്
ഭൂതലത്തിങ്കൽ വന്നു പിറന്നു ഞാനുമെടോ.

4) ബകനെന്നൊരു നിശാചരനുണ്ടവൻ വന്നു
സകല ജനത്തെയും ഭക്ഷിപ്പാനൊരുമ്പെട്ടാൻ
അതിനാൽ ഗ്രാമത്തിങ്കലുള്ളോരു ഞങ്ങളെല്ലാം
അധികദുഃഖം പൂണ്ടു സമയം ചെയ്തു മുന്നം
ഒരുനാൾ തന്നെയൊക്ക മുടിച്ചുകളയേണ്ടാ
പെരിക നാളെക്കുള്ള പൊറുതിയുണ്ടാക്കിടാം.

5) ഇങ്ങിനെ ജ്ഞാനം പുതുതായ തത്വങ്ങളെ കണ്ടറിഞ്ഞു നൂതനവൈഷമ്യങ്ങളെ ലഘുവാക്കേണ്ടതിന്നു വിവൎദ്ധിതമായ ബുദ്ധിശക്തിയെ നമുക്കു നൽകുന്നതുകൊണ്ടു ആയതു ഒരു ഭാവത്തിൽ പുതിയ ബുദ്ധിശക്തിയായ്ത്തീരുന്നു.

6) വള്ളുവനാട് താലൂക്ക് ഹെഡ്പോലീസാപ്സർ ബോധിപ്പിക്കുന്ന റിപ്പോർട്ട്:— ഇപ്പോൾ അരിക്കും മററും അധികം വിലയുള്ളതിനാൽ തടവുകാൎക്കും സാക്ഷിക്കാൎക്കും മററും ദിവസം ഒന്നുക്കു പതുപ്പത്തു പൈ കണ്ടു ചെലവു കൊടുക്കുന്നതുകൊണ്ടു മതിയാവുന്നില്ലെന്നു ആ വക ആളുകൾ പറഞ്ഞുവരുന്നു.

7) ശങ്കരാചാൎയ്യസ്വാമിയാർ കടമ്പവനത്തിൽ വെച്ചു ദേവീപരമായിരിക്കുന്ന സ്തുതിരൂപമായിട്ടു അംബാഷ്ടകം എന്നു പേരായിരിക്കുന്ന ഈ ഗ്രന്ഥത്തെ ഉണ്ടാക്കി. ഇതിനെ ഹിന്തുക്കളിൽ മിക്കവാറും ജനങ്ങൾ ആദരിച്ചുവരുന്നുണ്ടെങ്കിലും ഇതിൻെറ അൎത്ഥം സംസ്കൃതപരിചയമുള്ള ദുൎല്ലഭം ജനങ്ങൾ അറിയുന്നതല്ലാതെ തദിതരന്മാൎക്കു ബോധം വരത്തക്കവണ്ണം യാതൊരു പ്രകാരത്തിലും ഇതുവരെ പ്രസിദ്ധം ചെയ്യിട്ടില്ലാത്തതിനാൽ, അത്യുൽകൃഷ്ടയായിരിക്കുന്ന ഈ സ്തുതിയുടെ അൎത്ഥം സാമാന്യം കൂട്ടിവായിപ്പാൻ ശീലമുള്ള ബാലന്മാൎക്കും സ്ത്രീകൾക്കുപോലും ഗ്രാഹ്യമായ്വരേണമെന്നുള്ള ആഗ്രഹത്തോടു കൂടി ബോമ്പായി കല്ക്കത്താ മുതലായ സ്ഥലങ്ങളിൽനിന്നു അനേകം സംസ്കൃതവ്യാഖ്യാനങ്ങളെ വരുത്തി ആലോചിച്ചു ഭക്തമോദിനീ എന്ന ഈ ഭാഷാവ്യാഖ്യാനത്തെ ചമച്ചതാകുന്നു.

8) അന്യായഹരജിയിൽ പുറപ്പെടീച്ചിട്ടുള്ള വാദങ്ങളിൽ അൎദ്ധാംശം പോലും രേഖകളെക്കൊണ്ടു തെളിയിക്കുകയോ, തെളിയിക്കാതിരിപ്പാൻ വിശ്വാസയോഗ്യമായ സമാധാനം പറകയോ ചെയ്യാതെ അന്യായക്കാരൻ കാനൂൽ പ്രകാരം നിൎവ്വിവാദമായി തൻെറമേൽ ഇരിക്കുന്ന തെളിവുഭാരത്തെ സാധുവായ പ്രതിയുടെ തലമേൽ ഉപായത്രേണ തള്ളിവിടാൻ മാത്രം ശ്രമിച്ചിരിക്കുന്നതുകൊണ്ടു പ്രതിഭാഗത്തെ തെളിവിൻെറ ന്യൂനതകളെ ആലോചിക്കാതെയും വാദപ്രതിവാദങ്ങളുടെ ബലാബലത്തെ കൃത്യമായി തൂക്കിനോക്കാതെയും ഈ കാൎയ്യത്തിൽ ഒരു തീൎപ്പു കല്പിക്കുന്നതായാൽ കൂടി ഈ കോടതി നിയമത്തിൻെറയും ന്യായത്തിൻെറയും ആവശ്യത്തെ നിവൃത്തിച്ചു എന്നു വരുന്നതാണ്.

9) ദുഷ്ക്കാലശക്തിയുടെ ദുസ്സഹമായ പീഡകളാൽ മനം തപിച്ചുരുകിയിരിക്കുമ്പോൾ സുഖദുഃഖാദി സൎവ്വത്തിന്നും ഏകകാരണമായിരിക്കുന്ന

ജഗദീശ്വരന്റെ ആൎദ്രകാരുണ്യത്തിന്നു വേണ്ടി അഭിനിവേശത്തോടുകൂടി ഏകാഗ്രചിത്തന്മാരായി മനുഷ്യന്മാർ അപേക്ഷിച്ചു കൊള്ളുന്നതല്ലാതെ സമ്പത്സമൃദ്ധിയാൽ മതി മറന്നു വിഷയസുഖത്തിൽ മുഴുകി മത്തന്മാരായി മദിച്ചു നടക്കുമ്പോൾ ഈശ്വരസ്മരണപോലും ചെയ്യാതെ ദൈവദൂഷണം ചെയ്തുകൊണ്ടു പരദ്രോഹേച്ഛുക്കളായി തീരുന്ന അവസ്ഥക്കു വിപത്തിനെ ഗുണമെന്നോ അല്ല ദോഷമെന്നോ ഗണിക്കേണ്ടതെന്നു തത്വജ്ഞാനപരമായ ആലോചനകളിൽ ചിലപ്പോൾ ഗൌരവമായ സംശയത്തിന്നിടയാകുന്നു.

10) "പരോപകാരാൎത്ഥമിദം ശരീരം" എന്നുള്ള ഉത്തമപ്രമാണത്തെ പ്രായേണ ലോകത്തിലുള്ള സജ്ജനങ്ങളും തങ്ങളുടെ നടവടിയുടെ നിദാനമായി സ്വീകരിച്ചു വരുന്നതായാൽ മാത്രം തത്സാദ്ധ്യമായ ഗുണസമഷ്ടിയെ എല്ലാവൎക്കും അനുഭവിപ്പാൻ ഇടവരുന്നതാകയാൽ അതിനെ അല്പം ചിലർ മാത്രം വ്രതം കൊള്ളുമ്പോൾ അതു അവൎക്കു ബുദ്ധിമുട്ടിന്നു കാരണമായ്ത്തീൎന്നേക്കാം.

11) കീഴ്ക്കോടതിവിധിന്യായത്തിൽ പ്രസ്താപിച്ച ന്യൂനതകളെ നാം ആലോചിച്ചു നോക്കിയതിൽ മുൻസീഫിന്റെ അഭിപ്രായം തന്നേ നമുക്കും ഉള്ളതുകൊണ്ടു അപ്പീൽ ഹരജിക്കാരന്റെ അപേക്ഷപ്രകാരമുള്ള ഒരു വിധി കൊടുപ്പാൻ നാം മാൎഗ്ഗം കാണുന്നില്ല.

12) തങ്ങളുടെ വശം നിരുപയുക്തമായി കിടക്കുന്ന സമയത്തെ ഏതെങ്കിലും ഒരു വിധം ചിലവഴിക്കേണമെന്നുള്ള നിൎബ്ബന്ധത്താൽ ചിലപ്പോൾ ശിശുപ്രായത്തിലുള്ള വിദ്യാൎത്ഥികൾ ഓരോരോ വികൃതികൾ കാണിക്കുന്നതു അവരുടെ സ്വഭാവദോഷമായിട്ടല്ല ഗുരുനാഥനു അവരുടെ ശ്രദ്ധയെ വേണ്ടുംവണ്ണം വശീകരിപ്പാൻ സാമൎത്ഥ്യമോ ഉത്സാഹമോ പോരാ എന്നുള്ളതിന്റെ ലക്ഷണമായിട്ടു കരുതേണ്ടതാകയാൽ ഈ ധക സംഗതികളിൽ അധിക്ഷേപത്തിന്നു പാത്രമായ്വരേണ്ടതു ഗുരുവോ ശിഷ്യനോ എന്നു ആലോചനാശക്തിയുള്ള ഏവനും അപ്രയാസേന മനസ്സിലാക്കാം.

13) ഗുണദോഷങ്ങൾ ഇന്നതെന്നു വ്യക്തമായും വിശദമായും വിവരിപ്പാൻ ലോകോത്ഭവം മുതൽ ഇതുവരെ ആൎക്കും സാധിച്ചിട്ടില്ലാത്തതിനാൽ ഗുണദോഷവ്യത്യാസത്തെ ആസ്പദമാക്കി ചെയ്യുന്ന സന്മാൎഗ്ഗവാദങ്ങൾ അസ്ഥിരമായ അടിസ്ഥാനത്തിന്മേൽ പണി ചെയ്തിരിക്കുന്ന വീടുകളെപോലെ ആകുന്നു.

14) സസ്യാദികൾക്കും മനുഷ്യരെ പോലെ ജീവനുള്ളതുകൊണ്ടു അവയെപ്പോലെ ആത്മാവുമുണ്ടായിരിക്കേണമെന്നു വാദിക്കുന്നതു തലയുള്ളവൎക്കു ഒക്കെ തുല്യബുദ്ധി ഉണ്ടായിരിക്കേണമെന്നു പറയുന്നതു പോലെയാണ്.

15) ദേഹത്തെ ക്ഷീണമാകട്ടെ രോഗമാകട്ടെ ബാധിക്കുമ്പോൾ തന്മൂലമായി മനസ്സിന്നും ബുദ്ധിക്കും ദോഷം വരുന്നതാകയാൽ ബുദ്ധിശക്തിയെ നിലനിൎത്തേണമെങ്കിൽ ദേഹസുഖത്തെ സദാ പരിപാലിച്ചു പോരേണ്ടതു അത്യാവശ്യം തന്നെ.

16) നമുക്കു 'പരിചയമുള്ളവരുടെ ദോഷങ്ങളെ യഥാൎത്ഥത്തിൽ കുറഞ്ഞതായും ഗുണങ്ങളെ അതിൽ അധികമായും നമ്മുടെ സ്നേഹം നിമിത്തം നമുക്കു തോന്നിപ്പോകുവാനിടയുള്ളതുകൊണ്ടു വലിയ ഉദ്യോഗത്തെ വഹിച്ചിരിക്കുന്നവർ തങ്ങളുടെ സേവക്കാരെ തക്കതായ യോഗ്യതയില്ലെങ്കിലും നിശ്ചയിച്ചു പോകുന്നതു ആശ്ചൎയ്യമല്ല.

17) ഈശ്വരസൃഷ്ടികളിൽവെച്ചു അത്യുൽകൃഷ്ടതേജസ്സുള്ളതും സൎവ്വജീവരാശികളുടെ ജീവസംസാരണത്തിന്നാസ്പദമായ ഉഷ്ണത്തിന്റെ നിലയമായും ജഗൽചക്ഷുസ്സും കാൎയ്യസാക്ഷിയും ആയിരിക്കുന്ന സൂൎയ്യദേവൻ ഈ പത്തൊമ്പതാം നൂററാണ്ടിന്റെ അന്ത്യഖണ്ഡത്തിൽ സിദ്ധിച്ചിരിക്കുന്ന സൎവ്വവിജ്ഞാനപ്രകാശത്താൽ പോലും അഗണ്യനായിരിക്കുന്ന അവസ്ഥക്കു ലോകത്തിന്റെ ശൈശവകാലത്തിൽ ഈ ഭാരതഖണ്ഡത്തിൽ ഉണ്ടായിരുന്ന ജനങ്ങൾ അവനെ പരബ്രഹ്മസ്വരൂപമായി ധ്യാനിച്ചും പൂജിച്ചും വന്നതിൽ നാം അതിശയിപ്പാനില്ല.

18) തദ്ദേശിയരായ ജനങ്ങൾ തന്നെ ഹിന്തുക്കളുടെ വിവാഹസാമ്പ്രദായങ്ങളെ ആക്ഷേപിച്ചു പ്രസംഗങ്ങൾ ചെയ്യുമ്പോൾ യൂറോപ്യന്മാരായ ചില യോഗ്യന്മാർ അതിനെ നിന്ദിച്ചു ചില വൎത്തമാനപത്രികകളിൽ എഴുതിയതിനെക്കൊണ്ടു അവരുടെമേൽ നാം അത്ര ഈൎഷ്യ വിചാരിക്കേണ്ടതല്ല.

19) "നാടോടുമ്പോൾ നടുവെ" എന്ന പഴഞ്ചൊൽ പോലെ ഇന്ത്യാരാജ്യത്തിന്നു കൃഷി, വ്യാപാരം മുതലായ കൈവേലകളുടെ ന്യൂനതനിമിത്തം ബാധിക്കാനിടയുള്ള ദോഷങ്ങൾ സൎവ്വനിവാസികൾക്കും ഒരുപോലെ തട്ടുന്നതാകയാൽ അവയെ പരിഹരിപ്പാനുള്ള മാൎഗ്ഗങ്ങൾ ആരും തന്നെ ആലോചിക്കാതെ യൂറോപ്യന്മാർ ചെയ്യട്ടെ എന്നു നാട്ടുകാരും, അല്ല നാട്ടുകാർ ചെയ്യട്ടെ എന്നു യൂറോപ്യന്മാരും പറഞ്ഞു ഒഴിഞ്ഞു കളയുന്നു.

vi. *Adverbial Clause of Manner.*

The adverbial clause of *manner* calls for no special remarks. It is generally introduced by 'as' and may be translated by പോലെ, പ്രകാരം, വിധം, മാൎഗ്ഗം, ഭാവം and words of like import. 'As if' is adequately represented by the Malayalam എന്ന പോലെ, എന്നു തോന്നുമാറു, എന്നു തോന്നുംവണ്ണം etc., but for the sake of clearness and emphasis, it may sometimes be necessary to break it up into two sentences with എങ്ങിനെയോ..... അങ്ങിനെ; as, 'He wept as if he had been a child ഒരു ശിശു എങ്ങിനെ കരയുമോ അങ്ങിനെ അവൻ കരഞ്ഞു.

35. Exercise A.

1) As thou hast believed, so be it done unto thee.

2) The shepherd's boy was piping, as though he should never be old.

3)   And the great Lord of Luna fell at that deadly stroke,
       As falls on mount Alverness a thunder smitten oak.

4) They are acting as if they did not care in the least what happened.

5) In the recurrence of beats at regular intervals there is a positive pleasure. It is the pleasure of time in music, and of equal intervals in the array of objects to the eye, as when we place trees or pilasters in a row.

6) When we enter into the pain of another person, we are prompted to work for the alleviation of that pain, as if we ourselves were the sufferers.

7) 'By the prophet! these are strange and fearful words', exclaimed Daltaban now opening his eyes as widely as if it were impossible for them to close in slumber at all.
'They are sure, Pasha!' rejoined Khalil, whose countenance was very pale, as if a crisis were at hand, but whose looks were nevertheless firm, severe, and collected, as if he were finally resolved to perform his task according to the imperious demands of duty.

8) Daltaban Pasha looked bewidered and stupified; he pressed his hand to his brow, as if to clear his ideas and to assure himself that he was awake; that hand there instinctively sought the handle of his sword; and he muttered between his set teeth, 'Vile perfidious Ismilda!'

9) Among the writers on government whose works my limited opportunities of study have enabled me to examine, I have not met with any who have treated systematically *administrative* government as it ought to be exercised in a free state.

10) In carrying out the original design of this work, as stated in the foregoing preface, many additional examples have been introduced to illustrate the numerous phases of our grammatical forms and idioms.

The green linnet.

11)   My dazzled sight he oft deceives —
        A brother of the dancing leaves.
        Then flits, and from the cottage-eaves
        Pours forth his songs in gushes,

As if but that exulting strain
He mock'd and treated with disdain
The voiceless form he chose to feign
While fluttering in the bushes.

Ode to a nightingale.

12) My heart aches and a drowsy numbness pains
My sense, as though of hemlock I had drunk,
Or emptied some dull opiate to the drains
One minute past, and Lethewards had sunk:
'Tis not through envy of thy happy lot,
But being too happy in thy happiness, —
That thou light-winged Dryad of the trees
In some melodious plot
Of beechen green, and shadows numberless,
Singest of summer in full throated ease.

13) When Ruth was left half desolate
Her father took another mate;
And Ruth not seven years old,
A slighted child, at her own will
Went wandering over dale and hill,
In thoughtless freedom bold.
And she had made a pipe of straw,
And music from that pipe could draw
Like sounds of winds and floods
Had built a bower upon the green,
As if she from her birth had been
An infant of the woods.

14) Mr. Herbert Gladstone is meditating a yachting cruise to the coast of Dalmatia. This looks as if he might visit the Prince of Montenegro, who would probably turn out with all his mountaineers to give a prodigious welcome to the son of Gladstone.

Exercise B.

1) യുദ്ധേ മരിച്ചോരു വാനവരൊക്കയും
ബദ്ധകുതുകമെഴുന്നീറ്റു നിന്നിതു
സുപ്തരുണർന്ന പോലെയങ്ങവർകളും
ശബ്ദം മുഴക്കിനാർ ദിക്കുകളൊക്കവേ.

2) ഈ ഗ്രഹയുടെ തറമേൽ പൊൻനാണ്യം കെട്ടുകെട്ടായി അടുക്കി വെച്ചിട്ടുണ്ടായിരുന്നു. വരിവരിയായി കുംഭങ്ങളിൽ അതിദീപ്തിയോടെ ജ്വലിക്കുന്ന നവരത്നങ്ങളും കാണപ്പെട്ടു. ഇവയുടെ പ്രകാശത്താൽ ആ ഗ്രഹ മുഴുവനും കോടി സൂൎയ്യന്മാരുദിച്ചതുപോലെ തേജസ്സുള്ളതായിരുന്നു. ഇതെല്ലാം കണ്ടു ഞാൻ കൊണ്ടു ചെന്ന ചാക്കുകളിൽ ആ ദ്രവ്യം അത്യാശയോട നിറക്കേണ്ടതിന്നായി ഒരു കഴുകൻ ഇരയെ പിടിക്കേണ്ടതിന്നു ഓടും പ്രകാരം ഞാൻ ചാടിച്ചെന്നു.

3) വായുവിന്നോ ബാഷ്പങ്ങൾക്കോ ചൂടുതട്ടുമ്പോൾ ആയതു വിരിഞ്ഞു സ്ഥലവിസ്താരം ആവശ്യപ്പെടുന്നു. ഇങ്ങിനെയുള്ള വികാസം ഉണ്ടാകുമ്പോൾ വായുവിന്റെ ഘനം കുറയുന്നു. അതു നിമിത്തം ഘനമേറിയ ഒരു പൊരുളിൽ ഘനം കുറഞ്ഞ ഒരു പൊരുൾ മുക്കിയിട്ടാൽ മേല്പോട്ടു പൊങ്ങിവരും പ്രകാരം ചൂടുതട്ടുമ്പോൾ വായുവും മേല്പോട്ടുയരുന്നു.

4) ഇന്ദിരാതന്നുടെ പുഞ്ചിരിയായുള്ളോരു
ചന്ദ്രികാമെയ്യിൽ പരക്കയാലേ
പാലാഴിവെള്ളത്തിൽ മുങ്ങിനിന്നീടുന്ന
നീലാഭമായോരു ശൈലം പോലേ
മേവിനിന്നീടുന്ന ദൈവതം തന്നേ ഞാൻ
കൈവണങ്ങീടുന്നേൻ കാത്തുകൊൾവാൻ.

5) കാൎമ്മുകിൽ നേരൊത്ത കാന്തികലൎന്നോരു
കാരുണ്യപൂരനക്കാനനത്തിൽ
ബാലകന്മാരുമായി കാലിമേച്ചങ്ങിനെ
ലീലകൾ പൂണ്ടു നടന്ന കാലം
വിണ്ണവർ നായകൻ തന്നുടെ പൂജക്കു
തിണ്ണം മുതിൎന്നുള്ള ഗോപന്മാരെ
കണ്ടോരു നേരത്തു കാൎമ്മുകിൽ വൎണ്ണൻ താൻ
മണ്ടിയടുത്തങ്ങു ചെന്നുനിന്നു
ചോദിച്ചു നിന്നാനന്താതനോടെല്ലാന്താ
നേതുമറിഞ്ഞീലയെന്ന പോലെ.

6) മാധവൻ കൂടക്കൂട മാലതിയെ കടാക്ഷിക്കുന്ന ഭാവവൈഭവം കണ്ടാൽ തന്റെ ഹൃദയം മുഴുവൻ അവൻ ദൃഷ്ടികളിൽ ആകൎഷിച്ചു വെച്ചിരിക്കുന്നുവോ എന്നു തോന്നും.

7) ഈ പറഞ്ഞതൊക്കയും കേട്ടു മാലതി സ്വപ്നത്തിൽ താനറിയാതെ സഞ്ചരിച്ചു എത്രയോ അപകടമുള്ള ഒരു ദിക്കിലെത്തി പെട്ടെന്നു ഞെട്ടി പ്രജ്ഞയുണ്ടാകുമ്പോൾ ഒരു നിശാചാരിണി എങ്ങിനെയോ അതു പ്രകാരം കഥയില്ലാതെ നാലു പുറവും നോക്കി തന്റെ നേരിട്ടു വന്നിരിക്കുന്ന ഈ കഠിനമായ ഈശ്വരകോപത്താൽ ഒരു വിധം ഭ്രാന്തയായിത്തീൎന്നു.

8) ഭീഷ്മകൎണ്ണസുയോധനാദികൾ ഒക്കവെ വിധിശാസനാൽ
ഊഷ്മഭാവമകന്നു മൃത്യുവശം ഗമിക്കുമൊരിക്കലേ

ശ്രീഷ്മകാലബലേന സഖ്വതൃണങ്ങളെന്ന കണക്കിനെ
ശുഷ്ക്കമാമിതു കൌരവം ബലമാകലം ഹരശങ്കര.

9) ശ്യാമളം നല്ല കദളീമഹാവനം
കോമളം ശ്രീപൂണ്ണമാശുകണ്ടീടിനാൻ
രാമദാസൻ മഹാവീരൻ കപീശ്വരൻ
ശ്രീമഹാദേവന്റെ ബീജേന ജാതനാം
ശ്രീഹനുമാനുദാ വാണരുളീടുന്ന
ശ്രീമഹാപുണ്യപ്രദേശം മനോഹരം.
പച്ചക്കദളിക്കുലകൾക്കിടയ്ക്കിടെ
മെച്ചത്തിൽ നന്നായ്പഴുത്ത പഴങ്ങളും
ഉച്ചത്തിൽ അങ്ങിനെ കണ്ടാൽ പവിഴവും
പച്ചരത്നക്കല്ലുമൊന്നിച്ചു ചേത്തുള്ള
മാലകൾകൊണ്ടു വിതാനിച്ചദിക്കെന്നു
മാലോകരൊക്കയും ശങ്കിക്കുമാറുള്ള
ലീലാവിലാസേന നില്ക്കുന്ന വാഴകൾ
നാലുഭാഗങ്ങളിൽ തിങ്ങിവിങ്ങിത്തദാ
ബാലാനിലൻ വന്നു തട്ടുന്ന നേരത്തു
കോലാഹലം നൃത്തമാടും ദലങ്ങളും
ആലോകനം ചെയ്തു വിസ്മയിച്ചീടിനാൻ.

10) ചന്ദ്രമണ്ഡലശർമ്മാമുദയാദി താഴ്വരപോലയും
ചന്ദനദ്രുമലീനമാമ്മലയാചലാവനി പോലയും
നന്ദനന്ദനശോഭിതം വിദുരന്റെ മന്ദിരമൈത്രയും
നന്ദനീയമതായ്‌വിളച്ചചിരേണ ശങ്കര പാഹിമാം.

11) ഭോഗങ്ങളെല്ലാം ക്ഷണപ്രഭാചഞ്ചലം
വേഗേന നഷ്ടമാമായുസ്സുമോക്ക നീ
വഹ്നിസന്തപ്തലോഹസ്ഥാംബുവിന്ദുനാ
സന്നിഭം മത്ത്യജന്മം ക്ഷണഭംഗുരം
ചക്ഷുശ്രവണഗളസ്ഥമാം ദദ്ദുരം
ഭക്ഷണത്തിന്നപേക്ഷിക്കുന്നതുപോലെ
കാലാഹിനാ പരിഗ്രസ്തമാം ലോകവു
മാലോല ചേതസാ ഭോഗങ്ങൾ തേടുന്നു
പുത്രമിത്രാത്ഥകളത്രാദി സംഗമ
മെത്രയുമല്പകാലസ്ഥിതമോക്ക നീ
പാന്ഥർ പെരുവഴിയമ്പലം തന്നിലേ
താന്തരായി കൂടി വിയോഗം വരുമ്പോലെ
നദ്യാംമൊഴുകുന്ന കാഷ്ഠങ്ങൾ പോലയു
മെത്രയും ചഞ്ചലമാലയസംഗമം.

12) അവണ്ണനീയമായ കാന്തി പൂണ്ടു അതിരമ്യമായിരിക്കുന്ന ഈ ഉദ്യാനത്തിൽ നാനാവിധമായ ചെടികൾ മോഹനകുസുമങ്ങളെ വഹിച്ചു ക്ഷീണിച്ചു നില്ക്കുന്നതും ഇടക്കിടെ വളൎന്നുകൊണ്ടു നില്ക്കുന്ന ഫലവൃ

ക്ഷങ്ങളിന്മേൽനിന്നു പാടുന്ന പക്ഷികളുടെ പഞ്ചമരാഗധ്വനിയും ഓൎക്കുമ്പോൾ ദീപയഷ്ടികൾകൊണ്ടു ശോഭിച്ചു പ്രകാശിക്കുന്ന ഒരു ഗായകസദസ്സോ എന്നു ഭ്രമിച്ചുപോകും.

13) തന്റെ പിതാവായ രാജാവു ഏതുപ്രകാരം ചെയ്യേണമെന്നു തന്നോടാജ്ഞാപിച്ചിരുന്നുവോ അതുപ്രകാരം രാജകുമാരൻ ജയമത്തന്മാരായി തന്റെ മുമ്പിൽ അണിയണിയായി നില്ക്കുന്ന ഭടന്മാൎക്കു ഉചിതസമ്മാനങ്ങളെ നല്കുകയും, നായന്മാരോടു കുശലപ്രശ്നാദികൾ ചെയ്കയും ചെയ്തു.

14) മരണം തന്റെ പിമ്പുറത്തു എപ്പോഴും ഉണ്ടെന്നുള്ള ധാരണ തനിക്കുണ്ടെന്നു കാണിക്കുംപ്രകാരം തന്റെ നിത്യകൃത്യങ്ങളെയെന്നു വേണ്ടാ സൎവ്വകൎമ്മങ്ങളെയും സദാ ചെയ്തു പോരുന്നവനാണ് യഥാൎത്ഥതത്വജ്ഞാനി.

15) അവന്റെ ശരീരം ജനനം മുതല്ക്കേ വെള്ളം കണ്ടിട്ടില്ലെന്നു തോന്നും. അത്ര അഴുക്കും മലിനതയും അവനിൽ കുടികൊണ്ടിരിക്കുന്നു. എന്നിട്ടും തന്നോളം വൃത്തിയുള്ളവരില്ലെന്ന ഭാവമാണ്. ലോകം മുഴുവനേ ഒരു രംഗമാണെന്നു ഒരു ഇംഗ്ലീഷുകവിശ്രേഷ്ഠൻ പറഞ്ഞപ്രകാരം "ഉദരം മൂലം ബഹുകൃതവേഷം" ധരിച്ചുകൊണ്ടു ഇങ്ങിനെ സാധുക്കളെ പററിക്കാൻ നടക്കുന്നവർ ലോകത്തിൽ എത്ര!

Chapter VIII.

The Direct Narration.

In English a direct speech is at once recognized by the *presence* of the quotation marks and the *absence* of 'that', the characteristic symbol of the object noun-clause; in Malayalam, on the other hand, both these marks are absent, and the direct speech is only distinguished by the use of *person* and the vocative case. Hence the two constructions "The boy said, 'I refuse to obey'," and "The boy said he refused to obey" are translated with very little difference into Malayalam; as, ഞാൻ അനുസരിക്കയില്ലെന്നു കുട്ടി പറഞ്ഞു and താൻ അനുസരിക്കയില്ലെന്നു കുട്ടി പറഞ്ഞു. The first form is liable to ambiguity when it is reported by a third person, as in that case ഞാൻ may refer either to the reporter himself or to the boy.

If the direct form is to be preserved, we must add ആയിട്ടു, ആണിട്ടു, എന്തെന്നാൽ etc. to the reporting verb; as, കുട്ടി പറഞ്ഞതായിട്ടു or കുട്ടി പറഞ്ഞതെന്തെന്നാൽ.

Note 1. In Malayalam എന്നു, corresponding to the English 'that', is used both in the direct and in the indirect speech.

2. As already observed, there is very little difference in *form* between the direct and the indirect speech in Malayalam, and the two would be wholly undistinguished except for the presence of vocatives. The Malayalam idiom which permits an expressed subject to the imperative mood also adds to the confusion.

3. When the reporting verb has a plurality of objects എന്നു must be repeated after each; as, താൻ അവിടെ ചെന്നു എന്നും, പ്രതിക്കാരനെ കാണ്മാൻ സാധിച്ചില്ല എന്നും, കല്പന കാണിച്ചു ഒപ്പു വെപ്പിപ്പാൻ അതിനാൽ കഴിഞ്ഞില്ല എന്നും ശിപായി ഗോവിന്ദൻനായർ പറഞ്ഞു.

4. In such sentences as, 'He said that he could not do it and that his friends would find fault with him if he did it' is an idiomatic peculiarity of Malayalam that only the first 'he', the subject of the reporting verb, may be rendered by അവൻ and all the rest by താൻ; as, തനിക്കു ചെയ്വാൻ പാടില്ലെന്നും ചെയ്താൽ തന്റെ സ്നേഹിതന്മാർ തന്നെ കുറ്റം പറയുമെന്നും അവൻ പറഞ്ഞു. In the plural തങ്ങൾ should be used (vide Chapter III. Indefinite Sentence).

5. In English the principal sentence sometimes comes in the middle of the direct speech; as, 'I come, father,' said he, 'to ask your forgiveness.'

As to the change of *person* and *tense* in the two speeches, the rules are the same in both languages as far as they go.

Rule 25. In Malayalam the principal sentence follows the ordinary rule and comes last. The student will very often find it convenient to translate the direct sentences through their indirect equivalents into Malayalam, and vice versa, the Malayalam indirect speech may with advantage be often rendered in the direct form in English.

Rule 26. Translate into English in due order the clauses which are the objects of the reporting verb.

Model A. 1. ‘It is’, he said, ‘the most peculiar characteristic of the present era in the British Islands that those who are high placed before the world in rank, wealth and education, are willing to come forward and give their time and knowledge without fee or reward for the advantage and amelioration of those who do not stand so high in the social scale’ സ്ഥാനംകൊണ്ടും ധനംകൊണ്ടും വിദ്യാസമ്പത്തുകൊണ്ടും ലോകത്തിൽ ഔന്നത്യം പ്രാപിച്ചിരിക്കുന്ന ആളുകൾ തങ്ങളോളം സാംസംഗികമഹിമയില്ലാത്തവരുടെ ഗുണത്തിന്നും ശ്രേയസ്സിന്നും വേണ്ടി ലാഭമോ പ്രതിഫലമോ കൂടാതെ തങ്ങളുടെ സമയവും അറിവും ചിലവഴിക്കുവാൻ സശ്രദ്ധരായി പുറപ്പെടുന്നു എന്നതു ബ്രിട്ടിഷ്ദ്വീപുകളിൽ ഇപ്പോഴുള്ള ജനങ്ങളുടെ ഏററവും വിശേഷവിധിയായ ഒരു സ്വഭാവമാണ് എന്നു അവൻ പറഞ്ഞു.

2. ‘I say, James!’ says Charles, ‘have you been made a Magistrate by any chance?’ എടോ ജേംസേ, വല്ല സംഗതിവശാലും നിണക്കു മജിസ്ത്രേട്ടുദ്യോഗം ലഭിച്ചിട്ടുണ്ടോ എന്നു ചാർലസ് ചോദിച്ചു.

3. ‘I'll tell you what you ought to do, Haridas’, said Ramlal, ‘put in an offer for the whole temple property, they will be very glad to sell it’ രാംലാൽ പറഞ്ഞതായിതു, എടോ ഹരിദാസ്, താൻ ചെയ്യേണ്ടതെന്താണെന്നു ഞാൻ പറഞ്ഞു തരാം. ദേവസ്വം വസ്തുവിന്നു ആകപ്പാടെ ഒരു വില പറഞ്ഞോളു, അതു വില്പാൻ അവൎക്കു വളരെ താൽപൎയ്യമായിരിക്കും.

4. ‘Not that I mind telling you everything’ said Sowerby, ‘I am very hard up for a little money just at the present moment. It may be, and indeed I think it will be, the case that I shall be ruined in this matter for the want of it’ സൌഎൎബ്ബി പറഞ്ഞതെന്തെന്നാൽ, എല്ലാ വിവരവും നിന്നോടു പറയുന്നതിന്നു എനിക്കു മടി ഏതുമില്ല. തൽക്കാലം അല്പം റൊക്കം പണമില്ലാത്തതുകൊണ്ടു ഞാൻ വളരെ ബുദ്ധിമുട്ടിയിരിക്കുന്നു. അതില്ലാത്തതിനാൽ കാൎയ്യം ഒരു സമയം സാധിക്കാതെ പോയി എന്നു വരാം. എന്നല്ല തീൎച്ചയായി സാധിക്കയില്ലെന്നു തന്നെയാണ് എനിക്കു തോന്നുന്നതു.

Model B. 1. വന്നു സമീപേ നിന്നു കിരാതൻ
ഒന്നു കയൎത്തു പറഞ്ഞു തുടങ്ങി
നമ്മുടെ ബാണം മോഷ്ടിപ്പാനോ
ദുൎമ്മതി നിന്നു തപം ചെയ്യുന്നു?

അമ്പുകളില്ല നിനക്കെന്നാലതു
വമ്പുകൾകൊണ്ടു വരുത്തിക്കൂടാ
അമ്പൊടു നമ്മോടു യാചിച്ചെന്നാൽ
പത്തമ്പതു കണകൾ തരുന്നുണ്ടിഹ ഞാൻ.

'Rogue,' said the hunter with some cxcitement standing near him, 'do you come and perform your penance here merely to steal my arrows? If you aro in want of them, you can't get them by craft; beg of me and I will give you ten or fifty'.

2. നിജതനയവചനമിതി കേട്ടു ദശാനനൻ
നില്ക്കും പ്രഹസ്തനോടോൎത്തു ചൊല്ലീടിനാൻ:
ഇവനിവിടെ വരുവതിനു കാരണമെന്തെന്നു
മെങ്ങുനിന്നത്ര വരുന്നതെന്നുള്ളതും
ഉപവനവുമനിശമതു കാക്കുന്നവരെയും
ത്വരിതമതിബലമൊടു തകൎത്തു പൊടിച്ചതും
ത്തുമയോടാരുടെ ദൂതനെന്നുള്ളതും
ഇവനൊടിനി വിരവിനൊടു ചോദിക്ക നീ.

When he had heard his son, Desanana, turning to Prahasta, who was standing by, said, 'Ask him what has brought him here, whence he comes, why he has destroyed the garden, and the sentinels over it, and especially whose herald he is'.

3. എന്ദ്രാരി ചൊന്നതു കേട്ടു പ്രഹസ്തനും
പവനസുതനൊടു വിനയനയസഹിതമാദരാൽ
പപ്രച്ഛ നീയാരയച്ചുവന്നു കപേ
നൃപസദസി കഥയ മമ സത്യം മഹാമതേ
നിന്നെ അയച്ചു വിടുന്നുണ്ടു നിൎണ്ണയം
ഭയമഖിലമകതളിരിൽനിന്നു കളഞ്ഞാലും
ബ്രഹ്മസഭെക്കൊക്കുമിസ്സഭ പാൎക്ക നീ
അനൃതവചനവുമലമധൎമ്മകൎമ്മങ്ങളു
മത്ര ലങ്കേശരാജ്യത്തിങ്കലില്ലെടോ.

At this, Prahasta, in a polite and winning manner asked the son of Aeolus, 'Who sent you hither? Tell me the truth and be assured you will be set free, my good friend. Banish all your fears and remember that this council is as noble as Brahma's and dishonesty and injustice are unknown in the kingdom of Ceylon (Lanka's lord)'.

4. സംഭ്രമം കോപിച്ചു ചൊല്ലിനാനെന്തൊരു
വമ്പു നിനക്കിതുകൊണ്ടു ലഭിച്ചതും
മറ്റു കണ്ടോരുടെ ശക്തികൊണ്ടല്ലയോ
മുറ്റുമെന്നോടു ഗർവ്വിക്കുന്നതിങ്ങിനെ?
എന്നതു കേട്ടരുൾചെയ്തിതു ദേവിയും
എന്നുടെ ശക്തി നീ എന്തറിഞ്ഞു ഖല
ഞാനൊഴിഞ്ഞാരുള്ളതിത്രിലോകത്തിങ്ക
ലൂനമൊഴിഞ്ഞില്ല രണ്ടാമതാരുമേ.

'What glory,' said Sumbha with irritation, 'can you possibly arrogate to yourself on account of this deed? Is it not by virtue of others' strength that you dare to oppose me?' 'Wretch!' returned the goddess, 'what can you know of my powers! who is there in all the three worlds besides myself? I am alone, and certainly there is not a second'.

36. Exercise A.

1) A chieftain to the higlands bound,
Cries, 'Boatman, do not tarry!
And I'll give thee a silver pound,
To row us o'er the ferry!'
'Now who be ye, would cross Lochgyle,
This dark and stormy water?'
'Oh I'm the chief of Ulva's isle,
And this Lord Ullin's daughter.—
'And fast before her father's men
Three days we've fled together,
For should he find us in the glen,
My blood would stain the heather.'
Outspoke the hardy highland wight,
'I'll go, my chief,— I'm ready:—
It is not for your silver bright,
But for your winsome lady:
'And by my word! the bonny bird
In danger shall not tarry;

So though the waves are raging white
I'll row you o'er the ferry.'

2) 'Why weep ye by the tide, ladie?
Why weep ye by the tide?
I'll wed ye to my youngest son,
And ye shall be his bride.
And ye shall be his bride, ladie,
Sae comely to be seen'—
But aye she loot the tears down fa'
For jock of Hazeldean.

3) 'Now tell us what 'twas all about,'
Young Peterkin, he cries,
And little Wilhelmine looks up
With wonder-waiting eyes;
'Now tell us all about the war
And what they fought each other for.'
'It was the English,' Kaspar cried.
'Who put the French to rout;
But what they fought each other for
I could not well make out.'
'But everybody said,' quoth he
'That 'twas a famous victory.
They say it was a shocking sight
After the field was won;
For many thousand bodies here
Lay rotting in the sun.
But things like that, you know, must be
After a famous victory.
Great praise the Duke of Marlbro' won
And our good Prince Eugene';
'Why, 'twas a very wicked thing!'
Said little Wilhelmine;
'Nay, nay my little girl,' quoth he,
'It was a famous victory.
And everybody praised the Duke
Who this great fight did win'.
'But what good came of it at last?'
Quoth little Peterkin:
'Why, that I cannot tell,' said he
'But 'twas a famous victory.'

The countess of Warwick interviewed by Miss Bellock.

4) I ventured to ask Lady Warwick what she thought to be the most
pressing duty now lying before the women of Great Britian.
'Really', she replied smiling, 'that is a very serious question, and
one which I cannot answer. It is not for me to give a prescription
for the women of England; each one has her own duty in her
own circle, and it would be arrogance for any one to dogmatise
as to what her neighbour or her sister should do.' 'Yes, but in a
general way and from your own point of view, what would you
be inclined to insist upon most earnestly?'
Lady Warwick paused, and then she said, 'An endeavour to utilize
the waste — waste time, waste opportunities, waste of all kinds — for
there is nothing more sad or tragic in this world than the waste that
goes on all round us. I do not mean waste of money, — for
waste of money is one of the smallest kinds of waste — but waste
of life which is far more important. Against the endless dissi-
pation of energy, the besetting sin of our overcrowded life, we
ought to set up a standard of a wise conservation of power.'
'You must have endless calls upon your time, both public and private,
philanthropic and social.'
'Yes,' she observed quietly, 'it is very difficult to get time to live
one's own life when one touches the lives of so many others at so
many points.'
'But you do not regret your public work: for instance, your work
here on the Board of Guardians?'
'Regret it!' she answered, 'It is one of the delights of my life.'

The woman at Home.

5) 'What a pretty little house this is!' said Mr. Madison drawing near
the fire. 'You might do a good deal with it.'
'We live in it and find it comfortable,' said Mrs. Troy. 'I don't
know what else we could do.'
'Have you any photograph of your son?' said Miss Madison impul-
sively; 'have you any of him when he was a child?'
Mrs. Troy took the latest from a small table near her and handed it
to the young lady, who gazed at it with rapt attention.
'But we have that one Hesperia!' said her mother.
'Hesperia,' thought Mrs. Troy, 'what a name! Why could'nt they
call her Betty?'

10

The girl got up to put back the photograph, and yawned slightly as she did so. Then she went to the piano, threw the lid, and tried a note or two.

'I will sing to you,' she said sitting down.

'Thank you,' said Mrs. Troy.

EXERCISE B.

1) അന്ന്യായം ചെറുകോമൻ മേനോക്കിയോടു സത്യത്തിന്മേൽ എടുത്ത കൈഫീത്ത്.

താൻ കൊടുത്ത പട്ടികയിൽ പറയുന്നതായ മുതൽ മുഴുവനും പോയിട്ടില്ലാത്ത പ്രകാരം തന്റെ ജ്യേഷ്ഠൻ പറഞ്ഞതായി അധികാരിയുടെ റിപ്പോൎട്ടിൽ കാണുന്നതിന്റെ സംഗതി എങ്ങിനെ?

വേറെയും പെട്ടികളിൽ ഉള്ള മുതൽ ഒക്കയും എടുക്കുകയും വെക്കുകയും ചെയ്യുന്നതു ജ്യേഷ്ഠനാണ് ഈ മുതലിന്റെ നിശ്ചയം എനിക്കു നല്ല വണ്ണമില്ല. അതുകൊണ്ടു ചില മുതലുകൾ അധികമായി പറഞ്ഞു പോയതാണ്.

ഏതുപ്രകാരമാണ് അകത്തു കടന്നുകൊണ്ടു പോയിരിക്കുന്നതു? ചുമരു തുരന്നിട്ടും പൂട്ടു പറിച്ചിട്ടും ഒന്നുമില്ല. ൧൦-ാംനു പടിഞ്ഞാറെ വാതിലിന്നു മുട്ടുഇട്ടിരുന്നതും വാതിലിന്റെ തഴുതും ഊരി കണ്ടിരിക്കുന്നു. അതുമാത്രം ഒന്നു കണ്ടിട്ടുണ്ടു. ഇന്നപ്രകാരം കടന്നു കളവു ചെയ്തു എന്നു നിശ്ചയമില്ല.

ഈ പത്തായത്തിൽ വെച്ചിരുന്ന മുതൽ ഏതുപ്രകാരം കൊണ്ടുപോയി? പത്തായത്തിന്റെ പൂട്ടൊന്നും കേടുവന്നിട്ടില്ല. ഈ പത്തായത്തിന്റെ താക്കോൽ വേറെ പൂട്ടില്ലാത്ത പത്തായത്തിലാണ് വെക്കാറു. ആ താക്കോൽ തന്നെ എടുത്തു തുറന്നുവോ അല്ല മറുതാക്കോൽ കൊണ്ടു തുറന്നുവോ എന്നു അറിവാൻ പാടില്ല.

ഈ മുതൽ സൂക്ഷിച്ചിട്ടുള്ളതു ആരെങ്കിലും അറിഞ്ഞിട്ടുണ്ടോ?

എന്റെ അനുജന്റെ മകൻ കോമപ്പൻ അറിഞ്ഞിട്ടുണ്ടു. അവൻ ചില സമയം ഈ പത്തായം തുറക്കുകയും അധാരം എഴുതുകയും മറവും ചെയ്യാറുണ്ടു. താക്കോൽ സൂക്ഷിക്കുന്നതും അവൻ കണ്ടിട്ടുണ്ടു. ൧൮-ാംനു-വരെ കോമപ്പൻ അവിടെ തന്നെ പാൎത്തിരുന്നു. ൧൮-ാംനു-ക്കു ശേഷം അവന്റെ ജ്യേഷ്ഠൻ പൈതലിന്റെ വീട്ടിലാണ് താമസം.

ഈ മുതൽ സൂക്ഷിച്ചിരുന്നതു ഏതുപ്രകാരമുള്ള പെട്ടിയിലായിരുന്നു?

ചതുരത്തിൽ ചെമ്പുകൊണ്ടു കെട്ടീട്ടുള്ള പിലാവുമരംകൊണ്ടുള്ള പെട്ടിയാണ്. ഏകദേശം മുക്കാൽ കോൽ നീളം അരക്കോൽ അകലം വിസ്താരം ഉള്ള പെട്ടിയാണ്.

ഈ കളവുപോയ മുതലൊക്കയും അന്ന്യായക്കാരനു പ്രത്യേകം ഉള്ളതു തന്നെയോ?

അന്യായക്കാരനും എനിക്കും കൂടിയുള്ളതാണ്. അതിൽ ചിലതു പണയംവകയും ഉണ്ടു. ഈ വകവിവരം ഒക്കെയും ഞാൻ ബോധിപ്പിച്ചിരിക്കുന്ന മുതൽ വിവരം പട്ടികയിൽ കാണിച്ചിട്ടുണ്ടു.

ഈ കാൎയ്യത്തിൽ ആരുടെ മേലെങ്കിലും സംശയം ഉണ്ടോ?

എന്റെ അനുജന്റെ മകൻ കോമപ്പന്റെയും അവന്റെ ജ്യേഷ്ഠൻ പൈതലിന്റെയും മേലാണ് എനിക്കിപ്പോൾ സംശയം ഉള്ളൂ. അവരുടെ വീട്ടിൽ ശോധന ചെയ്യേണം. വേറെ വല്ല ദിക്കിലും സംശയം ഉണ്ടായാൽ അപ്പോൾ ഞാൻ ബോധിപ്പിക്കാം.

കോമപ്പന്റെയും അവന്റെ ജ്യേഷ്ഠന്റെയും മേൽ സംശയത്തിന്നു കാരണമെന്താണ്.

അവരുടെ രണ്ടാളുടെയും അമ്മ മരിച്ചുപോയി. വേറെ ഒരു സ്ത്രീയെ എന്റെ അനുജൻ കൊണ്ടു വന്നിട്ടുണ്ടു. അതുകൊണ്ടു അവൎക്കും മുഷിച്ചൽ ഉണ്ടു. അതിനാൽ അവർ ഞങ്ങളെ നശിപ്പിക്കേണമെന്നു വെച്ചു മുതൽ കൊണ്ടുപോയിരിക്കുമെന്നാണ് എനിക്കുള്ള സംശയം.

൧൯-ാംനു- പെട്ടിയും മുതലും കാണാതെ പോയിരിക്കേ അന്യായത്തിന്നു താമസം വരാൻ കാരണമെന്തു?

എനിക്കു ഒരു വായുവിന്റെ ദീനം ഉണ്ടായിരുന്നു. അതുകൊണ്ടു താമസം വന്നുപോയതാണ്.

കോമപ്പൻ മുതൽ രണ്ടാളുടെ മേൽ സംശയമുള്ള വിവരം ഉടനെ അധികാരിയോടു പറകയോ ഏതെങ്കിലും ഉണ്ടായിട്ടുണ്ടോ?

എനിക്കു വായുവിന്റെ ദീനമായിരുന്നു. എന്റെ ജ്യേഷ്ഠൻ ചെന്നു പാലയോടു അധികാരിയോടു പറഞ്ഞിരിക്കുന്നു. കോമപ്പനെയും അവന്റെ ജ്യേഷ്ഠനെയും വിളിച്ചു ചോദിക്കാമെന്നു പറഞ്ഞു.

ഈ കളവുപോയ വീട്ടിൽ ആരെല്ലാം പാൎക്കുന്നു? ഞാനും എന്റെ അനന്തരവൻ കണ്ണനും, മകൻ രാമനും, ജ്യേഷ്ഠന്റെ മകൻ ചിണ്ടനും അവന്റെ അമ്മയും പെങ്ങളും പാൎത്തുവരുന്നു.

ഈ വായിച്ചു കേട്ടപ്രകാരം തന്നെയോ പറഞ്ഞതു? അതേ.

2) വേടനന്നേരം കയൎത്തു ചൊന്നാൻ:
"ആരെടാ നീ നമുക്കുള്ള ഘോരമായ സായകത്തെ
ചോരണഞ്ചെയ്യുയോ കള്ളാ നല്ലതല്ലേതും
കട്ടതിന്നാൻ ചിതം നോക്കി കാട്ടിൽ വന്നു കിടക്കുന്ന
ദുഷ്ടബുദ്ധേ മടിയാതെ ശരം തന്നാലും.
നേരുകെട്ട കാട്ടുവാനോ തപം ചെയ്തു വസിക്കുന്നു?
വീരനെന്നു നടിപ്പാകിൽ പോരു ചെയ്യാലും.
മാനമേറും നമുക്കുള്ള കാനനത്തിൽ കടക്കാമോ?
ഹീനമായ മൃഗങ്ങളെ കല ചെയ്യാമോ?
മാനുഷാ നീ ധരിച്ചാലും കാനനങ്ങൾ നമുക്കുള്ളു
ആന സിംഹം മാനു പന്നി നമ്മുടെ കൂട്ടം.
പച്ചമാംസങ്ങളെയെല്ലാം വെച്ചുതിന്നു തപം ചെയ്യാൽ

ഇച്ഛയെല്ലാം വരുമെന്നോ നിനച്ചു ഭോഷാ"
ഇത്തരങ്ങൾ വേടനാഥൻ വാക്കുകേട്ടങ്ങൎജ്ജുനനും
ഉത്തരമൊന്നുര ചെയ്തു കോപവും പൂണ്ടു.
"നില്ലു നില്ലു കിരാതാ നീ നല്ലതല്ല തുടങ്ങുന്നു:
കൊല്ലുവൻ ഞാൻ നിന്നെയിപ്പോൾ ശങ്കരനാണ.
കാട്ടിലുള്ള മൃഗങ്ങളെ കൂട്ടമെല്ലാം കല ചെയ്യാൽ
കാട്ടു ഭോഷാ നിനക്കെന്തു ചോദ്യമെന്നോടു?
നീചജാതിക്കടുക്കുന്ന വാക്കുകളെ പറയാവൂ
നീചരുക്കു പരമാൎത്ഥം അറിഞ്ഞു കൂടാ."
പാൎത്ഥനേവം പറഞ്ഞപ്പോൾ പാൎവ്വതീശനരുൾചെയ്തു:—
"പാൎത്തുകണ്ടാലറിയും ഞാൻ നിങ്ങളെയെല്ലാം
അൎജ്ജുനാ നീകയക്കും ഞാനാദിവൃത്തം പറയുമ്പോൾ
ലജ്ജയുണ്ടാമുള്ളിലുള്ള തള്ളലും തീരും.
കുന്തിയല്ലൊ നിങ്ങളുടെ പെററമാതാവതും കൊള്ളാം
ഹന്ത കഷ്ടമവൾക്കുണ്ടു കന്യകാദോഷം
സേവ ചെയ്വാൻ നിനക്കൊരു ദേവനുണ്ടായതും കൊള്ളാം
ആവതില്ലേ പിടിയാത്തക്കൂട്ടമായ്വന്നാൽ
മുണ്ടുകൊൾവാൻ വകയില്ലാഞ്ഞുടുക്കുന്നു പുലിചൎമ്മ-
മുണ്ടു കൊൾവാനന്നമില്ലാഞ്ഞിരന്നീടുന്നു.
കാളതന്റെ മുതുകേറി കാടു തോറും നടക്കുന്നു
കാളി കൂളിപ്പരിഷയിൽ കേളിയാടുന്നു.
ചാമ്പലെല്ലുംതുമ്പമാല ചൎമ്മമെല്ലാമണിയുന്ന
തമ്പുരാനെ സേവ ചെയ്വാൻ നിനക്കോ തോന്നി
എന്തിനെന്റെ പാണ്ഡുപുത്രാ സന്തതം നീ സേവിക്കുന്നു
എന്തു കിട്ടും നിനക്കീശൻ പ്രസാദിച്ചെന്നാൽ
താനിരന്നു നടക്കുന്ന ദൈവമെന്തു തരുന്നിപ്പോൾ
താൻ ഭുജിക്കാത്തവനുണ്ടോ ധൎമ്മം ചെയ്യുന്നു?"
കൎണ്ണശൂലവചനങ്ങൾ കേട്ടനേരം സഹിയാഞ്ഞു
കണ്ണു രണ്ടും ചുവത്തി നിന്നുരത്താൻ പാൎത്ഥൻ.
"ശങ്കരനെ ദുഷിക്കുന്ന നിൻ കരളു പിളൎപ്പൻ ഞാൻ
ശങ്കയില്ലാ നമുക്കേതും മൂഢനായോനേ!
കണ്ടകള്ളപ്പറയന്മാർ കണ്ടതെല്ലാം പറയുമ്പോൾ
കണ്ഠനാളം പറിച്ചഗ്നിതന്നിലാക്കേണം.
നേരെ വന്നു കരേറാതെ ദൂരേ നില്ലെടാ മൂഢാ
പോരുമോരോ ദൂഷണങ്ങൾ പറഞ്ഞതെല്ലാം.
ശങ്കരനെ തൃണത്തോളം ശങ്കയില്ലാത്തൊരുനിന്റെ
ഹുംകൃതി ഞാൻ നിലപ്പിപ്പാൻ തുടങ്ങുന്നിപ്പോൾ."

3) ശൌൎയ്യം നടിച്ചാശു കൌരവ്യനപ്പോൾ
സ്വൈരം വസിച്ചാനുരച്ചാനിവണ്ണം:

ഹേ രാമസോദര വന്നിങ്ങിരിക്കാം
കാൎയ്യം കഥിക്കാം മഹാദേവ ശംഭോ.
കുന്തീസുതന്മാർ വിരാടന്റെ ഗേഹേ
സന്തോഷമോടെ വസിക്കുന്നതല്ലീ
ചെന്താമരാക്ഷന്റെ കാരുണ്യമോടെ
സന്താപഹീനം മഹാദേവ ശംഭോ.
ധൎമ്മാത്മജനും സമീരാത്മജനും
ശൎമ്മം കിരീടിക്കുമബ്ബാലകൎക്കും
ധൎമ്മം പിഴക്കാതെ കാലം കഴിക്കും
തന്മാനിനിക്കും മഹാദേവ ശംഭോ.
എന്തൊന്നു കല്പിച്ചയച്ചു ഭവാനെ
കുന്തീസുതന്മാരതും കേൾക്കവേണം.
ബന്ധുക്കളെ കണ്ടു പോരേണമെന്നോ
ചിന്തിച്ചയച്ചു മഹാദേവ ശംഭോ.
ഇപ്പോൾ നിരൂപിച്ചിരുന്നില്ല സത്യം
കെല്പോടു കൃഷ്ണഭവദ്ദൎശനം ഞാൻ
മുല്പാടു ഞാൻ ചെയ്തു പുണ്യങ്ങളാലേ
സമ്പാദിതം മേ മഹാദേവ ശംഭോ.
ധിക്കാരഗൎഭം ഭുജംഗധ്വജന്റെ
സൽക്കാരവാക്യം നിശമ്യാംബുജാക്ഷൻ
സൽക്കാരസിംഹാസനാരൂഢനായി
തൽക്കാലമൂചേ മഹാദേവ ശംഭോ.
മത്ഭക്തരാം പാണ്ഡവന്മാരിദാനീം
തത്ഭാൎയ്യയായുള്ള പാഞ്ചാലിതാനും
സത്ഭാഗധേയേന വാഴുന്നു സൎവ്വേ
സൽബന്ധുലാഭം മഹാദേവ ശംഭോ.
ബന്ധുക്കളായുള്ള നാം തമ്മിലിപ്പോൾ
സന്ധിക്കുമാറുള്ള ബന്ധം വരേണം
എന്തിന്നു വൈരം മുഴുക്കുന്നു ചിത്തേ
സന്താപമൂലം മഹാദേവ ശംഭോ.
ജീവിച്ചിരിക്കുന്ന കാലം നരാണാം
ഭാവാനുകൂല്യം വരേണ്ടുന്നതെല്ലാം
ആവോളമൊക്കക്ഷമിക്കേണമെന്നാ
ലാപത്തുമില്ലാ മഹാദേവ ശംഭോ.
ദേവാസുരം തമ്മിലെന്നല്ല നല്ലൂ
ദേവാംശമായുള്ള ഭൂമീപതീനാം
ദൈവം പ്രമാണം നമുക്കെന്നു ചൊല്ലി
ജീവിക്കനല്ലൂ മഹാദേവ ശംഭോ.
അംഭസ്സിലുള്ളോരു പോളയ്ക്കു തുല്യം
സന്ധിച്ചുമേവുന്ന മൎത്ത്യന്റെ വൃത്തം

സമ്പത്തുമാപത്തുമന്നന്നദിക്കും
കമ്പം ജനിക്കും മഹാദേവ ശംഭോ.

4) സുംഭനെക്കണ്ടറിയിച്ചാരവരുമൊ
രംഭോരുഹാക്ഷിയെ ഞങ്ങൾ കണ്ടു ബലാൽ.
പ്രാലേയശൈലശിഖരദേശേ പുന
രാലോലമായോരു പൊന്നുഞ്ഞാലുമാടി
നല്ല രൂപമവളെപ്പോലെ കാണ്മതി
നില്ല ലോകങ്ങളിലെങ്ങുമന്വേഷിച്ചാൽ.
സ്ത്രീരത്നമായോരവളെ വഹിക്കുന്ന
പുരുഷനല്ലോ ജഗത്ത്രയനായകൻ
ചെന്നവളെ കാണുകവേണം ഭവാനിനി
മന്നവാ കാലം കളയരുതേതുമേ
നമ്മുടെ രാജധാനിക്കലങ്കാരമായി
നിൎമ്മലസ്ത്രീരത്നമായ യുവതിയാൽ
ചണ്ഡമുണ്ഡോക്തികളിങ്ങിനെ കേൾക്കയാൽ
ഖണ്ഡിതധൈൎയ്യനായ്വന്നിതു സുംഭനും.
അഗ്രെ വിളിച്ചു വരുത്തി നയജ്ഞനാം
സുഗ്രീവനോടു പറഞ്ഞാന്മധുരമായി
ഏതുമേ വൈകാതെ നീ ചെന്നനുസരി
ച്ചാദരവോടവളെക്കൊണ്ടു പോരിക.
പാരുഷ്യവാക്കുകൾ ചൊല്ലരുതേതുമേ
നാരിമാരോടതു ഞാൻ പറയേണമോ?
നിന്നെ അയക്കുന്നു പോയാലുമെങ്കില
കന്യകയെ കൂട്ടികൊണ്ടിങ്ങുപോരിക.
ഇത്ഥം നിയുക്തനായോരു സുഗ്രീവനും
ഉത്ഥാനവും ചെയ്തു വേഗേന പോയിതു.

5) ശ്രീമയമായ രൂപന്തേടുന്ന പൈങ്കിളിപ്പെണ്ണേ
സീമയില്ലാത സുഖം നൽകണമിനിക്കു നീ
ശ്യാമളകോമളനായീടുന്ന നാരായണൻ
താമരസാക്ഷൻ കഥ കേൾപ്പാനാഗ്രഹിച്ചു ഞാൻ
ആരുള്ളതുരുതരഭക്തിപൂണ്ടെന്നോടതു
നേരോടെ ചൊല്ലീടുവാനെന്നോൎത്തിരിക്കുമ്പോൾ
കാരണനായ കരുണാനിധി നാരായണൻ
കാരുണ്യവശാൽ നിന്നെക്കാണായ്വന്നതുമിപ്പോൾ.
പൈദാഹാദികൾ തീൎത്തു വൈകാതെ പറയേണം
കൈതവമൂൎത്തികൃഷ്ണൻ തന്നുടെ കഥാമൃതം.
ഏതൊരു ദിക്കിൽനിന്നു വന്നിതെന്നതു ചൊല്ലീ
ട്ടാദരവോടുമെന്നു കേട്ടു പൈങ്കിളി ചൊന്നാൾ.
മാമുനിശ്രേഷ്ഠന്മാരാം ശൌനകാദികൾ മേവും

നൈമിശാരണ്യം തന്നിൽനിന്നു വന്നതുമിപ്പോൾ
ധീമാനാമുഗ്രശ്രവസ്സാകിയ സൂതൻ ചൊന്നാൻ
മാമുനിമാൎക്കു കേൾപ്പാൻ ഭാരതകഥാമൃതം.
അക്കഥയൊക്കെ കേൾപ്പാനിത്ര പാൎത്തിതു ഞാനും
ദുഃഖങ്ങളതു കേട്ടാൽ പിന്നെയുണ്ടാകയില്ല.

6) കാശ്യപനാകും പ്രജാപതി സാദരം
ഭദ്രശീലാംഗിമാരായുള്ള ഭാൎയ്യമാർ
കദ്രുവിനോടും വിനതയോടും ചൊന്നാൻ: —
ഭൎത്തൃശുശ്രൂഷണശിക്ഷയും ശീലവും
ചിത്തേ വിശുദ്ധിയും കണ്ടു തെളിഞ്ഞു ഞാൻ
വാഞ്ഛിതമായതു ചൊല്ലുവിൻ നിങ്ങൾക്കു
ചാഞ്ചല്യമെന്ന്യെ വരം തരുന്നുണ്ടു ഞാൻ.
അന്തമില്ലാതൊരു വീൎയ്യബലമുള്ള
സന്തതി നാഗസഹസ്രമുണ്ടാകണം
എന്നു വരിച്ചിതു കദ്രു; വിനതയും
പിന്നെ മരീചിസുതനോടു ചൊല്ലിനാൾ
എത്രയും തേജോബലവീൎയ്യവേഗങ്ങൾ:
കദ്രുസുതന്മാരിലേററമുണ്ടാംവണ്ണം
രണ്ടു തനയന്മാരുത്തമന്മാരായി
ട്ടുണ്ടാകവേണമിനിക്കു ദയാനിധേ.
മുട്ടയായുണ്ടാമിനിയതു നിങ്ങൾക്കു
പൊട്ടിപ്പോകാതവണ്ണം ഭരിച്ചീടുവിൻ.
ഇത്ഥം അനുഗ്രഹം ചെയ്തു മഹാമുനി
സത്വരം കാനനം പുക്കു തപസ്സിനായി.

7) ക്ഷീരാംബുരാശിയിൽനിന്നു ജനിച്ചൊരു
ചാരുതുരഗമാമുച്ചൈശ്രവസ്സിനു
നേരെ നിറമെന്തു ചൊല്ലുകെന്നാൾ കദ്രു.
പാരം വെളുത്തെന്നു ചൊന്നാൾ വിനതയും.
എന്നാലൊരു മറുവില്ലെന്നതും വരാ
നിൎണ്ണയം ബാലധിക്കെന്നിതു കദ്രുവും
ഇല്ലാമറുവതിനെന്നു വിനതയും
ചൊല്ലി നാളെത്തുമെ ശങ്കയും കൂടാതെ.
എങ്കിൽ ഞാൻ നിന്നുടെ ദാസിയായി വാഴുവൻ
ശങ്കയൊഴിഞ്ഞെന്നു ചൊല്ലിനാൾ കദ്രുവും.
ഉണ്ടു കളങ്കമെന്നാകിൽ നിൻദാസിയായി
കൊണ്ടാലുമെന്നെയുമെന്നു വിനതയും.
കോളെ വിവാദമൊഴിഞ്ഞിന്നടങ്ങുക
നാളെ നോക്കാമെന്നു ചൊല്ലിനാൾ കദ്രുവും.
പിന്നെ സുതരോടു വെവ്വേറെ ചൊല്ലിനാൾ: —

ഒന്നുണ്ടു ചെയ്യേണ്ടു നിങ്ങളെന്മക്കളെ
ഉച്ചൈശ്ശ്രവസ്സാം കുതിരതൻ വായുടെ
നിശ്ചലമായോരു രോമമായുൾപ്പുക്കു
നിങ്ങളിലേകനൊരഞ്ജനവൎണ്ണത്തെ
തങ്ങിവിളങ്ങി കാലിന്മേൽ കിടക്കണം.
ഞങ്ങൾക്കരുതെന്നു ചൊന്നാരവർകളും
മംഗലമല്ലാ ചതിക്കരുതാരെയും.
ഞങ്ങൾക്കു വേറില്ല നിങ്ങളിരുവരും
നിങ്ങൾ തീയിൽ വീണു ചാകെന്നാളംബയും.

8) ഏററു പൊരുതതുനേരത്തു പാണ്ഡവർ
തോററതു കണ്ടു യുധിഷ്ഠിരൻ ചൊല്ലിനാൻ:
മാധവൻ തന്റെ മരുമകനാകിയ
വാസവനന്ദനപുത്രനഭിമന്യു
മാധവഫല്ഗുനന്മാരോടു തുല്യനെൻ
ബാധകളവാനവൻ മതിയാസ്സരും.
വ്യൂഹം വിഷമമായുള്ളൊന്നതിൽ പുക്കു
സാഹസത്തോടെ പടയിളക്കീടുവാൻ
ആഹവത്തിങ്കൽ ചതുരനാകും മേഘ
വാഹനനന്ദനൻ ദൂരെയകപ്പെട്ടു
വീരകുമാരകുമാരനുനേരായ
ശൂരസുഭദ്രാത്മജശ്ശുഭമന്ദിര
പോരിനാചാൎയ്യൻ വിളിച്ചു നില്ക്കുന്നതിൽ
പോരായ്മയുണ്ടീ നമുക്കു വരും തുലോം
പാൎത്ഥനുതുല്യനായുള്ള നീയാകിലെ
ന്നാൎത്തികെടുക്ക ജയിക്ക രിപുക്കളെ
നീയൊഴിഞ്ഞാരെയും കണ്ടീലമററിനി.
പോയിതു കൃഷ്ണനും പാൎത്ഥനും ദൂരവേ
ധൎമ്മജൻ ചൊന്നതു കേട്ടിട്ടഭിമന്യു
മന്നവൻ തന്നെ തൊഴുതു ചൊല്ലീടിനാൻ:—
ഇന്നടിയനു തന്നെ ജയിക്കാവതോ
മന്നവാ മാററലരാററമായുള്ളവർ.
ഇത്ഥം പറയും സുഭദ്രാത്മജനോടു
ചിത്തം തെളിഞ്ഞു ധൎമ്മാത്മജൻ ചൊല്ലിനാൻ.
ഭീമനും ദ്രൌപതി തന്നുടെ മക്കളും
ഭീമാത്മജനാം ഘടോൽക്കചവീരനും
കേകയന്മാരും മററുള്ള പടയുമായി
പോക നീ തേരു നടത്തും സുമിത്രനും.
സൂതനായുള്ള സുമിത്രനതു നേരം
നീതിയിൽ സൌഭദ്രനോടു ചൊല്ലീടിനാൻ.

ദ്രോണരും വീരനാം ദ്രോണിയും കൎണ്ണനും
പ്രാണഭയം കുറയും കൃപർ ഭോജനും
മററുമ്മഹാരഥന്മാരായ വൈരികൾ
കററമൊഴിഞ്ഞു പോർ ചെയ്യുന്ന നേരത്തു
മു.ററാത്ത ബാലനായുള്ളോരു നിന്നാലെ
മുററും ജയിപ്പാൻ പണിയെന്നറിഞ്ഞാലും.
എന്നു സുമിത്രനാം സാരഥിചൊന്നതു
നിന്ന സുഭദ്രാത്മജൻ കേട്ടു ചൊല്ലിനാൻ.
ഞാനതിബാലനശക്തനെന്നാകിലും
മാനിയാമെന്നുടെ താതനെയോൎക്ക നീ
പിന്നെ പിതാവൃതന്നഗ്രജൻ മാരുതി
സന്നദ്ധനായ ഘടോൽക്കചൻ ഭ്രാതാവും
മാതുലനായതു മാധവനെന്നല്ല
വാസവൻ മുത്തച്ഛനായതറിഞ്ഞാലും
ഞാനൊരുത്തൻ പിടിയാതവനെങ്കിലും
പ്രാണൻ കളവതിന്നായുതിയാളരും.

Chapter IX.
General Exercises
Graduated and classified with suggestive Notes.

To the Teacher.

A careful teacher will be easily able to see if the notes appended to the following exercises have been honestly and intelligently used; all instances of abuse must be promptly checked. In the lower classes it may be necessary to explain the difficult constructions, and suggest appropriate equivalents for hard terms, as a preliminary step before the student is made to work out an example; in the higher classes, from the Matriculation class upwards, such helps might with advantage be made few and far between. But whenever the teacher gives any notes, or makes any corrections in the translations submitted by his students, he will not fail to take them fully into his confidence, and make them understand the *rationale* of the alterations and suggestions made. He will also please deal similarly with the notes and suggestions already given in the following pages as want of space prevented me from doing so myself.

To the Students.

The notes must be honestly used—that is, you are not to have recourse to these before you have exhausted all your own resources, and before you use them, see that you thoroughly understand them. In some places full translations are given, not that you may commit them to memory, but that they may serve you as specimens to be striven after, and models to be followed in working out the remaining portions of the same example.

EXERCISE A.

i. *Narrative (simple and humourous).*

1. Tit for Tat.

A small New York girl, who was only seven years old, was trudging to school, she was carrying her luncheon in a covered basket, when a schoolmate, a boy of nine, overtook her. He must have been in rather bad humour, for his very first remark was: 'Say, I wouldn't carry my lunch in a fish basket any way'.

The little miss turned and looked at him. He had his sandwiches and cakes in a tin box under his arm.

'Well,' she said quickly, 'I wouldn't carry mine in a bait-box;' and the boy had nothing to say.

Note. Tit for Tat കൊടിലിന്നുകൊട്ടു; say നോക്കു്; any way എന്തായാലും or ഒരിക്കലും.

2.

In Russia a child ten years of age cannot go away from home to school without a passport. Nor can servants and peasants go away from where they are without one.

A gentleman residing in Moscow or St. Pertersburg cannot receive the visit of a friend who remains many hours without notifying it to the police. The porters of all houses are compelled to make returns of the arrival and departure of strangers; and for every one of these passports a charge is made of some kind.

3. The Duke was ahead.

The Duke of Northumberland, in spite of his vast wealth, is very unaffected and simple in his life. Whenever he travels on a railway, he usually takes a third-class ticket to the indignation of the railway officials. One day they determined to break him of this frugal habit, and they filled his compartment with chimney sweepers carrying bags of soot. When the Duke arrived at his destination he took the sweepers to the booking office and bought them each a first-class ticket back again and put one in each first class carriage, sack and all.

Note. The Duke was ahead പ്രഭു പിന്നെയും മീതെ തന്നെ; unaffected രാജസം നടിക്കാതെ.

4. The quiet life.

Happy the man, whose wish and care
A few paternal acres bound,
Content to breathe his native air
    In his own ground;

Whose herds with milk, whose fields with bread,
Whose flocks supply him with attire;
Whose trees in summer yields him shade,
    In winter fire.

Blest, who can unconcern'dly find
Hours, days, and years, slide soft away,
In health of body, peace of mind,
    Quiet by day.

Sound sleep by night; study and ease
Together mix'd; sweet recreation,
And innocence, which most does please,
    With meditation.

Thus let me live, unseen, unknown;
Thus unlamented let me die;
Steal from the world, and not a stone
    Tell where I lie.

A. Pope.

5.

'Well, Hakim,' inquired Mahomed in his usual abrupt style, 'can you cure this Frangy girl?'

'Yes,' answered Iskander firmly.

'Now listen, Hakim,' said Mahomed, 'I must very shortly leave the city, and proceed into Epirus at the head of our troops. I have sworn two things and have sworn them by the holy stone. Ere the new moon, I will have the heart of Iduna and the head of Iskander.'

The physician bowed. 'If you can so restore the health of this girl', continued Mahomed, 'that she may attend me within ten days into Epirus, you shall claim from my treasury what sum you like, and become physician to the seraglio. What say you?'

'My hope and my belief is,' replied Iskander, 'that within ten days she may breathe the air of Epirus.'

'By my father's beard, you are a man after my own heart,' exclaimed the Prince, 'and since thou dealest in talismans, Hakim, can you give me a charm that will secure me a meeting with this Epirus rebel, within the term, so that I may keep my oath. What say you? what say you?'

'There are such spells' replied Iskander. 'But mark, I can only secure the meeting, not the head.'

'That is my part,' said Mahomed, with an arrogant sneer. 'But the meeting, the meeting.'

'You know the fountain of Kallista in Epirus. Its virtues are renowned.'

'I have heard of it.'

'Plunge your scimitar in its midnight waters thrice, on the eve of the new moon, and each time summon the enemy you would desire to meet. He will not fail you.'

'If you cure the captive, I will credit the legend, and keep the appointment,' replied Mahomed thoughtfully.

'I have engaged to do that,' replied the physician.

'Well then, I shall redeem my pledge,' said the Prince.

'But mind' said the physician, 'while I engage to cure the lady and produce the warrior, I can secure your highness neither the heart of the one nor the head of the other.'

''Tis understood,' said Mohamed.

Note. You are a man after my own heart എന്റെ ഇഷ്ടത്തിന്നു തക്കതായ ഒരാൾ തന്നെ നീ or നിന്നെ എനിക്കു വളരെ ബോധിച്ചു. Since thou dealest in talismaus നിണക്കു ഇന്ദ്രജാലം പരിചയമുള്ളതുകൊണ്ടു. Charm സിദ്ധയോഗം. Within the term അവധിക്കുള്ളിൽ. He will not fail you അവൻ വരാതിരിക്കയില്ല. 'Tis understood ബോധിച്ചു.

6.

Some years ago a clever student was at one of our colleges. Whatever competitions were offered, his friends knew he could always come out first, if he only exerted himself. The chief prize of his college was about to be contested.

He entered and had fully made up his mind to win. He was specially well informed on the subject of examination, and he knew that whatever questions might be asked he would be able to answer. He was perfectly confident of success, but on the day of examination, he suddenly remembered some business which he had in town, and glancing at his watch saw he had ample time to do it and be back before the time fixed for the examination. He went, but on the way back, he loitered and became quite oblivious to the flight of time until coming to himself with a sudden start, he saw it was near the hour for the examination and he had yet a considerable distance to go. He hurried as fast as he could, and getting within the college gates, he was relieved to see that the door was still open, but just as he was making a rush for them and within twenty yards they shut with a bang. He was too late. The look of disappointment and chagrin that overspread that young man's face was most intense as he realized that for this year the coveted prize was snatched away from his hand and that through his own negligence.

It is so with those who when offered the gift of salvation freely, fritter away the time until suddenly the doors of God's mercy are shut.

ii. *Historical Narrative.*
1. Eadburh, the Daughter of Edward.

Now when Eadburh, the daughter of king Edward and Eadgifu his lady, was but three years old, it came into the king's heart to prove the child whether she would dwell in the world or go out of the world to serve God. So he put on one side rings and bracelets and on the other side a chalice and a book of the Gospels. And the child was brought in the arms of her nurse, and King Edward took her on his knees, and he said, 'Now, my child, whether of these things wilt thou choose?' And the child turned away from the rings and bracelets, and took in her hand the chalice and the book of the Gospels. Then King Edward kissed his child and said, 'Go whither God calleth thee; follow the spouse whom thou hast chosen; and thy mother and I will be happy if we have a child holier than ourselves.'

So Eadburh became a nun in the city of Winchester and served God with fastings and prayers all the days of her life.

Freeman's Old-English History.

2. The Battle of Senlac.

In the middle of the month of October, in the year 1066, the Normans and the English came front to front.

All night the armies lay encamped before each other, in a part of the country then called Senlac, now called Hastings. With the first dawn of day they arose. There, in the faint light, were the English on a hill; a wood behind them; in their midst the royal banner, representing a fighting warrior woven in a gold thread, adorned with precious stones. Beneath the banner, as it rustled in the wind, stood King Harold on foot, with two of his remaining brothers by his side; around them still and silent as the dead clustered the whole English army—every soldier covered by his shield, and bearing in his hand the dreaded English battle-axe.

On an opposite hill, in three lines—archers, foot soldiers, horsemen—was the Norman force. Of a sudden, a great battle-cry 'God help us!' burst from the Norman lines. The English answered with their own battle-cry, 'God's Rood! Holy Rood!' The Normans then came sweeping down the hill to attack the English.

There was one tall Norman knight who rode before the Norman army on a prancing horse, throwing up his heavy sword and catching it, and singing of the bravery of his countrymen. An English knight, who rode out from the English force to meet him, fell by this knight's hand. Another English knight rode out, and he fell too. But then a third rode out and killed the Norman. This was in the beginning of the fight which soon raged everywhere.

The English, keeping side by side in a great mass, cared no more for the showers of Norman arrows than if they had been showers of Norman rain. When the Norman horsemen rode against them with their battle-axes, they cut men and horses down. The Normans gave way; the English pressed forward. A cry went forth among the Norman troops that Duke William was killed. Duke William took off his helmet, in order that his face might be distinctly seen, and rode along the lines before his men. This gave them courage.

As they turned again to face the English, some of the Norman horse divided the pursuing body of the English from the rest, and thus all that foremost portion of the English army fell, fighting bravely.

The main body still remaining firm, heedless of the Norman arrows, and with their battle-axes cutting down the crowds of horsemen when they rode up, like forests of young trees, Duke William pretended to retreat. The eager English followed. The Norman army closed again and fell upon them with great slaughter.

'Still,' said Duke William, 'there are thousands of the English firm as rocks around their king. Shoot upwards, Norman archers, that your arrows may fall down upon their faces.'

The sun rose high and sank, and the battle still raged. Through all the wild October day, their clash and din resounded in the air. In the red sunset and in the white moonlight, heaps upon heaps of dead men lay strewn, a dreadful spectacle, all over the ground.

Dickens.

3. Why King Ine forsook the World.

King Ine once made him a feast to his lords and great men in one of his royal houses; and the house was hung with goodly curtains and the table was spread with vessels of gold and silver, and there were meats and drinks brought from all parts of the world, and Ine and his lords ate and drank and oven merry. Now on the next day Ine set forth from that house to go unto another that he had, and Æthelburh his queen went with him. So men took down the curtains and carried off the goodly vessels and left the house bare and empty. Moreover Æthelburh the queen spake unto the steward who had the care of the house, saying, 'When the king is gone, fill the house with rubbish and with the dung of cattle, and lay in the bed where the King slept a sow with her litter of pigs.' So the steward did as the Queen bade him: so when Ine and the queen had gone forth about a mile from the house, the Queen said unto Ine, 'Turn back, my lord, to the house whence we have come, for it will be greatly to thy good to do so.' So Ine hearkened to the voice of his wife and turned back unto the house. So he found all the curtains and goodly vessels gone, and the house full of rubbish and made foul with the dung of cattle, and a sow and her pigs lying in the bed where Ine and Æthelburh his Queen had slept. So Æthelburh spake unto Ine, her husband, saying, 'Seest thou, O King, how the pomp of this world passeth away? Where are now all the goodly things, the curtains, and the vessels, and the meats and drinks brought from all parts of the earth, wherewith thou and thy lords held your feast yesterday? How foul is now the house which but yesterday was goodly and fit for a king! How foul a beast lieth in the bed where a King and a Queen slept only the last night! Are not all the things of this life a breath, yea smoke, and a wind that passeth away? Are they not a river that runneth by, and no man seeth the water any more? Woe then to them that cling to the things of this life only. Seest thou not how our very flesh, which is nourished by these good things, shall pass away? And shall not we, who have more power and wealth than others, have worse punishment than others, if we cleave to the things of this life only? Have I not often bidden thee to think on these things? Thou growest old, and the time is short. Wilt thou not lay aside thy kingdom and all the things of this life, and go as a pilgrim to the threshold of the Apostles in the great city of Rome, and there serve God the rest of the days that He shall give thee?' So King Ine hearkened to the voice of Æthelburh his wife and he laid aside his kingdom and Æthelheard his kinsman reigned in his stead. So Ine and Æthelburh went to Rome to the threshold of the Apostles, and Gregory the Pope received them gladly.

Freeman's Old-English History.

4. The Battle of the Baltic.

Of Nelson and the North,
Sing the glorious day's renown,
When to battle fierce came forth
All the might of Denmark's crown,
And her arms along the deep proudly shone;
By each gun the lighted brand,
In a bold determined hand,
And the Prince of all the land
    Led them on.

Like Leviathans afloat,
Lay their bulwarks on the brine;
While the sign of battle flew
On the lofty British line;
It was ten of April morn by the chime;
As they drifted on their path,
There was silence deep as death,
And the boldest held his breath
    For a time.

But the might of England flushed
To anticipate the scene,
And her van the fleeter rushed
O'er the deadly space between —
'Hearts of Oak!' our captain cried; when each gun
From its adamantine lips
Spread a death-shade round the ships,
Like the hurricane eclipse
    Of the sun.

Again! again! again!
And the havoc did not slack,
Till a feeble cheer the Dane
To our cheering sent us back; —
Their shots along the deep slowly boom: —
Then ceased — and all is wail,
As they strike the shattered sail,
Or in conflagration pale
    Light the gloom.

Outspoke the victor then,
As he hailed them o'er the wave;
'Ye are brothers! ye are men!
And we conquer but to save:
So peace instead of death let us bring;
But yield, proud foe, thy fleet,
With the crews, at England's feet,
And make submission meet
To our King.'

Then Denmark blessed our chief,
That he gave her wounds repose;
And the sounds of joy and grief
From her people wildly rose,
As death withdrew its shades from the day,
While the Sun looked smiling bright,
O'er a wide and woeful sight,
Where the fires of funeral light
Died away.

Campbell.

iii. *Personal Sketch.*

1. The Indian barber.

In India, as you know, every caste has its own 'points' and you can distinguish a barber as easily as a Dhobie or a Dorking hen. He is a sleek, fair-complexioned man, dressed in white with an ample red turban, somewhat oval in shape, like a sugared almond. He wears large gold ear-rings in the upper part of his ears, and has a sort of false stomach which at a distance gives him an aldermanic figure, but proves on nearer view, to be made of leather, and to have many compartments, filled with razors, scissors, soap, brush, comb, mirror, tweezers, ear-picks, and other instruments of a more or less surgical character; for he is indeed, a surgeon, and especially an aurist and narist. When he takes a Hindu head into his charge, he does not confine himself to chin or scalp, but renovates it all over. The happy patient enjoys the operation sitting proudly in a public place. When a barber devotes himself to European heads he rises in the social scale.

Eha.

Note. Every caste has its own points എല്ലാ ജാതിക്കാൎക്കും വെവ്വേറെ ലക്ഷണങ്ങൾ ഉണ്ടു. Gives him an aldermanic figure തറവാട്ടുകാരന്റെ ആകൃതി ഉണ്ടാക്കിത്തീൎക്കുന്നു. Renovates it all over ആ പാദചൂഡം ചെത്തി വെടിപ്പാക്കുന്നു. Rises in the social scale നില ഒന്നു പൊന്തി.

2. François Coppie.

A tall thin youth with a refined appearance, shy eyes, something of the clerk about him in his slim but new and well-brushed suit, but with a certain elegance, nevertheless, in his interior, an ironical charm in his humour, and something indescribably gentle and melancholy in his whole personality that makes him noticeable, and almost compels one to look at him.

Note. Here is the whole translation:

കൃശദീർഘഗാത്രമാണ്. പരിഷ്കൃതമുഖഭാവവും ചഞ്ചലനേത്രങ്ങളും ഉണ്ടു. പുതുത്വവും വൃത്തിയോടു കൂടിയതായും ഉള്ള തന്റെ വസ്ത്രാലങ്കാരങ്ങൾ ഏതാണ്ടു കണക്കെഴുത്തു വേലക്കാരുടെ മട്ടിലാണെങ്കിലും അദ്ദേഹത്തിന്നു അന്തർവ്യാപ്തമായി ഒരു വിധം ലാളിത്യം ഇരിക്കുന്നു എന്നതിന്നു വാദമില്ല. വ്യക്തമായി പുറത്തു പ്രകാശിച്ചു കാണാത്തതായ എന്തോ ചില വശീകരണശക്തി തന്റെ ശീലഗുണത്തിന്നും ഉണ്ടു. എന്നു വേണ്ടാ താൻ ഒരു വിശേഷവിധിയായ പുരുഷനാണെന്നു സ്ഫുരിപ്പിക്കുന്നതായി തന്നെ നോക്കിക്കാണ്മാൻ അന്യന്മാരെ നിഷ്കർഷിക്കുന്നതായി, അവാഗ്ഗോചരമായ ഒരു വിധം സൌമ്യതയും നിരുന്മേഷവും അദ്ദേഹത്തിന്റെ ആകപ്പാടെയുള്ള പ്രകൃതിവിശേഷത്തിലും കാണ്മാനുണ്ടു.

3. Anna Zwanziger, the champion poisoner.

Zwanziger was of small stature, thin deformed, her swallow meagre face deeply furrowed by passion as well as by age. Mock sensibility and weak moral sense and an undoubted taste for dissipation led her into an evil course at an early age, and left her at fifty reduced to the greatest poverty, homeless, friendless and at her wit's end to live. It was then that she adopted poisoning as a means of livelihood, as a profession. Her attachment to poison was based upon the proud consciousness that it gave her the power to break through every restraint, to attain every object, to gratify every inclination, she could deal out death or sickness as she pleased, torture all who offended her or stood in her way. As time went on she became an expert toxicologist; mixing and giving poison was her constant occupation. When sentenced to capital punishment, she told the judge that her death was fortunate for mankind as it would have been impossible for her to discontinue her trade of poisoning.

4. Mr. Asquith, M. P.

Mr. Asquith is popular with his colleagues. They are full of respect and admiration for his powers. They are never weary of praising his grasp of public questions, his industry, and his knowledge. Whatever he touches he masters. During the last session of the late Parliament he had two measures on his shoulders of exceptional weight and complexity. I mean the Welsh Disestablishment Bill and the Factory Bill. He had every detail of each at his fingers' ends. His speeches show the same care as his departmental and legislative work. His defects, however, to outsiders, are no less conspicuous than his merits. He is a lawyer, and has not yet quite overcome the tendencies that a legal training, with all its advantages, creates in the ablest of men. His speech, for instance, on the Welsh Disestablishment Bill was a masterpiece of detail, of clear explicit statement; but it wanted breadth, it lacked the historic sense, it was as cold as it was lucid; it was lawyerlike and narrow in its range. It was characteristic of the man. He has impressed the country with his ability. He has never touched its heart nor fired its imagination. Whether he can do so is another matter. He is of the men whose faith in Parliament outreaches their love or their understanding of liberty. While his administration of the Home Office has been firm and enlightened, his treatment of public questions has lacked everything that endears a leader to his followers, or rouses the self-reliance of his country-men. Whether such a man by sheer intellect will conquer the constituencies is a grave question, and one I should answer in the negative, if I did not remember that Mr. Asquith is still young and resolutely ambitious of a name.

James Annand in the New Review.

Note. Powers ബുദ്ധിശക്തി. Grasp of public questions പൊതുജനവിഷയമായ കാൎയ്യങ്ങളെ ഗ്രഹിപ്പാനുള്ള സാമൎത്ഥ്യം. Whatever he touches he masters അദ്ദേഹം ഏതു കാൎയ്യത്തിൽ പ്രവേശിക്കുന്നുവോ അതൊക്കയും സമ്പൂൎണ്ണമായി ഗ്രഹിക്കാതെ ഇരിക്കയില്ല. At his fingers' ends നാവിന്റെ തലക്കൽ. It was as cold as it was lucid അതു വിശദമായിരുന്നു എങ്കിലും ഭാവരസങ്ങൾ അശേഷം മതിയായിട്ടില്ല. He has impressed the country with his ability താൻ സമൎത്ഥനാണെന്നു രാജ്യാ രാജ്യം ബോദ്ധ്യപ്പെടുത്തീട്ടുണ്ടു; He has never touched its heart nor fired its imagination ഇതുവരെ അദ്ദേഹം ജനങ്ങളുടെ മനസ്സിനെ ലയിപ്പിക്കുകയോ മോഹങ്ങളെ ഉജ്ജ്വലിപ്പിക്കുകയോ ചെയ്കയുണ്ടായില്ല. Is another matter ഇവിടെ or ഇപ്പോൾ ആലോചിക്കേണ്ടതില്ല.

5. The Japanese Workman.

The Japanese man of the people — the skilled labourer able to underbil without effort any western artizan in the same line of industry — remains happily independent of both shoemakers and tailors. His feet are good to look at, his body is healthy, and his heart is free. If he desires to travel a thousand miles, he can get ready for his journey in less than five minutes. His whole outfit need not cost seventy-five cents; and all his baggage can be put into a handkerchief. On ten dollars he can travel for a year without work, or he can travel as a pilgrim. You may reply any savage can do the same thing. Yes, but any civilized man cannot; and the Japanese has been a highly civilized man for at least a thousand years. Hence his present capacity to threaten western manufacturers. Ability to live without furniture, without impediments with the least possible amount of neat clothing shows more than the advantage held by the Japanese race in the struggle of life; it shows the real character of some weakness in our own civilisation. It forces reflection upon the useless multiplicity of our daily wants. We must have meat and bread and butter; glass windows and fire; hats, white shirts and woollen underwear; boots and shoes; trunks, bags and boxes, bedsteads, mattresses, sheets and blankets; all of which a Japanese can do without, and is really better off without.

The Fortnightly Review.

Note. The Japanese man of the people ജാപ്പാനിലെ പട്ടജനങ്ങൾ. Without effort നിഷ്പ്രയാസേന. Remains independent of സഹായം കൂടാതെ etc. You may reply etc. എന്നൊരു സമയം ആക്ഷേപിപ്പാൻ മതി. Some weakness etc. നമ്മുടെ പരിഷ്കാരത്തിനുള്ള ചില ന്യൂനതകളെ. It forces reflection upon എന്നാലോചിച്ചു പോകേണ്ടിവരുന്നു. Can do without and is better off without ഇല്ലാതെ നിവൃത്തിക്കാമെന്നു മാത്രമല്ല ഇല്ലാതിരിക്കുന്നതാണ് അധികം ഗുണം.

iv. *Description.*

1. The Sun.

This flaming star is the heart of the universe, vivifying everything with its pulsations. Of all those lights that gravitate in the immensity of heavens, the dazzling splendour of the sun first captivates the attention. Yet great as may be its apparent size, and vivid as may be its light, it is still only one in those myriads of stars which form the Milky Way. But, for us it is the centre of a system, or a family of globes, of which it was the cradle, and which after being separated from it, revolve eternally round their common parent. Like a sovereign seated on his shining throne, it sits in the centre of its satellites; its invisible power upholds them in space, directs their regulated course and disseminates everywhere movement and life.

Note. Vivifying everything with its pulsations തന്റെ അംശുജാലങ്ങളുടെ ഭ്രമണത്താൽ സൎവ്വചരാചരങ്ങൾക്കും തേജസ്സിനെ വരുത്തിയുംകൊണ്ട്. Immensity of heavens അപാരമായിരിക്കുന്ന ആകാശവീഥിയിൽ. Milky way ഉഡുമാൎഗ്ഗം Satellites ഉപഗ്രഹങ്ങൾ Disseminate everywhere movement and life സൎവ്വത്ര ചലനത്തെയും ജീവശക്തിയെയും വ്യാപിപ്പിച്ചു.

2. The Moon.

This sole and faithful satellite of the earth, formed by a fragment detached from it, now cold and wan, rolled round us, when it began, a red blazing sphere, vomiting torrents of fire from its whole surface. Whilst gravitation was regulating its form and path, the moon in the course of thousands of years gradually exhausted its fires to show us at last its pale and silvery face, the sad luminary of our nights, the splendid nocturnal mirror, which reflects to us pale and cold, the divergent rays of the sun.

Note. Vomiting torrents of fire from its whole surface അതിന്റെ പൃഷ്ഠഭാഗത്തിൽനിന്നു ഒക്കെയും അഗ്നിജ്വാലകളെ വമിച്ചു. Divergent rays വക്രകിരണങ്ങൾ.

3. The Stars.

All round the sun, disseminated in immensity, the stars majestically lend life to the vault of heaven. Their splendour, the dazzling spectacle which they display to our eyes, fill the soul with a sense of humility and nothingness. It is in the valley of the glowing Thebais, never wetted by a drop of water, that we might yield ourselves to such contemplation. One enjoys there nights which are eternally serene and under their magnificent dome, the stars, those immortal flowers of heaven, raise the spirit of man from the visible to the invisible. The heavens relate the glory of God.

Pouchet.

Note. Disseminated in immensity all round the sun സൂൎയ്യന്റെ ചുററും സംഖ്യാവിഹീനങ്ങളായി സൎവ്വത്ര നിറഞ്ഞുംകൊണ്ടു. Flowers of heaven ആകാശകുസുമങ്ങൾ, വാനപ്രസൂനങ്ങൾ. From the visible to the invisible ദൃശ്യലോകത്തിൽനിന്നു അദൃശ്യലോകത്തിലേക്കു, സ്ഥൂലലോകത്തിൽനിന്നു സൂക്ഷ്മലോകത്തിലേക്കു. The heavens relate the glory of God ആകാശമണ്ഡലം ദൈവമഹത്വത്തെ ഘോഷിക്കുന്നു.

4. A Roman Reverie.

Only a fanatical partial patriotism would deny to Italy the pround privilege of having most enriched the world with what the world values most. Neither Spain, nor France, nor Germany, nor even England, can boast to have grafted civilisation on conquest so successfully and so widely as Rome. Religion,

Science, Art, Literature, Law, all have to trace their fortilizing streams back to Italy, and nothing is more astonishing than the persistent vitality of Italian Civilisation. Italians have had their period of despondency, and even degradation—what nation has not? But for nigh on three thousand years Italy has had its architects, its sculptors, its soldiers, its law-givers, its poets, its navigators, its searchers of the stars, its rulers of men. To every educated person, Italy is the old country; to every filial mind Rome, is the *alma genetrix.* Only in Rome can we trace the majestic pageant of the centuries, following each other, now with elate, now with faltering footstep, but always contributing something to the onward, if at times devious, march of man. Hence while modes of civilisation elsewhere come and pass, Rome remains; and when some other conception of society shall have created other Londons, and other Parises, Rome will still be foster-nurse of the poet, the home of the archæologist, the goal of the artist, the bourn of the pilgrim, and the sanctuary of the saint.

Alfred Austin.

Note. Only a fanatical partial patriotism etc. പക്ഷപാതം നിമിത്തമുണ്ടാകുന്ന വാശികൊണ്ടു അന്ധന്മാരായിരിക്കുന്ന സ്വദേശാനുരാഗികൾ മാത്രമേ . . . . എന്നല്ല മാന്യപദവി ഇതാല്യരാജ്യത്തിന്നല്ലാ വേണ്ടതെന്നു വാദിക്കയുള്ളൂ. Grafted civilisation on conquest ദിഗ്ജയത്തോടു കൂടി നാഗരീകത്തെയും സന്ധിപ്പിച്ചിരിക്കുന്നു എന്നു. Now with elate, now with faltering footstep etc. ചിലപ്പോൾ സന്തോഷത്തോടെ ജാഗ്രതയായും, ചിലപ്പോൾ സംശയിച്ചു തഞ്ചിത്തഞ്ചിയും സഞ്ചരിക്കേണ്ടിവന്നു എങ്കിലും ഒരിക്കലും മനുഷ്യരുടെ ഊർദ്ധ്വഗമനത്തിന്നു അനുകൂലമായി വല്ലതും വരുത്താതെ ഇരുന്നിട്ടില്ല; പക്ഷേ ചിലപ്പോഴൊക്കെ വക്രഗതിയായുള്ള മാർഗ്ഗരൂപേണ വേണ്ടിവന്നു എന്നു വരാം.

v. *Miscellaneous.*

1. Neptune's Cup.

I can understand the bee building her cell; I can understand her foresight and how a work can be arranged where all workmen can see, communicate with, and comprehend each other; but I admit that all seems to me incomprehensible in the architectural work of Neptune's Cup. My mind is overwhelmed and confused. This magnificent construction is the noblest challenge one can offer the school of materialism. Do the physico-chemical sciences explain how these Polypi communicate with each other so as to finish their common habitation, for it is absolutely necessary that all should be governed by one dormant idea? Certainly not. There is nothing but utter feebleness in the presumptuous theories, the audacity of which now-a-days alone makes them successful.

F. A. Pouchet in the 'Universe'.

Note. Neptune's cup ഫേനഭാജനം, വരുണമകുടം. Begin—തേനീച്ചകൾ തേൻ വലകെട്ടുന്നതും.....തും, എനിക്കു ഗ്രഹിപ്പാൻ കഴിവുണ്ടു. എന്നാൽ വരുണമകുടം എന്നു പറയുന്ന ശില്പസാധനത്തിന്റെ വസ്തുത അശേഷമെങ്കിലും എനിക്കു വിശദമല്ലെന്നു ഞാൻ തന്നെ സമ്മതിക്കുന്നു. This magnificent construction etc. ഈ മഹത്തായ നിൎമ്മാണം ചാൎവ്വാകമതത്തെ ആക്ഷേപിച്ചു കൊണ്ടുവരുവാനുള്ള ന്യായങ്ങളിൽ ഏററവും ഗൌരവമേറിയതാകുന്നു. Polypi ക്രിമികൾ. The audacity of which etc. അവയിലെ അധികപ്രസംഗം തന്നെയാണ് ഈക്കാലം അവയെ പ്രബലപ്പെടുത്തുവാനുള്ള കാരണം.

2. Animal Metamorphosis.

Born in one shape, the insect dies in another, and the metamorphoses which it undergoes are the most important portion of its life, and the most extraordinary phenomenon in Physiology. Organisms, functions, all things change; the ugly caterpiller is transformed into a butterfly gleaming with azure and gold, and if this butterfly were restricted to the fresh leaves of which it devoured such quantities in its youth, it would die of inanition; it requires a more delicate nourishment now that it has become adorned with its brilliant wings, and only lives upon the nectar of flowers.

The dragon-fly, when it appears in its last dress, assumes different habits. It has passed all its life beneath the water in the condition of an ignoble larva soiled with mud and filth, but now the time has come, it aspires to soar into the air. Having mounted some plant or other, it attaches its aquatic garment to it and unfolds the brilliant iridescent wings of gauze which bear it away. The metamorphosis is so radical, and its new wants so imperious, that if we attempt to detain the insect a single moment longer in its ancient element, it will perish on the spot. It has lived till now in the shade and in stagnant water; henceforth it can only breathe the pure air and live in the glowing light.

"The Universe."

Note. Animal metamorphosis ജന്തുരൂപാന്തരങ്ങൾ. Caterpillar പുഴു. Nectar of flowers മകരന്ദം. When it appears in its last dress etc. അതിന്റെ ഒടുവിലത്തെ ആകൃതിയെ കൈക്കൊള്ളുമ്പോൾ സ്വഭാവവും മാറിപ്പോകുന്നു. Aquatic garment ജലപ്രാണിയായിരുന്ന കാലം ഉള്ള ദേഹത്തെ അതിന്മേൽ ഇട്ടും വെച്ചു. Iridescent പല വൎണ്ണത്തിൽ പ്രകാശിക്കുന്ന. Brilliant തേജോമയമായ.

3. The Sun's acivity.

We cannot wonder that the source of so vast a supply of heat should be the scene of tremendous processes of disturbance. The furnace, whose fires maintain the life of the solar system, is not merely glowing with intense light and heat, but is in a state of fierce turmoil. The most tremendous conflagrations ever witnessed upon our earth — great fires, by which whole cities have been destroyed — serve to suggest something of what is going on upon the sun, only all the processes of such catastrophes must be supposed to be intensified a million-fold. As in great fires there is a constant roar and tumult produced by the rush of air-currents which the fire itself has generated, so in every part of the sun, on every square yard of that enormous surface, the most hideous uproar must prevail as cyclonic storms, bred by solar fires, rush with inconceivable velocity over the flaming surface. In the most tremendous storms known upon earth, the wind does not travel a hundred miles per hour and the winds which rage amidst the flames of a conflagration are of slow motion compared with true hurricanes; but the cyclonic storms which stir the fiery breath of the solar flames career often with inconceivable velocity of more than a hundred miles in every second of time. And the flames themselves are on a scale altogether inconceivable by us. A considerable proportion attain a height exceeding ten times the diameter of our earth; and some have been observed which have attained twice that height.

Proctor's Expanse of Heavens.

4. Self-sacrifice, Nature's Law.

Natural History, Archæology, and Biology, all combine their testimony to show the error of that view which denies to Nature any moral lesson or tendency and sees in evolution simply a cruel and selfish struggle. The sympathetic instinct and moral necessity that man feels belong to no artificial world opposed to the great order of the universe. They are rooted deep in those same natural bonds and sacred unities which, wherever red blood flows in the veins, have conditioned the very continuance of the species on the faithful discharge by each generation of their duty to others besides themselves. The more single-eyed selfishness is, the more likely it is to starve itself to death. It is a matter of simple scientific observation, that the preponderance of selfishness among a family or a people and the decay of that family or people go together. The best of social fertilisers then are affection and sympathy. Virtue has a self-propagating power. Self-sacrifice emptying the soul of the dregs of selfishness, and filling it with the living water of the Eternal spirit, makes harvest burgeon and ripen, wherever its irrigating stream spreads abroad. Morality is no invention of priests, statesmen, or philosophers. It is an irresistible growth of the human heart, the fairest blossom, the age-long victory and product of that Divine Life of the Universe that has ever moved onward from chaos to cosmos, from carnal to spiritual. The lustrous march is no drama of red-toothed carnage, but patient ascent through successive plains of wider and more intimate co-operation.

Note. The great order of the universe പ്രപഞ്ചത്തിന്റെ മഹത്തായ രീതി. To starve itself to death പോഷണമില്ലാതെ നശിപ്പാൻ. Self-propagating power സ്വശക്തികൊണ്ടു തന്നെ വൎദ്ധിപ്പാനുള്ള പ്രാപ്തി. Dregs of selfishness സ്വാൎത്ഥബുദ്ധിയാകുന്നമ്ലേച്ഛത. The lustrous march is no drama etc. ഈ ശ്രേയസ്കരമായ പരിഷ്കാരം സിദ്ധിച്ചിട്ടുള്ളതു പ്രാണിഹിംസയാലല്ല etc.

5. The New World.

Members of Parliament, their freedom of judgment, and their duty to their constituents.

Certainly gentlemen, it ought to be the happiness and glory of a representative to live in the strictest union, the closest correspondence, and the most unreserved communication with his constituents. Their wishes ought to have great weight with him; their opinions, high respect; their business, unremitted attention. It is his duty to sacrifice his repose, his pleasures, his satisfactions, to theirs; and above all, ever, and in all cases, to prefer their interests to his own. But his unbiassed opinion, his mature judgment, his enlightened conscience, he ought not to sacrifice to you, to any man, or to any set of men living. These he does not derive from your pleasure; no, nor from the law and constitution. They are a trust from Providence, for the abuse of which he is deeply answerable. Your representative owes you not his industry only, but his judgment; and he betrays instead of serving you, if he sacrifices it to your opinion.

Burke.

Note. The heading—പൌരസഭക്കാരും, അവൎക്കുള്ള അഭിപ്രായസ്വാതന്ത്ര്യവും, പുരവാസികൾക്കു അവർ ചെയ്യേണ്ടതും. His duty to sacrifice ഉപേക്ഷിക്കേണ്ടതാണ്. A trust from Providence ദൈവം മുഖേന സിദ്ധിച്ച ഒരു സ്വത്താണ്. Betrays, instead of serving you നിങ്ങൾക്കു ഗുണം ചെയ്കയല്ല നിങ്ങളെ ദ്രോഹിക്കയാണ് ചെയ്യുന്നതു.

6. The Farmer and the Lawyer.

One day a farmer named Bernard, having finished his business at the market-town, found some hours of leisure at his disposal, and resolved to employ them in consulting a lawyer. He had often heard of Mr. Longhead as a man of the highest reputation; and, enquiring the address, he went to his house. Having found his way into his presence, after numerous other clients had departed, he was asked to take a seat and state his business. 'The fact is, Mr. Longhead,' said the farmer, turning his hat round and round in his hand, 'I have heard so much of your wisdom that, finding myself in town, and with an hour or two at my disposal, I thought I could not spend them better than by having an opinion from you.'

'I am obliged by your confidence, my friend,' said the lawyer; 'no doubt you have some case going on in the courts of law?'

'Case! I hold all cases in horror; and never has Bernard had a word of dispute with any one.'

'Then it is a division of a family property?'

'Excuse me, sir; our family, living as we do all together, have never divided our inheritance.'

'Some contract of sale or purchase, then, is what you want.'

'Oh, no — not at all!'

'What, then, can you want with me?' said the lawyer, much surprised.

'Why, Sir', said Bernard, with a broad grin, 'I have told you; I want an opinion — my money is ready, of course — for I wish to profit by being in town, do you see?' Mr. Longhead smiled, took a pen, and asked the farmer his name.

'Peter Bernard', he replied, glad at being at last understood.

'Your age?'

'Forty years or thereabouts.'

'Your profession?'

'My profession! you mean what I do? Oh, I am a farmer.'

The lawyer wrote two lines, folded the paper, and gave it to his strange client.

'Done already?' cried Bernard. 'Well, to be sure — before one can say 'Jack Robinson.' 'What is to pay, learned Sir?'

'One guinea.'

Bernard paid gladly, made his bow, and went away much pleased at having profited by the opportunity.

When he reached home, it was four o'clock. The journey had fatigued him, and he entered the house resolved to rest. His hay had been out for some days, and was now dry; and a lad came to ask, if it should be carried in.

'To-night!' said the farmer's wife, who had now joined her husband, 'it would be a sin to go to work again so late, when the work can be done as well to-morrow.'

The lad said that the weather might change, and that the carts and everything were ready; but the farmer's wife would not hear of it.

Bernard listened to the two, and was at a loss how to decide, when all of a sudden he recalled the lawyer's note.

'A moment,' he cried, 'I have an *opinion*. I had it of a famous man, and it cost me a guinea. It will get us out of all difficulties. Wife, you can read — here it is; what does it say?'

The wife took the paper and read these two lines: 'Peter Bernard, never put off till to-morrow, what you can do to-day.'

'Here you have it,' cried the farmer delighted. 'Come, look sharp; out with the carts, the lads and the lasses and let us bring in the hay.'

Note. Found some hours of leisure at his disposal കുറച്ചു സമയം തന്റെ ഇഷ്ടം പോലെ ചെലവഴിപ്പാനുണ്ടെന്നു കണ്ടു. Enquiring the address പാൎക്കുന്ന ദിക്ക് അന്വേഷിച്ചു. Could not spend them better than etc. നിങ്ങളോടു ഒരു അഭിപ്രായം ചോദിച്ചറിയുന്നതിൽ ഉപയോഗിക്കുന്നതാണ് ഉത്തമം എന്നു etc. Broad grin വഴി നിലാവു പോലെ ഇളിച്ചുകൊണ്ടു. Done already? അല്ല കഴിഞ്ഞുവോ? Was at a loss how to decide എന്താണ് വേണ്ടതെന്നു തീൎച്ചയാക്കുവാൻ കഴിയാതെ ഭ്രമിച്ചു. A moment അല്പം വരട്ടെ. There you have it അതാ കേട്ടില്ലേ? Come, look sharp ഇതാ വേഗമാട്ടെ. Out with പുറപ്പെടട്ടെ.

Exercise B.

i. *Narratives Simple and Humorous.*

1.

ഒരുവൻ ഒരു ധനികന്റെ അടുക്കൽ ചെന്നു ഇങ്ങിനെ പറഞ്ഞു.

'അങ്ങുന്നേ! എനിക്കു ആറുമാസം ശരിയായി നല്ല ഭക്ഷണം തന്നാൽ ഞാൻ ഒരു മല ചുമക്കാം.'

'ഓ, അങ്ങിനെയോ? ആവാം', എന്നു പറഞ്ഞു. ആറുമാസം അവന്റെ ഇഷ്ടപ്രകാരം മൂന്നുനേരം ഊണുകൊടുത്തു. അതിൽ പിന്നെ തന്റെ സ്നേഹജനങ്ങളോടു കൂടെ അവനെയും കൂട്ടിക്കൊണ്ടു ഒരു വലിയ മല കാട്ടി 'ഇതെടുക്ക' എന്നു പറഞ്ഞപ്പോൾ 'നിങ്ങളെല്ലാവരും കൂടി അതു എന്റെ തലമേൽ പിടിച്ചു വെച്ചാൽ ഞാൻ എടുക്കാം' എന്നു മറുവടി പറഞ്ഞു.

Note. അങ്ങുന്നേ! Sir. ഞാൻ ഒരു മല ചുമക്കാം I shall carry a mountain. എന്റെ തലമേൽ പിടിച്ചുവെച്ചാൽ if you will all put it on my head.

2.

ഒരു ദിക്കിൽ സാമാന്യം വകയുള്ള ഒരു കോമട്ടി ഉണ്ടായിരുന്നു. ഒരു ദിവസം ഒരുകള്ളൻ അവൻെറ അട്ടത്തു കയറി ഒളിച്ചിരുന്നതു കോമട്ടി അറിഞ്ഞു എങ്കിലും ആ ഭാവം നടിക്കാതെ ഒരുപായം പ്രവൃത്തിച്ചു. എങ്ങിനെ എന്നാൽ, തൻെറ ഭാൎയ്യയെ വിളിച്ചു അവളോടു, 'നിണക്കു ഗൎഭം ആണല്ലോ. പ്രസവിച്ചാൽ കട്ടിക്കു എന്തുപേർ വിളിക്കേണം' എന്നു ചോദിച്ചു. 'നിങ്ങളുടെ ബോദ്ധ്യംപോലെ' എന്നു അവൾ പറഞ്ഞു. 'എന്നാൽ നമുക്കു വെങ്കിടേശൻ എന്നു വിളിക്കാം, അല്ലേ!' 'അതെ, വെങ്കിടേശൻ തന്നെ' എന്നു പറഞ്ഞു. മൂന്നുനാലു പ്രാവശ്യം 'വെങ്കിടേശാ വെങ്കിടേശാ ഇവിടെ വാ' എന്നുച്ചത്തിൽ വിളിച്ചുകൊണ്ടിരുന്നു. ഇതു ആഗ്രാമത്തിലെ കാവല്ക്കാരൻെറ പേരായിരുന്നതുകൊണ്ടു അവൻ ബദ്ധപ്പെട്ടോടിവന്നു, 'എന്നെ എന്തിന്നു വിളിച്ചു' എന്നു ചോദിച്ചു. കോമട്ടി അട്ടത്തു ചൂണ്ടികാണിച്ചു 'അതാ ഒരു കള്ളനിരിക്കുന്നു' എന്നു പറഞ്ഞു. കാവല്ക്കാരൻ ഉടനെ അവനെ പിടിച്ചു കെട്ടി ഠാണയിലേക്കു കൊണ്ടുപോകയും ചെയ്തു.

3. സോമപ്രഭാകഥ.

യജ്ഞാപുരത്തിങ്കലുണ്ടായ് ഒരു ദ്വിജൻ
പൂജ്യനവൻ നാമവും കേട്ടുകൊൾക.
ആഗമസ്വാമിയെന്നല്ലോ പുനരവ
ന്നാഗമശാലിയെന്നുണ്ടൊരു പുത്രിയും.
ഉത്തമനായിട്ടൊരുത്തനു നമ്മുടെ
പുത്രിയെ നൽകണമെന്നു വിചാരിച്ചു.
ആഗമസ്വാമിയാം ഭൂമിസുരോത്തമൻ
സ്വാഗതം പാൎത്തിരുന്നീടും ദശാന്തരേ
ബാലെക്കു യൌവനാരംഭം തുടന്നിതു.
കാലേ യദൃച്ഛയാ മൂന്നു കുമാരന്മാർ
ജ്ഞാനി വിജ്ഞാനിശ്രൂരാഭിധാനരവർ
മാനികളുകലാ തത്ര വന്നീടിനാർ.
കന്യയിൽ കാംക്ഷയും രൂപലാവണ്യവും
ധന്യസ്വഭാവവും കണ്ടു ജനകനും
ജ്ഞാനിക്കു കന്യയെ, നൽകേണമെന്നു വി
ജ്ഞാനിക്കു നൽകേണമെന്നു ജനനിയും
ശ്രൂരനു നൽകേണമെന്നു സഹോദരൻ
പാരിച്ചമോദേന മൂവരുമിങ്ങിനേ
ചൊല്ലി പരസ്പരം ചിന്തിച്ചിരിക്കുമ്പോൾ
മല്ലവിലോചന താനുമൊരുദിനം
സ്നാനാൎത്ഥമായി ഗമിച്ചാൽ തടാന്തികേ
മാനിനിയെന്നനേരം ബ്രഹ്മരാക്ഷസൻ
കണ്ടു സന്ധ്യാസമയത്തവളെ തത്ര

കൊണ്ടുപോയീടിനാനാരുമറിയാതെ.
കന്യയെക്കാണാഞ്ഞു താതാദികൾ തദാ
ഖിന്നതപൂണ്ടു കരഞ്ഞു കരഞ്ഞവർ
കാണാഞ്ഞു ദുഃഖിച്ചിരിക്കുന്ന നേരമ
ക്ഷീണസ്വഭാവനാം ജ്ഞാനി ചൊല്ലീടിനാൻ: —
കന്യയെ മോഷ്ടിച്ചതു ബ്രഹ്മരാക്ഷസൻ
തന്നുടെ ഗേഹവുമിന്നേടത്താകുന്നു
ഇന്ന വഴിയൂടെ പോണമവിടേക്കു.
ചെന്നവനെക്കൊന്നുവെങ്കിലക്കന്യയെ
കിട്ടുമെന്നങ്ങു പറഞ്ഞതു കേട്ടവൻ
പെട്ടെന്നു കന്യകാചോരനെക്കൊല്ലുവാൻ
വിജ്ഞാനിചാപബാണാദിശസ്ത്രങ്ങളും
വാജിരഥങ്ങളും സംഭരിച്ചീടിനാൻ.
സന്നാഹമൊക്കെയും കൈക്കൊണ്ടു ശൂരനും
ചെന്നുകൊന്നു ബ്രഹ്മരാക്ഷസൻ തന്നെയും
കന്യയെക്കൊണ്ടിങ്ങുപോന്നാൻ മഹാബലൻ.
പിന്നെയിവൾ യോഗ്യ മൂവരിലാർക്കേടോ?
വേതാളവാചമേവം കേട്ടു ഭൂപതി
വീതസന്ദേഹമേവം പറഞ്ഞീടിനാൻ: —
ജ്ഞാനി ദൂതാചാരമാചരിച്ചീടിനാൻ
വിജ്ഞാനിതാൻ പരിചാരകത്വത്തെയും
എന്നതുകൊണ്ടവർ രണ്ടാളുമോർക്കിൽ
കന്യകെക്കു യോഗ്യരല്ലെന്നു നിർണ്ണയം.
യുദ്ധേ രിപുവധം ചെയ്തു ജയശ്രീയെ
ബദ്ധമോദേന വഹിച്ചാനതുകൊണ്ടു
ശൂരനത്രെ കന്യയെ ഗ്രഹിച്ചീടുവാൻ
കാരണമുള്ളവനെന്നുമസംശയം. വേതാളചരിതം.

Note. In the town of Yappur there lived a respectable Brahmin. ഇന്നദിക്കാകുന്നു in such and such a place. ദൂതാചാരമാചരിച്ചീടിനാൻ played the part of a spy.

4. തേന്മാമ്പഴം.

ഒരു രാജാവു വളരെ സ്നേഹത്തോടെ ഒരു പൈങ്കിളിയെ പോററിയിരുന്നു. ഒരു ദിവസം ആകാശമാർഗ്ഗമായി ഒരു കൂട്ടം കിളികൾ മാനസസരസ്സിൻ തീരത്തിലുള്ളതേന്മാവിൻ പഴങ്ങളെ കൊത്തിത്തിന്മാനായി പോകുന്നതു ഈ പൈങ്കിളി അറിഞ്ഞു. താനും അവരുടെ ഒന്നായി പറന്നുപോയി; ഈ തേന്മാവിൻ പഴം തിന്നാൽ എന്നെന്നും പതിനാറുവയസ്സായിരിക്കും; അതുകൊണ്ടു ഇതിൻ ഒരു പഴം രാജാവിന്നു കൊണ്ടുപോയി കൊടുക്കേണമെന്നു നിശ്ചയിച്ചു അങ്ങിനെ ചെയ്തു. രാജാവോ തൻെറ കിളിപറഞ്ഞതിനെ കേട്ടു വളരെ സന്തോഷിച്ചു. പക്ഷെതാൻ

അതിനെ ആസ്വദിച്ചാൽ തന്റെ മാതാപിതാക്കന്മാരും ഭാൎയ്യാപുത്രാദികളും മററുള്ള സ്നേഹജനങ്ങളും പ്രജകളും അതിനാലുള്ള ഗുണം അനുഭവിപ്പാൻ ഇടവരാതെ കാലഗതിയെ പ്രാപിച്ചുപോകുന്നതായാൽ താൻമാത്രം ചിരഞ്ജീവിയായിരുന്നിട്ടെന്തൊരു ഫലം? അതല്ല ഇതിനെ നട്ടുവളൎത്തി അതിന്മേലുണ്ടാകുന്ന പഴങ്ങളെ തനിക്കിഷ്ടമുള്ളവൎക്കൊക്കെ ദാനം ചെയ്തു താനും ഭുജിച്ചു ജരാനരകൾ കൂടാതെ സൎവ്വരും ദീൎഘായുസ്സിനെയും നിത്യയൌവ്വനത്തെയും പ്രാപിച്ചു സുഖിക്കുന്നതു തന്നെ ഉത്തമമെന്നു കല്പിച്ചു തന്റെ ഉദ്യാനപാലകനെ വിളിച്ചു ഇപ്രകാരം അരുളിച്ചെയ്തു.

"ഈ മാങ്ങയുടെ അണ്ടി നട്ടു പൊടിപ്പിച്ചു വളരെ സൂക്ഷിച്ചു വളൎത്തണം. ഇതിന്നു വല്ല പ്രകാരേണയും ദോഷം വന്നു പോയാൽ നിന്റെ തല വെട്ടിക്കളയും."

കല്പിച്ചപ്രകാരം അവൻ അതിനെ നട്ടുവളൎത്തി ക്രമേണ വലിയ ഒരു മാവായിത്തീൎന്നു. പിന്നെ കനകവൎണ്ണമായ പൂക്കുലകൾകൊണ്ടു നിറഞ്ഞു. അവയുടെ സൌരഭ്യവും ദിക്കെങ്ങും പരന്നു. ആ കാലത്തിൽ ഒരു ഗരുഡൻ ഒരു കൃഷ്ണസൎപ്പത്തെ കൊത്തിക്കൊണ്ടു പറക്കുമ്പോൾ അതിന്റെ വിഷം വീണു പൂവിന്മേൽ പതിച്ചു മാങ്ങയിലും വ്യാപിച്ചു. പൂവു വീണു ഉണ്ണി പിരിഞ്ഞു, മൂത്തു, പഴുത്തു, വിവരം രാജാവിനെ അറിയിച്ചു. രാജാവു രാജ്യമൊക്ക അലങ്കരിച്ചു വലിയ ഉത്സവത്തോടെ എല്ലാവരെയും തേടി വരുത്തി. സഭയിൽ വെച്ചു തേന്മാവിൻ അതിശയഗുണങ്ങളെ വൎണ്ണിച്ചു. "ഇനി മേലിൽ നമ്മുടെ രാജ്യത്തിൽ ജരാനരകളും മൃത്യുദുഃഖവും ഉണ്ടാകയില്ല; സ്വൎഗ്ഗലോകത്തെന്ന പോലെ ഇവിടെ എല്ലാവരും നിരന്തരമായി സുഖിച്ചിരിക്കാമെന്നു" പറഞ്ഞു. "എന്നാൽ ഈ പഴം ഒന്നാമതായി ആൎക്കു കൊടുക്കേണമെന്നു" തന്റെ മന്ത്രിയോടു ചോദിച്ചു.

ഗുരുദക്ഷിണയാണ് ഉത്തമം എന്നു പറഞ്ഞതു കേട്ടു രാജാവു തന്റെ വൃദ്ധനായ ഗുരുവിന്ന് അതിനെ ബഹുമാനഭക്തികളോടെ ദാനം ചെയ്തു. ആയാൾ അതു തിന്ന ഉടനെ മരിച്ചു വീണു. ഇത് കണ്ടു എല്ലാവരും ഭ്രമിച്ചു രാജാവും ബഹുകഷ്ടമെന്നു പറഞ്ഞു, ദുഃഖിച്ചു തന്നെ കലപ്പെടുത്തുവാനായി ഈ പൈങ്കിളി മാമ്പഴം കൊണ്ടുവന്നതാണെന്നു പറഞ്ഞു അതിന്റെ കഴുത്തു മുരണ്ടിക്കൊന്നു. അതുമുതൽ ഈ മരത്തിനെ വിഷമാവെന്നു വെച്ചു ആരും അടുക്കാതെയായി. അങ്ങിനെ ഇരിക്കുമ്പോൾ അതികിഴവിയായ ഒരു സ്ത്രീയെ തന്റെ മകൻ അടിച്ചു പുറത്താക്കികളഞ്ഞു. അവൾ വ്യസനം കൊണ്ടും കോപം കൊണ്ടും ഇനി നിന്നതു മതി: വിഷമാവിന്റെ പഴം തിന്നു ചത്തുകളയാം എന്നു വെച്ചു ഒരു പഴം എടുത്തു കടിച്ചു. അപ്പോൾ തന്നെ പൂൎണ്ണയൌവ്വനമുള്ള തരുണിയായി തീരുകയും ചെയ്തു. ഈ വിവരം രാജ്യമൊക്കെ പരന്നു രാജാവും പരിശോധിച്ചു. സത്യമെന്നറിഞ്ഞു തനിക്കിത്ര ഗുണം ചെയ്ത കിളിയെ കൊന്നുകളഞ്ഞല്ലോ എന്നു പരിതപിച്ചുവാൾ എടുത്തു തന്റെ കഴുത്തറുത്തു. ആലോചിക്കാതെ യാതൊന്നും ചെയ്യരുതു എന്നു സാരം.

Note. മാനസസരസ്സ് lake Mansurwar; മാങ്ങയണ്ടി കഥാമഞ്ജി mango-stone; പൂത്തു put forth bunches of flowers; ഉണ്ണിവിരിഞ്ഞു set the young fruits; മൂത്തുപഴുത്തു the fruits matured and ripened; കഴുത്തു മുരണ്ടിക്കൊന്നു wrenched off its neck; ഇനി നിന്നതു മതി എന്നു വെച്ചു became weary of life; പരിതപിച്ചു repented; ആലോചിക്കാതെ യാതൊന്നും ചെയ്യരുതെന്നു സാരം the moral is: "Do nothing without consideration."

5.

രാജകേസരി എന്നൊരു രാജാവു പ്രജകളിൽ ദയയുള്ളവനായി ആറാലൊന്നു രാജഭോഗം വാങ്ങി പശുവും പുലിയും ഒരു കടവിൽ വെള്ളം കുടിക്കുമാറു നീതിതെറ്റാതെ രാജ്യം പരിപാലിച്ചു വൃദ്ധനായപ്പോൾ പരലോകഭാഗ്യത്തിന്മേൽ ആശയോടെ തന്നിൽ ഇനി രാജ്യം രക്ഷിച്ചു പാൎക്കുന്നതു പോരാ മറെറാന്നു വേണം എന്നു ചിന്തിച്ചു തന്റെ പുത്രനെ വിളിച്ചു ചുംബിച്ചാലിംഗനം ചെയ്തു അടുക്കെ ഇരുത്തി പുത്രമുഖം നോക്കി സന്തോഷിച്ചു അരുളി ചെയ്തതാവിതു:—“ഉണ്ണീ, ഇനിക്കു വാൎദ്ധക്യം അതിക്രമിച്ചതുകൊണ്ടു ഈ രാജ്യഭാരം എന്റെ ചുമലിൽനിന്നു നീക്കി നിന്റെ ചുമലിൽ ചുമത്തി ഇനിമേൽ ഞാൻ വിശ്രമിച്ചിരിപ്പാൻ ഭാവിക്കുന്നു. നീ ഇതു അനുസരിച്ചാൽ നിന്നെക്കൊണ്ടിനിക്കു പരലോകസൌഖ്യം കിട്ടും. ആകയാൽ ഇത്ര വലിയ ഉപകാരം നീ എനിക്കു ചെയ്യേണമെന്നു ഞാൻ നിന്നോടു ചോദിക്കുന്നു” എന്നു പറഞ്ഞു. പിന്നെ രാജപുത്രൻ അച്ഛന്റെ വാക്കു തള്ളിക്കൂടാ എന്നു നിരൂപിച്ചു സമ്മതിച്ചപ്രകാരം രാജാവു ബോധിച്ചു സന്തോഷിച്ചു പറഞ്ഞതെന്തെന്നാൽ—“എന്റെ പ്രിയ മകനേ, രാജ്യപാലനം എളുപ്പമെന്നു നീ എപ്പോഴെങ്കിലും വിചാരിച്ചു മടിച്ചുപോകാതെ എപ്പോഴും മനസ്സു അതിൽ വെച്ചു പലപ്രകാരമുള്ള പരീക്ഷകൾകൊണ്ടു ശുദ്ധന്മാരെന്നു കണ്ടു നിയമിച്ച ദൂതന്മാരാൽ വൎത്തമാനങ്ങളെല്ലാമറിഞ്ഞു അതതിന്നു തക്കപ്രകാരം നടക്കണം. സൈന്യത്തിന്നും സൈന്യനായകന്മാൎക്കും തക്കമൎയ്യാദകളെ കാണിച്ചു അവരെ സന്തോഷിപ്പിച്ചും എല്ലാററിലും രാജാക്കന്മാൎക്കു മുഖ്യമായ ബലം മന്ത്രികളത്രെ എന്നോൎത്തും വിശേഷാൽ ദരിദ്രന്മാരുടെ മനസ്സു നൊന്തഴലുന്ന കാൎയ്യമൊന്നും ചെയ്യാതെ അവരുടെ കണ്ണുനീർ വെള്ളമല്ല രാജത്വത്തെ മൂലച്ഛേദം ചെയ്യുന്ന മൂൎച്ചയുള്ള കഠാരമത്രേ എന്നു വിചാരിച്ചുംകൊൾക.

പഴയ മൂന്നാം പാഠപുസ്തകം.

Note. ആറാലൊന്നു രാജഭോഗം വാങ്ങി levied one-sixth part of the produce as tax. എന്റെ മകനെ. . . . . . . my son, never be idle thinking that it is easy to rule, but give your whole mind to it; or, my son, never suppose that the task of governing is a light one and be tempted to be idle etc. വിശേഷാൽ ദരിദ്രന്മാരുടെ മനസ്സ് നൊന്തഴലുന്ന. . . . . especially never do anything to wound the feelings of the poor; remember their tears are not mere water but sharp axes that cut to the root of the kingly authority.

6. രാമായണ സംക്ഷേപം.

ഉത്തരകോസലത്തിങ്കലയോദ്ധ്യയെ
ന്നുത്തമശ്രീരാജധാനിയിൽ മേവുന്ന
കൌസല്യ തന്നുടെ പുത്രൻ രഘൂത്തമൻ
കൈകയി തന്നുടെ പുത്രൻ ഭരതനും
തത്ര പിന്നെ സുമിത്രാത്മജൻ ലക്ഷ്മണൻ
ശത്രുഘ്നനും നാലു്വരിങ്ങിനെ ജാതരാ

യത്രാന്തരെ വിരവോടു വിശ്വാമിത്ര
സത്രം മുടക്കുന്ന ദുഷ്ടരെ കൊല്ലുവാൻ.
വില്ലും ശരവുമെടുത്തു പുറപ്പെട്ടു
തെല്ലും മടിയാതെ താനുമനുജനും
കാടകം പുക്കൊരു നേരത്തുവന്നൊരു
താടകയെക്കൊലചെയ്തു രഘൂത്തമൻ
സിദ്ധാശ്രമം പുക്കു നില്ക്കും വിധൌ തത്ര
ബദ്ധാനുലേപം മഖം മുടക്കീടുവാൻ
വന്ന സുബാഹു പ്രമുഖവൃന്ദങ്ങളെ
കൊന്നുടൻ യാഗവും രക്ഷിച്ചു രാഘവൻ
ചെന്നങ്ങഹല്യക്കു മോക്ഷം കൊടുത്തുടൻ
പിന്നെജ്ജനകന്റെ മന്ദിരം പ്രാപിച്ചു.
ത്രൈയംബകം പള്ളിവില്ലങ്ങു തന്നുടെ
കയ്യിലെടുത്തു കലച്ചു മുറിച്ചുടൻ
സീതാവിവാഹവും ചെയ്തു മുദാ തന്റെ
സോദരന്മാരും വിവാഹം കഴിച്ചിതു.
മാൎഗ്ഗത്തെ വന്നു കടുത്തു തടുത്തൊരു
ഭാൎഗ്ഗവരാമനെക്ഷിപ്രം ജയിച്ചുടൻ
സാകേതമന്ദിരം പുക്കുടൻ സീതയാ
സാകം സുഖിച്ചു വസിച്ചു രഘൂത്തമൻ.
ഭവ്യനായുള്ള ദശരഥപുത്രനു
യൌവനരാജ്യാഭിഷേകവും ഭാവിച്ചു
കൈതവംകൊണ്ടു മുടക്കിനാൾ കൈകേയി.
കൈവല്യശീലൻ പുറപ്പെട്ടു കാനനേ
പ്രാപിച്ചു സൌമിത്രി സീതാസമേതനായി
ഭൂപാലനന്ദനൻ ഭൂപൻ മഹാരഥൻ.

കല്യാണസൌഗന്ധികം തുള്ളൽ.

Note. **Begin—In the most beautiful palace of Oudh in . . . ., were four princes. . . . . Rama born of queen Kausallia, etc. At the request of Viswamitra, Rama took his bow and arrows and set out without the least hesitation with his brother etc.**

7. ഒരു ഇടപ്രഭുവിന്റെ ദിനസരി.

ഞാൻ ഒരു ദിവസം മടഞ്ചേരി മൂപ്പിലെ യജമാനനെ കാണ്മാൻ പോയപ്പോൾ അദ്ദേഹം കാഞ്ഞു പിടിച്ചെന്തോ എഴുതുകയായിരുന്നു. അദ്ദേഹത്തിനു എഴുത്തു പണി ഒരു സാമാന്യമായ അവധാനമല്ലെന്നുള്ളതു ഒരു നോട്ടംകൊണ്ടു തന്നെ ആൎക്കും സ്പഷ്ടമാകുന്നതാണ്. തൂവലിന്റെ ഗതി വളരെ സാവധാനമാണെന്നു തന്നെയല്ല സൎപ്പഗതി പോലെ വളഞ്ഞു പിരിഞ്ഞു കൊണ്ടുമായിരുന്നു.

ച്ചുണ്ടുകൊണ്ടും നാവുകൊണ്ടും കാണിക്കുന്ന വികൃതികൾ കണ്ടാൽ മേവതാഗോഷ്ഠിയാണോ എന്നു സംശയിച്ചു പോകും. തൂവൽകൊണ്ടു ഓരൊ അക്ഷരം എഴുതുമ്പോൾ അതു തലകൊണ്ടും എഴുതിക്കൊണ്ടിരിക്കും. ഇങ്ങിനെ ശ്രമപ്പെടുന്നതിന്നിടക്കാണ് ഞാൻ ചെന്നതു. എഴുത്തു കഴിയുന്നതുവരെ ഒന്നും മിണ്ടിയില്ല. കഴിഞ്ഞപ്പോൾ എഴുതിയിരുന്ന നോട്ടുപുസ്തകം എനിക്കു നീട്ടിക്കാണിച്ചു "ഇതാ നോക്കു, വെള്ളക്കാര് അന്നന്ന് നടക്കുന്ന വിശേഷസംഗതികളെല്ലാം ഒരു ഡയറിപുസ്തകത്തിൽ എഴുതാറുണ്ടെന്നു താൻ ഇന്നാൾ പറഞ്ഞില്ലേ? നമുക്കും അങ്ങിനെ ഒരു പുസ്തകം വേണമെന്നു നിശ്ചയിച്ചു. എട്ടു പത്തു ദിവസമായി ദിനസരി എഴുതിത്തുടങ്ങീട്ടു" എന്നു പറഞ്ഞു പുസ്തകം എന്റെ കയ്യിൽ തന്നു. "താനൊരു ഇംഗ്ലീഷുകാരനാണല്ലോ. ഇങ്ങിനെ തന്നെയല്ലേ വെള്ളക്കാരും ചെയ്യാറ്?"

ഞാൻ പുസ്തകം വാങ്ങി കുറച്ചു വായിച്ചപ്പോൾ പൊട്ടിച്ചിരിക്കാതെ കഴിച്ചുകൂട്ടിയതു എങ്ങിനെയെന്നു ഈശ്വരനറിയാം. ചിരിവന്നത് ഒരു വിധത്തിൽ അടക്കി ഇങ്ങിനെ പറഞ്ഞു. "വെള്ളക്കാരും ഇങ്ങിനെ തന്നെയാണ് ഡയറി എഴുതുന്നതു. ഇതു ക്രമമായെഴുതിയാൽ വളരെ നന്നു. ഇവിടുത്തെ കാലം കഴിഞ്ഞാൽ ഇതെല്ലാം കൂടി അച്ചടിപ്പാനും ഏൎപ്പാടു ചെയ്യാൻ തരക്കേടില്ല. ജനങ്ങൾ ഇതിൽ രസിക്കാതിരിക്കയില്ല നിശ്ചയം തന്നെ. പിന്നെ ഇവിടത്തെ അനന്തരവന്മാൎക്കും ഇത്ര യോഗ്യനായ കാരണവർ എങ്ങിനെയാണ് കാലയാപനം ചെയ്യുതെന്നു അറിയേണ്ടതാണെല്ലോ. എല്ലാം കൊണ്ടും ഇവിടെക്കു ഇങ്ങിനെ തോന്നിയതു വളരെ നന്നായി." ഇതു കേട്ടപ്പോൾ മൂപ്പിലേക്കു വളരെ രസമായി. "അങ്ങിനെ പറയൂ. കൃഷ്ണൻ ആൾ കേമൻ തന്നെ. നമ്മുടെ അവസ്ഥയെല്ലാം കൃഷ്ണനെപ്പോലെ അറിഞ്ഞിട്ടുള്ളവർ ആരും ഇല്ല. നാം മരിച്ചതിന്റെ ശേഷം ഇതൊക്കെ അച്ചടിപ്പാനുള്ള ഭാരം കൃഷ്ണൻ തന്നെ ഏല്ക്കണം."

ഞാൻ അതു സമ്മതിച്ചു. ആ ഡയറിയിൽ അല്പം ഭാഗം താഴെ ചേൎക്കുന്നതു വിദ്യാവിനോദിനിവായനക്കാൎക്കു രസകരമാവാതെയിരിക്കയില്ല എന്നു വിശ്വസിക്കുന്നു. നമ്മുടെ ഇടപ്രഭുക്കന്മാർ കാലം കഴിച്ചു കൂട്ടുന്നതു എങ്ങിനെയാണെന്നു ഇതിൽനിന്നു കാണാം:—

തുലാം ൧-ാം നു-. ഏഴു മണിക്കെഴുന്നീറ്റു. പല ദുസ്സ്വപ്നങ്ങൾ കാണുകയാൽ ഉറക്കം സുഖമായില്ല. മന്ത്രവാദിയെക്കൊണ്ടു വല്ലതും ചെയ്യിക്കണം. ൧ മണി മുതൽ ൮ വരെ പല്ലുതേപ്പു, കുളി മുതലായതു കഴിച്ചു ഭക്ഷണം കഴിച്ചു. ഊണിന്നു രുചി നല്ലവണ്ണം ഉണ്ടായി. ൮ മുതൽ ൯ വരെ ഉറങ്ങി. ഉറക്കം നല്ല സുഖമായി. മന്ത്രവാദിയെ വരുത്തേണ്ടെന്നു നിശ്ചയിച്ചു. ൯ മുതൽ ൧ വരെ തുപ്പൻ നമ്പൂതിരിയും രാമൻ നമ്പ്യാരുമായി വെടിപറഞ്ഞു. നമ്പൂരി സമൎത്ഥനാണ്. നല്ലവണ്ണം സംസാരിക്കാം. നമുക്കു അദ്ദേഹത്തെ വളരെ ബോദ്ധ്യവും വിശ്വാസവുമാണ്. നമ്മെപ്പോലെ യോഗ്യനായിട്ടു വേറെ ഒരു പ്രഭുവും ഇല്ലെന്നു ന്യായമായ യുക്തികൊണ്ടു നമ്മെ അദ്ദേഹം സമ്മതിപ്പിച്ചു. ൰ മണിക്കു മുമ്പെ ഊണു കഴിച്ചു. ഊണ് സുഖമായില്ല. ചോററിൽ ഒരു കല്ലു കടിച്ചു. ൪ മണിവരെ കുട്ടിപ്പട്ടരെ ശകാരിച്ചു പിന്നെ പോയി കിടന്നു.

തുലാം ൨-ാം നു-. പതിവു പോലെ ഏഴു മണിക്കു എഴുന്നീറ്റു. ൮ മണിയോടുകൂടി കുളി ഭക്ഷണം മുതലായത് കഴിച്ചു. തേച്ചു കുളി ഉണ്ടായി. ഊണിന്നു രുചി

കുറവായിരുന്നു. ദീപനം പോരാഞ്ഞിട്ടാണ്. ൧൧ മണിക്കു ഉറക്കമായി. തുപ്പൻ നമ്പൂതിരിയും നമ്മുടെ നേത്യാർ കുഞ്ഞിക്കാളിയും കൂടി വെടി പറഞ്ഞു പൊട്ടിച്ചിരിക്കുന്നതു കേട്ടു മൂന്നു മണിക്കു ഞെട്ടി ഉണൎന്നു. ഉറക്ക് സുഖമായില്ല. രണ്ടു പേരേയും ഈരണ്ടു നാഴിക ശകാരിച്ചു. ൭ മണിക്കു കാൎയ്യസ്ഥൻ ശങ്കു വന്നു കണക്കുകൾ എല്ലാം കേൾപ്പിച്ചു. ശങ്കു നല്ല സമൎത്ഥനാണ്. നമുക്കു വളരെ വിശ്വാസവുമാണ്. പാറപ്പുറത്തു കോമൻ ൧൫൦൦ പറനെല്ല് അളപ്പാനുള്ളതു ഈ കൊല്ലത്തിൽ ൧൫൦ ആക്കികൊടുക്കേണമെന്നു ശങ്കു ബോധിപ്പിച്ചു. നമുക്കു ആദ്യം അത്ര സമ്മതമായില്ല. പിന്നെ "വളരെ ഭേദമില്ല ഒരു സൂന്നത്തിന്റെ വ്യത്യാസമേയുള്ളൂ" എന്നു ശങ്കു പറഞ്ഞപ്പോൾ നാം സമ്മതിച്ചു. ഒരു സൂന്നമല്ലെ കുറഞ്ഞിട്ടുള്ളൂ. ൯ മണിക്കു ഊണുകഴിച്ചു ഉറക്കമായി. കുറെ കഴിഞ്ഞപ്പോൾ കുഞ്ഞിക്കാളിയുടെ ക്രൂക്കംവലി കേട്ടുണൎന്നു. ആ അസത്തിനെ കുറെ ശകാരിച്ചു. പാവം കരഞ്ഞു തുടങ്ങി. അപ്പോൾ നമുക്കു ആൎദ്രത തോന്നി. നൂറു പറക്ക് നിലം ചാൎത്തി കൊടുക്കാമെന്നു പറഞ്ഞു സമാധാനമാക്കി. പിന്നെ രാത്രി വിശേഷം ഒന്നും ഉണ്ടായില്ല.

തുലാം ൯-ാം ൹. ഉണരാൻ ൬ മണിയായി. ഒരു ജലദോഷത്തിന്റെ ശല്യം കൊണ്ടു കളി ഉണ്ടായില്ല. ഊണിന്നു രുചിയും കുറവായിരുന്നു. കട്ടിപ്പട്ടുറെ കുറച്ചു നേരം ശകാരിച്ചപ്പോഴെക്കു ഉറക്കം വന്നു. ൧൧ മണിക്കു ഉറക്കം തുടങ്ങി. ൩ മണിയായപ്പോഴെക്കു ഉണൎന്നു. കുഞ്ഞിക്കാളിക്കു നമ്മെ ഇഷ്ടമില്ലെന്നും തുപ്പൻ നമ്പൂതിരിയിലാണ് അനുരാഗമെന്നും സ്വപ്നം കണ്ടു. നമുക്കു ശുണ്ഠികലശലായി. നമ്പൂതിരി അസത്താണെന്നു നമുക്കു പണ്ടേ തന്നെ ബോദ്ധ്യമായിരുന്നു. അദ്ദേഹം ഇനി മേലിൽ മടഞ്ചേരിപ്പടിക്കകത്തു കടപ്പാൻ പാടില്ലെന്നു കല്പന കൊടുത്തു. കുഞ്ഞിക്കാളിക്കു തല്ക്കാലം നിലം ചാൎത്തികൊടുക്കില്ലെന്നും തീൎച്ചയാക്കി. സന്ധ്യയാകുന്നവരെ അസത്തിനെ ശകാരിച്ചു. ൭ മണിക്കു രാമൻ നമ്പ്യാർ വന്നു. നാം ചെയ്തതു ഉചിതമായി എന്നും നമ്പൂതിരി വിശ്വാസയോഗ്യനല്ലെന്നും പറഞ്ഞു. രാമൻ ആൾ സമൎത്ഥനാണ്. ബുദ്ധിയുടെ ഗുണത്തിന്നു വിശേഷം ഉണ്ട്. കുഞ്ഞിക്കാളിയുടെ പേരിൽ കുററം ഒന്നും ഇല്ലെന്നാണ് രാമന്റെ പക്ഷം. ഈ സ്വപ്നം വരുത്തി കൂട്ടിയതൊക്കെ നമ്പൂതിരിയാണ്.

മാന്യവായനക്കാരേ, പോരേ, മതിയായില്ലേ?

വിദ്യാവിനോദിനി.

Note. ദിനസരി diary. ഒരു നോട്ടംകൊണ്ടു തന്നെ at a glance; at the the very first sight. വികൃതികൾ contortious of. · താനൊരു ഇംഗ്ലീഷുകാരനാണല്ലോ you know English. പൊട്ടിച്ചിരിക്കാതെ കഴിച്ചുകൂട്ടിയത് how I managed to suppress my laughter. ഉറക്കം സുഖമായില്ല had not a sound sleep. വെടിപറഞ്ഞു chatted away the time. പതിനൊന്നു മണിയോടു കൂടി at about 11. പൊട്ടിച്ചിരിക്കുന്നതു കേട്ടു ഞെട്ടി ഉണൎന്നു was disturbed in my sleep by the loud laughter of. നമുക്കു ആദ്യം അത്ര സമ്മതമായില്ല I did not at first approve of it. ആ അസത്തിനെ that wretch. പാപം the poor thing. നമുക്കു ശുണ്ഠികലശലായി I became highly incited. പടിക്കകത്തു കടപ്പാൻ പാടില്ലെന്നു should never cross the gate. മാന്യവായനക്കാരേ, പോരേ etc. well, my worthy readers, have you not had enough?

ii. *Personal Sketches.*

1. ഒരു സന്ന്യാസി.

കൃശദീൎഘഗാത്രനായി ദേഹം ആസകലം ഭസ്മധൂളി ധരിച്ചു കാഷായവസ്ത്രവും ഊൎദ്ധ്വപുണ്ഡ്രവും, തലയിൽ സൎപ്പാകാരമായി വളച്ചു ക്രമ്പാരമായി കെട്ടി വെച്ച ജടയും, കഴുത്തിൽ രുദ്രാക്ഷമാലയും, പുലിത്തോലും, കുഴിഞ്ഞു പതിഞ്ഞ കണ്ണുകളും, ക്രൂരദൃഷ്ടിയും നീണ്ടമീശക്കൊമ്പും, മാറത്തു വന്നലെന്ന താടിയും, ആയി ഹരഹര എന്നു ഇടക്കിടെ ഗംഭീരനാദത്തോടെ ഉച്ചരിച്ചും, നാലഞ്ചു ശിഷ്യന്മാരാൽ പിന്തുടരപ്പെട്ടും കൊണ്ടു സൎവ്വപുച്ഛഭാവത്തോടെ നടക്കുന്ന ഒരു സന്ന്യാസി വീരനെക്കണ്ടു. അദ്ദേഹത്തിന്റെ ഇടത്തെ കയ്യിൽ സുമാറു രണ്ടു മുളം നീളമുള്ള ഒരു കയറിന്മേൽ ഒരു ചെറിയ പിത്തളമുരുട കെട്ടിത്തൂക്കി പിടിച്ചിരിക്കുന്നു. ശിഷ്യന്മാരുടെ പുറത്തും ചെറുതായ ഭാണ്ഡങ്ങൾ ഉണ്ടു.

Note. I met a holy ascetic. His tall thin-built frame was covered all over with ashes etc.

2.

ഏതാണ്ടും സന്ധ്യാസമയമായപ്പോൾ ഞാൻ പോകുന്ന വഴിയിൽ കുറെ ആളുകൾ ഇരിക്കുന്നതു കണ്ടു. ബാല്യം തികഞ്ഞ രണ്ടു യുവതികൾ ഒന്നിച്ചിരുന്നു ചില വസ്ത്രങ്ങൾ നന്നാക്കുന്നു. ഇത് വിശേഷകരമായ പട്ടു തുണിയും വെള്ളിക്കസവും പുള്ളികളുമുള്ളതു മായിരുന്നു. തുന്നിക്കൊണ്ടിരിക്കുന്നതിന്മദ്ധ്യേ അവരിൽ ഒരുത്തി കുടുകുട പൊട്ടിച്ചിരിക്കുന്നു, മറേറവൾ തന്റെ പ്രവൃത്തിയിൽ മനസ്സിരുത്തി ഘനഭാവത്തിൽ കോപിച്ചു നോക്കുന്നതു കണ്ടാൽ തന്റെ സഖിയുടെ ഹാസ്യരസപ്രധാനമായ ശീലം തനിക്കു രസിക്കുന്നില്ലെന്നു തോന്നിക്കുന്നു. ഒരു വൃദ്ധൻ അവരുടെ അടുക്കെ ഇരുന്നു വിറക് എടുത്തു അടുപ്പിൽ തീ കത്തിക്കുന്നു. അതിന്മേൽ എന്തോ ഒരു വലിയ പാത്രത്തിൽ വെക്കുന്നുണ്ട്. കുറച്ചു ദൂരെ ഒരു ബാല്യക്കാരൻ നിലത്തു പുല്ലിന്മേൽ കിടന്നുറങ്ങുന്നു. വയസ്സനായ മറെറാരുത്തൻ ഒരു വാൾ കയ്യിൽ പിടിച്ചു വീശുന്നു. ലഘുവായ പണിത്തരത്തിലുണ്ടാക്കിയതെങ്കിലും വിസ്താരമുള്ള ഒരു വണ്ടി നിരത്തിന്റെ മറുഭാഗം അഴിച്ചു വെച്ചിരിക്കുന്നു. അതിന്റെ കുതിരകളും അടുക്കെ മേഞ്ഞു കൊണ്ടു നില്ക്കുന്നു.

ഞാൻ അടുത്തു ചെന്നപ്പോൾ ഒരു ചെറിയ നായ് നേരിയ ഒച്ചയിൽ കുരെച്ചു. നായ്ക്കളെ എനിക്കു പേടിയുണ്ടായിരുന്നില്ല. ഞാൻ എന്റെ വടി വീശി. ചിരിക്കുന്ന ബാല അതു കണ്ടപ്പോൾ നായിന്റെ പേർ വിളിച്ചു നായി മടങ്ങി അവളുടെ അടുക്കലേക്കു പോയി. തീ കത്തിക്കുന്നവനോടു ഞാൻ രാത്രി താമസിപ്പാൻ നിശ്ചയിച്ചിരുന്ന ദിക്കിലേക്കു എത്ര ദൂരമുണ്ടെന്നു ചോദിച്ചു. അതു കേട്ടവൻ യാതൊരു മറുപടിയും പറഞ്ഞില്ലെന്നു മാത്രമല്ല തലപൊന്തിക്കയും കൂടി ചെയ്തില്ല. എന്റെ വയസ്സിടക്കു ചോദിച്ചിട്ടുത്തരം കിട്ടാത്തതു ഇപ്പോൾ മാത്രമായിരുന്നു.

"എടോ, താൻ എത്ര കാലമായി യോഗ്യന്മാർ ചോദിച്ചാൽ ഉത്തരം പറകയില്ലെന്നു വെച്ചിട്ടു?" എന്നു പിന്നെയും കുറെ ഈൎഷ്യതയോടെ ചോദിച്ചു. ഇതു കേട്ടു ചിരികാരത്തി പൊട്ടിച്ചിരിച്ചു. അവളുടെ മുഖത്തു ഞാൻ സൂക്ഷിച്ചു നോക്കി. സാമാന്യം സൌഭാഗ്യം ഉണ്ടു. ചെറിയ മൂക്കാണ്. ഉരുണ്ടമുഖവും കവിളിന്മേൽ ചുഴിയും ഉണ്ടു. എന്റെ മുഖത്തുനോക്കി അവളും വഴിനിലാവു പോലെ ഒന്നു ചിരിച്ചു. എന്നോടും ചിരിച്ചുപോയി.

Note. ബാല്യം നിറഞ്ഞ രണ്ടു യുവതികൾ two young women. ചില വസ്ത്രങ്ങൾ നന്നാക്കുന്നു were repairing some garments. വെള്ളിക്കസവും പുള്ളികളുമുണ്ടായിരുന്നു had silver borders or fringes and embroidery. പൊട്ടിച്ചിരിച്ചു burst into fits of laughter. അവളുടെ ഹാസ്യരസപ്രധാനമായ ശീലം തനിക്കു രസമല്ലെന്നു തോന്നിക്കുന്നു seemed to reprove her laughing nature. വിറകെടുത്തു തീ കത്തിക്കുന്നു etc. was feeding with wood a fire over which etc. നേരിയ ഒച്ചയിൽ കുരെച്ചു shrilly barked. ഞാൻ വടി വീശി flourished my stick. എടോ, താൻ etc. 'Sir', I said with offended dignity, 'how long is it etc.' വഴിനിലാവു പോലെ ഒന്നു ചിരിച്ചു made a wild grimace at me.

3. കിരാതശിവൻ.

ഇത്തരമരുളിച്ചെയ്തു മഹേശൻ
സത്വരമങ്ങൊരു വനചരനായി
തത്ര സുവൎണ്ണകവൎണ്ണശരീരൻ
തത്ര വിളങ്ങി വിശേഷമനോജ്ഞം.
ജഡമുടി നല്ലൊരു തലമുടിയായി
നിടിലത്തിരുമിഴിതിലകമതായി
ഫണിമണിമാലകൾ പീലികളായി
ഫണിപതിവാസുകികടകമതായി.
അസ്ഥികൾ ശംഖാഭരണവുമായി
അത്തൊഴിൽ കണ്ടാൽ എത്ര മനോജ്ഞം.
കരിത്തോൽ നല്ല കരുത്തളുക്കലം
വരിത്തോൽ ഭുജംഗം പൊന്നരഞ്ഞാണം
വെണ്മഴുശ്ശൂലം ചാപം ശരവും
വെണ്മയിലവപുനരഞ്ജിനെയല്ലോ.
കന്നിൻ മകളുമിതിന്നനുകൂലം
കന്നിക്കുരുകലമാലയണിഞ്ഞു
ഒട്ടുകറുത്തൊരു പുടവയുടുത്തു
കൊട്ടയെടുത്തൊരു കോലുമെടുത്തു
ശങ്കരഭാമിനി കൈകളിലങ്ങഥ
ശംഖും മൂട്ടകൾ കൊണ്ടു നിറച്ചു

മെച്ചമിയന്നൊരു കൈവിരൽ മുഴുവൻ
പിച്ചള മോതിരമിട്ടുവിളങ്ങി.

കിരാതം തുള്ളൽ.

Note. സത്വരമങ്ങൊരു വനചരനായി assumed at once the disguise of a hunter; or Metamorphosed himself into a hunter. ജഡമുടി ന ല്ലൊരു തലമുടിയായി his matted locks transformed themselves into ordinary hair. അത്തൊഴിൽ കണ്ടാലെത്ര മനോജ്ഞം the whole proceedings appeared highly entertaining. കന്നിന്മകളുമിതിന്നനു കൂലം...... followed suit etc.

4. ശങ്കരാചാൎയ്യർ.

ശങ്കരാചാൎയ്യരുടെ ജീവചരിത്രത്തെക്കുറിച്ചോ, അദ്ദേഹത്തിന്റെ മതസംബന്ധ മായ അഭിപ്രായത്തെക്കുറിച്ചോ, ഇവിടെ വിസ്തീൎണ്ണമായി യാതൊന്നും പറവാൻ ഞങ്ങൾ വിചാരിക്കുന്നില്ല.

അദ്ദേഹത്തിന്റെ ജനനസ്ഥലത്തെക്കുറിച്ചു താഴെ പറയുന്ന വിവരങ്ങളെയും അവിടെനിന്നു കിട്ടിയതായിരിക്കുന്ന കൈകൊട്ടിപ്പാട്ടിന്റെ രീതിയിലുള്ള സംക്ഷേ പമായ ഒരു ജീവചരിത്രത്തെയും ഇവിടെ ചേൎക്കുന്നു.

കാലടി എന്ന സ്ഥലം തിരുവിതാങ്കൂറ് കുന്നത്തനാട് മണ്ടപത്തും വാതുക്കൽ ചേൎന്നതാണ്. അതു ആലുവായിൽനിന്നു ഏകദേശം ൭ നാഴിക വഴി കിഴക്കു വടക്കായിട്ടാണ്. വഞ്ചിവഴിക്കും കരവഴിക്കും പോകുവാൻ വളരെ സൌകൎയ്യ മുണ്ട്. ആചാൎയ്യസ്വാമിയുടെ ജനനസ്ഥലമായ മഠവും അതിന്നടുത്തുള്ള വിഷ്ണു ക്ഷേത്രവും, തൃശ്ശിവപേരൂർ തെക്കേമഠം സ്വാമിയാരുടെ വകയാണ്. മഠത്തി ന്റെ കിഴക്കുഭാഗത്തുള്ള ഒരു പറമ്പിൽ ഒരു കല്ലത്തറയുണ്ട്. അത് അദ്ദേഹത്തി ന്റെ അമ്മയെ ദഹിപ്പിച്ച സ്ഥലമാണത്രെ. കല്ലത്തറയിൽ ഇപ്പോഴും വിളക്കു വെപ്പുണ്ട്. മഠത്തിലോ ക്ഷേത്രത്തിലോ ഇദ്ദേഹത്തിന്റെ ജീവകാലത്തെ നിൎണ്ണ യിക്കുന്നതിൽ യാതൊരു തെളിവുമില്ല. എന്നാൽ ഈ സംഗതിയെ സഹായിക്കു ന്നതും ആ ദിക്കിൽ സാധാരണ പറയുന്നതും ആയ ഒരു കഥയെ താഴെ എഴുതുന്നു:—

ശങ്കരാചാൎയ്യസ്വാമിയുടെ ചെറുപ്പത്തിൽ ഒരു ദിവസം പുഴയിൽ കുളിക്കു മ്പോൾ ഒരു മുതല വന്നു അദ്ദേഹത്തിന്റെ കാലിന്മേൽ കടിച്ചു. നിലവിളി കേട്ടു അദ്ദേഹത്തിന്റെ അമ്മ വന്നു കണ്ടപ്പോൾ സന്യാസം ചെയ്യാമെന്നു പ്രതിജ്ഞ ചെയ്യാൽ ഉടനേ തന്നെ മുതല വിടുമെന്നു പറഞ്ഞു. അദ്ദേഹം അപ്രകാരം പ്രതി ജ്ഞചെയ്കയും മുതല ഉടനേ തന്നെ വിടുകയും ചെയ്തു. മുതല വിട്ടതിൽ പിന്നെ ആ കടവിൽ ആയിരം കൊല്ലത്തേക്കു മുതല വരാതെ പോട്ടെ എന്നു അദ്ദേഹം ശപിച്ചു. വളരെ കാലമായിട്ടു മുതലയെ അവിടെ കാണാത്ത ആളുകൾ ഇപ്പോഴും ജീവിച്ചിരിപ്പുണ്ടു. ഏകദേശം പത്തു കൊല്ലത്തിന്നിപ്പുറം കുറേശ്ശ കണ്ടു തുടങ്ങി ട്ടുണ്ട്. ഇതു എഴുതിയിരിക്കുന്ന ആൾക്കും അവിടെ ചെന്ന സമയം ഒരു മുതല കരക്ക് കേറിക്കിടക്കുന്നതു കാണ്മാൻ സംഗതി വന്നു.

വിദ്യാവിനോദിനി.

Note. ഇവിടെ വിസ്തീൎണ്ണമായി യാതൊന്നും പറവാൻ ഞങ്ങൾ വിചാരിക്കുന്നില്ല we do not wish to enter into details here as to. ചേൎന്നതാണ് forms part of. കിഴക്കായിട്ടാണ് to the east. വഞ്ചിവഴിക്കും കരവഴിക്കും etc. is easily accessible both by water and by land. സ്ഥലമാണത്രെ is said to be the place where his mother's body was cremated. പ്രതിജ്ഞ ചെയ്യാൽ if you are prepared to make a vow. ഇതു എഴുതിയിരിക്കുന്ന ആൾക്കും. . . . . സംഗതി വന്നു the writer of this article too had the occasion.

5. രാവണവൎണ്ണന.

അക്കാലങ്ങളിലതിഭുജവിക്രമ
ധിക്കൃതചക്രപരാക്രമനാകിയ
നക്തഞ്ചരപതിരാവണനെന്നൊരു
ശക്തൻ വന്നു പിറന്നു ധരായാം.
പത്തുമുഖങ്ങളുമിരുപതുകൈകളു
മത്യുന്നതഗിരിസന്നിഭമാകിയ
ഗാത്രവുമൊരുതരഭീഷണമിരുപതു
നേത്രവുമുൾക്കടമംശ്രുനികരം
എത്ര ഭയങ്കരമാകൃതികണ്ടാൽ;
മിത്രതനൂജനുമാശു ഭയപ്പെട്ടു-
മത്രമഹാബലനാകിയ ദശമുഖ
നന്നൽ വെടിഞ്ഞു തപം ചെയ്തുടനെ
പങ്കജഭവനോടു വരവും വാങ്ങി
കിങ്കരസംഘസമേതം വിരവോടു
ലങ്കാനഗരമടക്കി വസിച്ചഥ.
ശങ്കാരഹിതം ധനപതി തന്നുടെ
ഹുങ്കാരത്തെ അടക്കി ജയിച്ചൊര
ഹംകാരങ്ങൾ നിലക്കാഞ്ഞമ്പോടു
ശങ്കരഭഗവാൻ വാണരുളുന്ന
ഭയങ്കരമായൊരു കൈലാസത്തെ
കത്തിയെടുത്തു കരങ്ങളിലാക്കി
സത്വരമമ്മാനക്കളിയാടി.
പത്തിരുപതുകരി പൊക്കിയെറിഞ്ഞും
ശക്തിപെരുത്തകരങ്ങളിലേറവും
മുപ്പുരവൈരിക്കതുകൊണ്ടവനോ
ടപ്രിയമുണ്ടായില്ല വിശേഷി
ച്ചത്ഭുതമായൊരു വാളും നൽകി
ക്ഷിപ്രമനുഗ്രഹമേകിയയച്ചു.
പുഷ്പകമായ വിമാനവുമേറി

പുഷ്പശരാരിയെ വന്ദിച്ചുടനെ
ഭൂതലവും പാതാളം സ്വൎഗ്ഗം .
വീതഭയേന ജയിച്ചു ദശാസ്യൻ
സമരാങ്കണമതിലമരാധിപനുടെ
സമരാടോപവുമാശു ശമിപ്പി
ച്ചമരാംഗനമാരെക്കൊണ്ടുവനഥ
വെഞ്ചാമരവ്യജനം വീശിപ്പിച്ചു.
നന്ദനവിപിനെ കല്പദ്രുമഹരി
ചന്ദനമന്ദാരാദി മരങ്ങടെ
വൃന്ദമശേഷം പിഴുതുപതുക്കെ
സ്യന്ദനമേററിക്കൊണ്ടു തിരിച്ചഥ
കല്യോതരഭുജവിക്രമനാം ദശ
കണ്ഠൻ തന്നുടെ ലങ്കാനഗരേ
കൊണ്ടിഹവന്നുടനുദ്യാനങ്ങളു
മുണ്ടാക്കിപ്പുനരത്രവസിച്ചു.

കാൎത്തവീൎയ്യാൎജ്ജുനവിജയം.

Note. **Begin**—In ancient times there was born upon this planet a most powerful giant by the name of Ravana, the lord of the demon-host, who by his incomparable prowess easily threw into shade the achievements of Indra himself; he had etc. നന്ദനവിപിനെ from the celestial garden. അമ്മാനക്കളി the toss-ball.

6. കുചേലൻ.

ചാലെ മെലിഞ്ഞൊരുമേനിയെക്കണ്ടിട്ടു
ലീലയാൎന്നിന്നു പറഞ്ഞാർ പിന്നെ:
അസ്ഥികൾകൊണ്ടു ചമച്ചതിന്മലമെ
ന്നബ്ജജൻ പണ്ടിവൻ മേനി തന്നെ
ബീഭത്സമായരസത്തിനെ കാട്ടുവാ
നാബദ്ധലീലനായല്ലയല്ലീ
പേശലമായോരു കാശത്തോടേശീട്ടു
പേശുവാൻ പോരുമിക്കേശമിപ്പോൾ.
പാങ്കുഴിയെന്നോൎത്തു നേത്രങ്ങൾ നിൎമ്മിച്ചു
യോഗ്യതപോരുമിതിന്നു പാൎത്താൽ.
പാതാളലോകത്താലൊന്നിങ്ങു പോന്നിവൻ
നാഭിക്കുമീതെ പോൎന്നിന്നിതോ ചൊൽ.
വിശപ്പിന്നായൊരു നൽക്കുണ്ഡ നിൎമ്മിപ്പൂ
വിശപ്പിച്ചീടാവൂ വീഴായിവാൻ.
എന്നങ്ങനണ്ണിയതിന്നുള്ള നീളത്തെ
തന്നിലെ ചിന്തിച്ചു നിന്നാനേരം

നാളീകജന്മാവിപ്പാമങ്ങൾ നിർമ്മിച്ചു
നീളത്തെ കാണുമ്പോൾ എന്നു തോന്നും.
ദുർഭഗനെങ്കിലും വിപ്രനെയോർക്കുമ്പോ
ളത്ഭുതവീര്യനായുള്ളവനത്രെ.
ബ്രഹ്മമായുള്ളോരുമേന്മയെക്കണ്ടാലും
മേന്മേലെ മെയ്യിലെഴുന്നതിപ്പോൾ
നിന്ദ്യനല്ലേതുമെ മന്ദത് കൊണ്ടിവൻ
വന്ദ്യനായുള്ളോരു ഭൂമിദേവൻ.
ഇങ്ങിനെ ചൊന്നവർ വന്ദിച്ചുനിന്നുടൻ
പൊങ്ങിന കൌതുകം പൂണ്ടനേരം
വാരിജലോചനൻ മേവുന്ന ഗേഹംതൊ
ട്ടാരണൻ നേരെ നടന്നാനപ്പോൾ. കൃഷ്ണഗാഥാ.

Note. **Begin**— Seeing his emaciated body they made the following humorous remarks. 'What induced Brahma', said they, 'to build this man's frame a mere skeleton? Was it from a playful fancy for exhibiting his skill in the line of the ludicrous' etc. ഗേഹംതൊട്ടാരണൻ നേരെ നടന്നാനപ്പോൾ the Brahmin walked on in the direction of . . . . .

iii. *Description.*

1. അഗസ്ത്യാശ്രമം.

സർവ്വർത്തുഫലകുസുമാഢ്യപാദപലതാ
സംവൃതം നാനാമൃഗസഞ്ചയനിഷേവിതം
നാനാപക്ഷികൾ നാദംകൊണ്ടതിമനോഹരം
കാനനം ജാതിവൈരരഹിതജന്തുപൂർണ്ണം
നന്ദനസമാനമാനന്ദദാനാഢ്യം മുനി
നന്ദനവേദധ്വനി മണ്ഡിതമനുപമം.
ബ്രഹ്മർഷിപ്രവരന്മാരമരമുനികളും
സമ്മോദം പൂണ്ടു വാഴും മന്ദിരനികരങ്ങൾ
സംഖ്യയില്ലാതോളമുണ്ടോരോരോ തരം നല്ല
സാംഖ്യവസ്തുക്കളുമുണ്ടേറ്റമില്ലാതവണ്ണം
ബ്രഹ്മലോകവുമിതിനോടു നേരല്ലെന്നത്രെ
ബ്രഹ്മജ്ഞോത്തമന്മാർ ചൊല്ലുന്നു കാണുന്തോറും.
രാമായണം കിളിപ്പാട്ടു.

Note. **Begin**—Filled with rare trees and plants, fruits and flowers of all seasons, inhabited by all kinds of animals, resounding with etc. . . . . this spot is, in the opinion of etc.

N. B. The whole to be translated as a single sentence.

2. പുഷ്പപുരി.

പൂൎവ്വകാലത്തു മഗധരാജ്യത്തിൽ പാടലീപുത്രമെന്നു കൂടി പേരുണ്ടായിരുന്ന പുഷ്പപുരിയെന്ന കീൎത്തിയേറിയ ഒരു നഗരിയുണ്ടായിരുന്നു. പുരാണകഥാപ്രസംഗത്തിന്നും ശാസ്ത്രവിവാദത്തിന്നും വിദ്യയിൽ നൈപുണ്യമുള്ള വിദ്വാന്മാൎക്കും ആ നഗരി പ്രിയകരമായ സങ്കേതസ്ഥാനമായിരുന്നു. ശോഭിച്ചുകൊണ്ടിരിക്കുന്ന ദിവ്യരാജമന്ദിരങ്ങൾ, സഭാമണ്ഡപങ്ങൾ, സ്തംഭങ്ങൾ, മണിഗോപുരങ്ങൾ, ഇവകൊണ്ടു പരിപൂൎണ്ണമായ ആ നഗരി കാണുന്നവരെല്ലാം ബിംബപ്രതിബിംബഭേദം ഗ്രഹിപ്പാൻ വഹിയാതെ പരാധീനന്മാരായിത്തീരും. അങ്ങിനെ ഇരിക്കേ അങ്ങാടിത്തെരുവുകളിൽ വില്ക്കേണ്ടതിന്നു തട്ടുകളിൽ നിരത്തിവെച്ചു കിടക്കുന്ന ദിവ്യരത്നങ്ങളെ കാണുന്നവൎക്കു രത്നാകരമായ സമുദ്രത്തിലും കൂടി ഇത്ര ദിവ്യരത്നമുണ്ടാവാൻ പാടുണ്ടോ എന്നു സന്ദേഹപ്പെടാൻ ഇടയുള്ളതായിരുന്നു. ആ നഗരിയിലെ നാനാവിധസമൃദ്ധി വിചാരിച്ചു നോക്കിയാൽ അതു ഭൂമിക്കു ഒരു അലങ്കാരമായിരുന്നു എന്നേ പറയേണ്ടതുള്ളു.

ഇവിടെ അത്ര പ്രാഭവത്തോടു കൂടി രാജ്യപരിപാലനം ചെയ്തുവന്ന രാജഹംസമഹാരാജാവിന്നു വിദ്യുല്ലതപോലെ സൌഭാഗ്യത്തോടും സൌജന്യത്തോടും കൂടി ഒരു മഹിഷി ഉണ്ടായിരുന്നു. അതിസുന്ദരിയായ തന്റെ ഭാൎയ്യയോടു കൂടി വിനോദമായി കാലം കഴിക്കേണ്ടതിന്നു വേണ്ടി തന്റെ ഉപവനത്തിൽ നവരത്നഖചിതമായ ഒരു ശൃംഗാരമണ്ഡപം നിൎമ്മിപ്പിച്ചു. പൂന്തോട്ടങ്ങളിൽ പഞ്ചവൎണ്ണക്കിളികൾ കൊഞ്ചിക്കൊണ്ടിരിക്കുകയും ഇല്ലിവിളക്കുകളിൽ ദീപമേററിയ വിധം പൊന്മയമായ ചമ്പകമൊട്ടുകൾ ശോഭിച്ചുകൊണ്ടിരിക്കുകയും കാളാഞ്ചി ഏന്തിപ്പിടിച്ച വിധം കുടമല്ലികകൾ വിടൎന്നുകൊണ്ടിരിക്കുകയും സൌരഭ്യമുള്ള പുഷ്പങ്ങളിൽനിന്നു രുചികരമായ തേനുണ്ടു പാടിക്കൊണ്ടിരിക്കുന്ന പ്രകാരം വണ്ടുകൾ മുരണ്ടു ഘോഷിച്ചുംകൊണ്ടു ചുററിത്തിരികയും അങ്ങുള്ള വാപിതടങ്ങളിൽനിന്നു വെള്ളം മദ്ദളം മുഴക്കുന്നപ്രകാരം കരക്കലെക്കുകയും ശ്രുതി കൂട്ടുന്നപ്രകാരം തേന്മാവുകളിന്മേൽനിന്നു കോകിലങ്ങൾ മധുരമായി ഗാനം ചെയ്കയും മനോഹരമായ പീലി വിരിച്ചുകൊണ്ടു മയിലുകൾ ആനന്ദത്തോടു കൂടി നൎത്തകന്മാരെപ്പോലെ ആടിക്കൊണ്ടിരിക്കയും വാസനപ്പൊടി വൎഷിക്കുന്നപ്രകാരം വിരിഞ്ഞു കൊണ്ടിരിക്കുന്ന സൌരഭ്യമുള്ള പുഷ്പങ്ങളിൽനിന്നു മന്ദമാരുതൻ പരാഗനികരങ്ങളെ ചൊരികയും ചെയ്തുകൊണ്ടിരുന്ന ആ പൂഞ്ചോല ബഹുവിചിത്രമായിട്ടുള്ളതായിരുന്നു.

നാലാം പാഠപുസ്തകം.

Note. ദിവ്യരാജമന്ദിരങ്ങൾ സഭാമണ്ഡപങ്ങൾ etc. magnificent palaces, Council-chambers, spires and towers. അങ്ങിനെ ഇരിക്കേ while. മദ്ദളം മുഴക്കു പ്രകാരം rythmically. ശ്രുതികൂട്ടും പ്രകാരം in unison. നൎത്തകന്മാരെ പോലെ ആടി danced. പരാഗനികരങ്ങൾ pollen dust.

3. ആരാമവൎണ്ണന.

അക്കാലമന്നൊരുനാളഖിലേശ്വരൻ
അഗ്രജനോടുമനുചരന്മാരോടും

ചിത്തമൊരുമിച്ചു ഗോക്കളെ മേച്ചുകൊ
ണ്ടത്യാദരാലാരാമമകംപുക്കാൻ.
പുഷ്പമിണങ്ങി നിറന്നു വിളങ്ങുന്ന
പുഷ്പവനപ്രഭ കണ്ടു കൌതുഹലാൽ
സത്വരമോടക്കുഴൽ വിളിച്ചീടിനാൻ.
സപ്തസ്വരങ്ങൾ പാടീടിനാർ ലോകരും
സങ്കർഷണനുടൻ മുൻപിൽ പശുക്കളെ
സങ്കടമന്യെ നടത്തി നടക്കുന്നു.
സന്തതമുൾക്കനിവോടു കസുമസൌ
ഗന്ധങ്ങളെ പാൎത്തു പാൎത്തു ഗീതങ്ങളും
സന്തോഷമോടു പാടി ഭ്രമിച്ചങ്ങിനെ
സഞ്ചരിക്കുന്നിതു വണ്ടിൻ നിരകളും.
സംഭ്രമമോടെന്ന ഖഗൌഘങ്ങളും ബത
കമ്പമൊഴിഞ്ഞു ഭ്രമിച്ചു പാടീടുന്നു.
കിഞ്ചനചഞ്ചലമന്യെ രമിച്ചു നി
ന്നഞ്ചിമൃഗങ്ങളുഴറി കളിക്കുന്നു.
സഞ്ചിതമോടുമൊരുമിച്ചു താളത്തി
ലഞ്ചിതമായി മയിൽ പേടകളാടുന്നു.
ഗന്ധവഹനനും ത്രിഗുണപ്രഭാവേന
ചന്തമായമ്പിനോടന്തരാവീശുന്നു.
സന്തതം സജ്ജനമാനസതുല്യമാ
യന്തരമന്യെ നദികളൊഴുകുന്നു.

മഹാഭാഗവതം.

Note. അഗ്രജനോടുമനുചരന്മാരോടും with his companions and his elder brother. ആരാമം a bower. പുഷ്പവനപ്രഭ കണ്ടു കൌതുഹലാൽ etc. bewitched by the floral beauty of the wild scenery, began to play upon his flute. ഗന്ധങ്ങളെ പാൎത്തു പാൎത്തു ഗീതങ്ങളും etc. the winged beetle sported about from flower to flower, humming joyful tunes.

(*N. B.* The true English style would require *Bee* instead of *Beetle*).

The last two lines:—and rivers flowed on (deep and clear) like the minds of the virtuous.

4. ക്രോധരസപ്രധാനമായ ചാണക്യഭാഷണം.

ചാണക്യൻ വിശപ്പിനാലും അടികൊണ്ടിട്ടുള്ള വേദനയാലും ക്രുദ്ധനായി കുറെനേരം ഒരു തൂണിന്റെ ഒരു വശത്തു പതുങ്ങിനിന്നു. നന്ദന്മാർ രണ്ടുരുള ഉൽ കൊണ്ടപ്പോൾ കാളസൎപ്പത്തെപ്പോലെ അദ്ദേഹം രാജാക്കന്മാരുടെ എതിരെ ചെന്നു നിന്നു ഇപ്രകാരം സിംഹഗൎജ്ജിതം പോലെയുള്ള ശബ്ദത്തോടു ക്രുദ്ധിച്ചു പറഞ്ഞു:— "രെ, ക്ഷത്രിയസ്ഥൂലിംഗങ്ങളെ, ഉല്കൂടമദമേറീട്ട് ഇപ്പോൾ ഈ കഠോരത്തെ ചെയ്ത മൂഢരായ നിങ്ങളെ ഒക്കവെ നശിപ്പിക്കുന്നതിന്നു ഞാൻ ഇന്നുമുതൽ, രെ,

പാപികളേ, കുലപാംസനന്മാരേ, പ്രയത്നപ്പെടുന്നു. രേ, ലോഭികളേ, വിവേകവിമുഖന്മാരേ, ഞാൻ ആരെന്നുള്ളതു നീചവർഗ്ഗമായ നിങ്ങൾ അറിയുമോ? ഏറിയ കാലം തപസ്സു ചെയ്തു സിദ്ധിയെ പ്രാപിച്ചവനായ ഒരു ഋഷിയല്ലയോ ഞാൻ? എന്നോടു കൂടെ നിന്ദ്യന്മാരായ നിങ്ങൾക്കു പംക്തിഭോജനം ഒരു നാളെങ്കിലും എളുപ്പത്തിൽ ലഭിക്കുമോ? നിങ്ങൾക്കു സൌഭാഗ്യത്തെ വർദ്ധിപ്പിക്കുന്നതിന്നായി ഇവിടെ വന്ന എന്നെ ഈ വിധം അഗ്രാസനത്തിൽനിന്നു ബലാൽക്കാരേണ പിടിച്ചു വലിച്ചിഴച്ചു വെളിയിൽ തള്ളുന്നതിന്നു കാരണം എന്റെ സൌന്ദര്യക്കുറവല്ലയോ? ഇരിക്കട്ടെ! ഐശ്വര്യസമ്പന്നിധിയായ ശ്രീലക്ഷ്മിദേവി സ്വയമേവ ഇവിടെ വന്നു വിളങ്ങിക്കൊണ്ടിരിക്കുന്ന മദ്ധ്യത്തിൽ ആ ദേവിയെ അടിച്ചോടിച്ചു കളഞ്ഞതുപോലെ ഇരിക്കുന്നു ജളന്മാരായ നിങ്ങൾ എന്നെ ധിക്കാരം ചെയ്തതു. നെഞ്ചിൽ അല്പം പോലും ദയയില്ലാത്ത ഔദരികന്മാരേ, ഞാനും ജീവാത്മാവോടു കൂടിയ ഒരുത്തനല്ലയോ?

അങ്ങിനെയുള്ള എന്നെയും ഊട്ടാതെ നിങ്ങൾ മൃഷ്ടാന്നം എങ്ങിനെ ഭുജിക്കുന്നു? കഷ്ടം! കഷ്ടം! ഈ വിധം ചെയ്യുന്നതു രാജാക്കന്മാർക്കു ഉചിതമോ? രേ, കിം രാജാക്കന്മാരെ, എന്റെ ഈ ശിഖ എന്തെന്നു നിങ്ങൾക്കറിയാമോ? ഇതു എന്റെ കോപപാവകധൂമമെന്നു ധരിച്ചു കൊൾവിൻ. ജളത്വം കാണിച്ച നിങ്ങളെ എളുപ്പത്തിൽ വിടുന്നവനല്ല ഈ കൌടില്യൻ. ഉഗ്രമായി ഉയൎന്ന പൎവ്വതത്തിന്റെ തുലോം അഗ്രഭാഗത്തുനിന്നു ജൃംഭിച്ചതായ ഒരു സിംഹം ഓരോ മാത്രം വൻപിച്ചവയായ കുംഭീന്ദ്രന്മാരുടെ മസ്തകങ്ങളെ പിളൎന്നു രക്തപാനം ചെയ്തു അവയെ താഴെ തള്ളുന്നനേരം എങ്ങിനെ അവകൾ ശതധാഭിന്നങ്ങളായി വീഴുന്നുവോ അപ്രകാരം ഡംഭവും അഹംഭാവവും ഏറീട്ടു അന്ധന്മാരായ നിങ്ങൾ ഒമ്പതുപേരെയും സിംഹാസനത്തിൽനിന്നു തള്ളി നുറുനുറായി വെട്ടിപ്പിളൎന്നുകൊന്നു നിങ്ങളുടെ രാജ്യത്തെ വെളിയിൽ നില്ക്കുന്ന വൃഷലനായ ചന്ദ്രഗുപ്തന്നു നാം കൊടുക്കുന്നുണ്ട്. ഞാൻ ബ്രാഹ്മണനാണെങ്കിൽ ഇന്നിതു സത്യം. അങ്ങിനെ ചെയ്യല്ലാതെ ഈ അഴിഞ്ഞു കിടക്കുന്ന ശിഖയെ ഞാൻ കെട്ടുന്നതല്ല." ഇങ്ങിനെ പ്രതിജ്ഞ ചെയ്തുംകൊണ്ടു ചാണക്യൻ വെളിയിൽ പുറപ്പെട്ടുപോയി.

മുദ്രാരാക്ഷസം.

Note. ഇത് എന്റെ കോപപാവകധൂമമെന്നു ധരിച്ചുകൊൾവിൻ consider this as the smoke from my burning resentment. ഉഗ്രമായി ഉയൎന്ന ഒരു പൎവ്വതത്തിൽനിന്നു etc. as, when an angry lion hurls down from the highest summit of an elevated mountain, huge elephants one after another, having split open their brains and sucked out their life-blood, they roll down mutilated in a hundred form, so shall I hurl you down — every one of the nine, who are so proud, so conceited and so haughty — out of your throne as sure as I am a Brahmin. And I shall never tie up this tuft of hair again before accomplishing this feat.

5. കല്യാണസൌഗന്ധികഹരണാൎത്ഥം ഭീമസേനന്റെ യാത്ര.

ഇത്ഥം പറഞ്ഞു ഗദയും വഹിച്ചുകൊ
ണ്ടുത്ഥാനവും ചെയ്തു ഗന്ധവാഹാത്മജൻ
ഉത്തരാശാമുഖം നോക്കി പുറപ്പെട്ടു
സത്വരാഹങ്കാരഗംഭീരപൂരുഷൻ
അഗ്രഭാഗേ രണ്ടു പന്തീനിരക്കവെ
അഗ്രഹാരം കണ്ടു കൌതുകം പൂണ്ടുടൻ
നിഗ്രഹാനുഗ്രഹാനുക്ലൃതപ്രൌഢരാം
വിപ്രലോകാഗ്രേസരന്മാരെ വന്ദിച്ചു
വിഗ്രഹശക്തനാം വീരൻ വൃകോദരൻ
വ്യഗ്രതാഹീനം നടന്നു തുടങ്ങിനാൻ.
ഉഗ്രമാം കാനനം തന്നിലകമ്പുക്കു
ദുൎഗ്രഹക്രൂരധീരാകാരപൂരുഷൻ.
നക്ഷത്രമാൎഗ്ഗത്തിലെത്തിക്കിളൎന്നോരു
വൃക്ഷങ്ങൾ കണ്ടുടൻ വിസ്മയിച്ചീടിനാൻ.
ലക്ഷകോട്യൎബ്ബുദധൂളീപരാൎദ്ധവും
ലക്ഷീകരിക്കയില്ലെണ്ണിത്തുടങ്ങിയാൽ.
താലം, തമാലവും നക്തമാലങ്ങളും
സാലം രസാലവും ഹിന്താലജാലവും
അൎജ്ജുനകേസരം നീലം പലാശവും
സൎജ്ജവം ഖൎജ്ജൂരകാരസ്കരങ്ങളും
ചൂതം പനസവും ചെമ്പികാ ചെമ്പകം
മാതുലുംഗങ്ങളും മാകന്ദവൃന്ദവും
പുന്നാഗനാക പ്രിയാളദ്രുമങ്ങളും
പിന്നെ ബകുളങ്ങൾ പൂപ്പാതിരികളും
അശ്വത്ഥജാലം കപിത്ഥദ്രുമങ്ങളും
ശശ്വത്തണലുള്ള പേരാൽ സമൂഹവും
വീട്ടിയും തേക്കും തിലകദ്രുമങ്ങളും
ചോട്ടിൽ പതിക്കും ചുഴലിവൃക്ഷങ്ങളും
അത്തിയുമിത്തിയും പിന്നെപ്പരിത്തിയും
പുത്തെലഞ്ഞി കൃതമാലാജാലങ്ങളും
മന്ദാരകന്ദകരുണ്ഡശുണ്ഡങ്ങളും
കന്ദേരുഹങ്ങളും കാട്ടുപൂവങ്ങളും
തിന്ത്രിണീ വൃക്ഷങ്ങൾ വംശദ്രുമങ്ങളും
ലന്തവൃക്ഷങ്ങളും ജംബൂകദംബവും
ജംബീരവൃക്ഷവും ശീഘ്രാദമങ്ങളും
തുംബീലതകളും തംബലിക്കൂട്ടവും
ഗുംഞ്ജാനികഞ്ജവും മല്ലികാവല്ലിയും
മുഞ്ജവല്ലീകളും മാലതീജാലവും.

ഇപ്രകാരം പുഷ്പവല്ലീതൃണങ്ങളാൽ
തൽപ്രദേശം മഹാഘോരം വനാന്തരം
ക്ഷിപ്രം പ്രവേശിച്ചു ഭീമസേനൻമുദാ
തൽപ്രദേശം കണ്ടു സന്തുഷ്ടമാനസൻ
എട്ടുദിഗന്തങ്ങൾ പൊട്ടുമാറുച്ചത്തി
ലട്ടഹാസോത്ഭടം പൊട്ടിച്ചിരിക്കയും
പെട്ടെന്നു മാനത്തുമുട്ടും മരാമര
ക്കൂട്ടങ്ങളിൽ ഗദാഘട്ടനം ചെയ്കയും
ചട്ടററുവൃക്ഷങ്ങൾ പൊട്ടിത്തകൎന്നിട്ടു
മുട്ടിപ്പതിക്കുന്ന കോലാഹലങ്ങളും
ഒട്ടല്ലതങ്ങളിൽ കെട്ടിദ്രുമശ്രേണി
കെട്ടിപ്പിണഞ്ഞാശു പൊട്ടുന്നഘോഷങ്ങൾ
കേട്ടു പാരം ഭയപ്പെട്ടു മൃഗങ്ങളും
തെററന്നുമങ്ങിഗമിക്കുംപ്രകാരവും
പെട്ടെന്നൊരുമരം പൊട്ടിപ്പിളൎന്നാശു
മറെറാരുവൃക്ഷേ പതിക്കുന്ന നേരത്തു
മററതും ഖണ്ഡിച്ചു മററതിന്മേൽ വീണു
മററതും മററതും മററതും ഭസ്മമായി
മററും മരങ്ങളും ചുററുന്ന വള്ളികൾ
മുററും ഗദാഘാതമേററുടൻ മൂലങ്ങ
ളററു മരങ്ങളിൽ ചുററും വെടിഞ്ഞാശു
ചുററം കലൎന്നാശു മുററും പതിക്കയും
ഈററപ്പുലികളും സിംഹഗജങ്ങളും
ചേററിൽ കിടക്കുന്ന പന്നിത്തടിയനും
ഏററു പുറപ്പെട്ടു പാഞ്ഞോടുക്കും വിധൌ
കാററിൻമകൻ ഗദാചക്രം തിരിക്കുന്ന
കാററുമാത്രം മെയ്യിലേററൊരു നേരത്തു
പാററകൾ പോലേ പലായനം ചെയ്കയും
അത്യുന്നതാഗന്ധമാദനപൎവ്വതം
അത്യന്തവിസ്താരമത്യത്ഭുതം പരം.
ഉത്തുംഗശൃംഗങ്ങൾ നക്ഷത്രമാൎഗ്ഗത്തി
ലെത്തുന്നതൊട്ടല്ല പത്തു നൂറായിരം.
കത്തുന്ന തീക്കനൽ ജ്വാലകലാപത്തി
നൊത്തുള്ള രത്ന പ്രകാശങ്ങളിങ്ങിനെ
കത്തിയൊഴുകുന്ന പൂഞ്ചോല വാരിയിൽ
തത്തിക്കളിക്കുന്ന മത്സ്യനക്രങ്ങളും
പാതാളരന്ധ്രത്തിനൊക്കും ഗുഹകളിൽ
ചേതസിമോദാൽ കളിച്ചു വസിക്കുന്ന
വേതാളി പാളിയും കാളിയും ക്രൂളിയും
ചൂതേളി പൂതനാജാലങ്ങളും കചചിൽ

പ്രേതാശരബ്രഹ്മയക്ഷഗണങ്ങളും
ഏതാനുമല്ലൊരു ലക്ഷവും കോടിയും.
വാതവേഗങ്ങളാം മാനും കലകളും
മാതംഗയൂഥവും സിംഹഗണങ്ങളും
വള്ളിപ്പുലികൾ വരിയൻ പുലികളും
പുള്ളിപ്പുലികൾ കരിമ്പുലിക്കൂട്ടവും
വള്ളിക്കുടിലകത്തുള്ളിൽ കിടക്കുന്ന
തുള്ളിക്കളിക്കുന്ന പുള്ളിമാൻ പേടകളെ
കൊള്ളിക്കുമാറുള്ള ബാണം പ്രയോഗിച്ചു
കൊല്ലുന്ന കാട്ടാളജാതിയെക്കാണ്കയാൽ
ഉള്ളിൽ ഭയം പൂണ്ടു രണ്ടും മൃഗങ്ങളെ
തായത്തിലെത്തിപ്പിടിച്ചു കടുക്കൊന്നു
വായിലാക്കിക്കൊണ്ടു പാഞ്ഞുപോകും കടു
വായും പുലികളും ചെന്നു മലകളിൽ
ചാടിക്കിടന്നുഴന്നീടുന്ന നേരത്തു
പാടേ മുടിപ്പാനൊരുമ്പെട്ടുറച്ചുട-
നോടി വന്നീടുന്ന വേടൻ കണകൊണ്ടു
പാടനം ചെയ്തു വധിക്കും പ്രകാരവും
പേടിച്ചോളിക്കുന്ന ചെമ്പുലി കൂട്ടങ്ങ
ളോടെ കലമ്പുവാനായുന്നടുത്തീടും
എട്ടടിമാനിനെപ്പെട്ടെന്നു കന്തത്തി
ലിട്ടുകളിപ്പിച്ച കാട്ടാളരാജന്റെ
ചട്ടററ വിക്രമം കണ്ടു പുകഴ്ത്തുന്ന
കാട്ടാളരാജനും കൂട്ടരുമൊക്കവേ
വേട്ടെക്കു കോപ്പുകൾ കൂട്ടി പുറപ്പെട്ടു
കാട്ടിൽ വരുന്നതും കണ്ടു വൃകോദരൻ.

കല്യാണസൌഗന്ധികം തുള്ളൽ.

Note. നക്ഷത്രമാർഗ്ഗത്തിലെത്തിക്കിളർന്നോരു വൃക്ഷങ്ങൾ കണ്ടുടൻ വിസ്മയിച്ചീടിനാൻ etc. trees which clove the clouds excited his admiration. Hundreds of thousands, millions, billons nor even millions of millions will not adequately represent their number. കാററുമാത്രം മെയ്യിലേററോരു നേരത്തു etc. were driven off like chaff by the mere re-action of the air caused by the rotation of his mighty club. അത്യുന്നതാഗന്ധമാദനപർവ്വതം etc. the high and extensive range of Gandha Madana mountains rose before him. Not one or two, but a hundred thousand peaks rose proudly up to the starry heights; in the torrents which where resplendant with the glare of endless gems, fishes and crocodiles sported about; in the caves etc.

6. കാട്ടാളവൎഗ്ഗം.

ചെമ്പിച്ച താടിയും മീശയും കേശവും
വമ്പിച്ച കൈകളിൽ വില്ലും ശരങ്ങളും
ചെമ്പരത്തിപ്പൂ കണക്കെ നേത്രങ്ങളും
അമ്പിളിപോലെ വളഞ്ഞുള്ള പല്ലുകൾ
അഞ്ജനപൎവ്വതം പോലെ ശരീരവും
ഗുഞ്ജാഫലംകൊണ്ടു കോൎത്തുള്ള മാലകൾ
കുഞ്ജരന്മാരുടെ കുംഭത്തടങ്ങളെ
ഭഞ്ജനം ചെയ്യുന്നതിൽ പെട്ടമുത്തുകൾ
അഞ്ജസാ കത്തിതുളച്ചു കോൎത്തിങ്ങിനെ
സഞ്ജാതമായുള്ള മാലാകലാപവും
മഞ്ജുക്കുറികളും മായൂരപിഞ്ഛവും
മഞ്ചാടിമാലയും മാറിൽ പലതരം
ഉച്ചത്തിലുള്ളോരു കണ്ഠനാദങ്ങളും
മെച്ചത്തിലുള്ളോരു വീൎയ്യഭാവങ്ങളും
കച്ചകെട്ടിച്ചിലതൊങ്കലും വാലുമി
ട്ടത്യന്തഘോരമാം വേഷം ഭയങ്കരം.

Note. **Begin—With their tawny hair, beards and mustaches, their powerful arms wielding bows and arrows, eyes, as red as the shoe-flower, and teeth like the crescent moon . . . . the wild hunters looked really formidablo.**

7. ഖാണ്ഡവദാഹം.

എങ്കിലോ ദഹിച്ചാലും ഖാണ്ഡവാരണ്യമെന്നാൻ
പങ്കജനേത്രനോടും കൂടവെ കിരീടിയും
പിടിച്ചു ദഹനനും ദഹിച്ചു തുടങ്ങിനാൻ
പിടച്ചൽ തുടങ്ങിനാർ ദുഷ്ടജന്തുക്കളെല്ലാം.
പാണ്ഡവകരഗതഗാണ്ഡീവവിലാസവും
ഖാണ്ഡവാരണ്യഗതപാവകവിലാസവും
പന്നഗപക്ഷിമൃഗജാലങ്ങൾ ദഹിച്ചൊക്ക
സ്സന്നങ്ങളാകുന്നേരമുണ്ടായ വിലാപവും
പക്ഷികൾ പറന്നന്തരീക്ഷേ പൊങ്ങിടുന്നേരം
പക്ഷങ്ങൾ കരിഞ്ഞു വെന്തഗ്നിയിൽ പതിക്കയും
വൃക്ഷങ്ങൾ വെന്തു പൊട്ടിയലറി വീഴുന്നതും
ഋക്ഷങ്ങൾ ചാഞ്ചാടിപ്പിടഞ്ഞു കേഴുന്നതും
ഒട്ടൊഴിയാതെ കേട്ടുതക്ഷനായ്ശതക്രതു
പുഷ്കലമേഘങ്ങളോടും നിഷ്ഠുരനാദത്തോടും
ദൃഷ്ടികൾ ചുവപ്പിച്ചു ദേവവാഹിനിയോടും
നഷ്ടമാക്കുവനഗ്നി തന്നെ ഞാൻ, കണ്ടു കൊൾവിൻ.
നന്ദനനെന്നാകിലും സോദരനെന്നാകിലും

നിന്ദിച്ചാലൊട്ടുക്കവനില്ല സംശയമേതും
ഇത്തരം പറഞ്ഞു തൻ മത്തേഭൻ കഴുത്തേറി
സത്വരം വജ്രമോങ്ങി ക്രുദ്ധനാം വൃത്രാരാതി
കെല്പോടു പുറപ്പെട്ടു സേനാനായകനോടും
കല്പാന്തവർഷവും തുടങ്ങീതതു നേരം
നിഷ്ഠുരതരമിടിവെട്ടിയും ത്രിഭുവനം
ഞെട്ടിയും മരം വെന്തു പൊട്ടിയും തെരുതെരെ
ദൃഷ്ടികൾ മിന്നൽകൊണ്ടു നഷ്ടമായ്ച്ചമകയും
ഘോരമാരുതവേഗാലോരോരോ ദിക്കുകളും
വാരിധിപൂരങ്ങളുമിളകി മറിയുന്നു
അഭ്രസഞ്ചയം പരന്നഭ്രവും മറയുന്നു
വിഭ്രമം പൂണ്ടു ജഗദ്വാസികൾ മറുകുന്നു
ശുഭ്രകീലങ്ങളുററു സർപ്പങ്ങളുരുകുന്നു
ശുഭ്രങ്ങൾ തോറുമുഷ്ണമുൾപ്പുക്കു പിടയുന്നു
ഗന്ധവാഹനനഗ്നി തനിക്കും ദേവേന്ദ്രനും
ബന്ധുവായ്നിന്നാൻ വിരുദ്ധന്മാരങ്ങിനെയുള്ള
പെയ്യൊരു മഴകണ്ടനേരത്തു ശരകൂടം
ചെയ്യൊരു ജിഷ്ണു തൻെറ ചൈതന്യമെന്തേ ചൊല്ലു
കൈതവമൂർത്തി കൃഷ്ണൻ തന്നുടെ വൈഭവത്താൽ
കൈതളർന്നിതു കാളമേഘങ്ങൾക്കെല്ലാമപ്പോൾ
പ്രഥനം പൃഥാത്മജനോടു ചെയ്യുമമരേന്ദ്രൻ
പൃതനാതോററു വൃഥാഫലമായ്ച്ചമഞ്ഞപ്പോൾ
കൃഷ്ണസാരഥിയായ ജിഷ്ണു ദിവ്യാസ്ത്രങ്ങളാൽ
ജിഷ്ണു തന്മദമടക്കീടിനാനതു നേരം
ജിഷ്ണു താനനുവദിച്ചീടിനാൻ ധനഞ്ജയൻ
ജിഷ്ണുവെന്നഗ്നിഭവാദികൾ തോററതു മൂലം
അന്തരമശരീരിവാണിയുമുണ്ടായ്വന്നു
വിണ്ണവർ കോനെ നീ പോയടങ്ങിക്കൊൾകനല്ലു
തക്ഷകൻ കുരുക്ഷേത്രം പുക്കിതെന്നറിക നീ
സഖ്യത്തിന്നേതുമൊരു വിഘ്നവും വന്നീലല്ലോ.
കൃഷ്ണപാണ്ഡവന്മാരെ ജയിപ്പാനരുതാർക്കും
കൃഷ്ണപാദാബ്ജങ്ങളിൽ വന്ദിച്ചു കൊൾകനല്ലു.
നരനാരായണന്മാരോടഭിമാനിപ്പാനെ
ന്തൊരു കാരണമതുമൈശ്വര്യമദമല്ലോ.
എന്നതു കേട്ടു വാങ്ങിപ്പോന്നിതു മഹേന്ദ്രനും
വഹ്നിയും പിന്നെ നന്നായ്ദഹിച്ചു തുടങ്ങിനാൻ.
വാരണവ്യാഘ്ര ഹരിസൂരണ സർപ്പാദിയാ
മാരണ്യജന്തുവർഗ്ഗമാരണ കാരണമാം
ദാരുണവഹ്നിജ്വാലാമാലകൾ കത്തിപ്പൊങ്ങി
ശോഭിച്ചു വനവും ഫല്ഗുനകൃഷ്ണന്മാരും

ശോഭിച്ച സമുദ്രദ്വീപാദി വൃന്ദമെല്ലാം
തക്ഷകാലയത്തിങ്കലിരുന്ന മയാസുരൻ
തൽക്ഷണേ പുറപ്പെട്ടു മണ്ടിനാൻ ഭയത്തോടെ
ഭക്ഷണമിനിക്കിതിന്നയക്കുന്നില്ലെന്നാശു
ശുക്ഷണിതാന്തമാശു ചെന്നിതുബുഭുക്ഷയാ.
കൃഷ്ണവർമ്മാവു ശീഘ്രം പിന്നാലെ ചെല്ലുന്നേരം
കൃഷ്ണൻ തൃചക്രവുമായടുത്തിതല്ലൊ പാരം
രക്ഷണത്തിന്നാരെയും കാണാഞ്ഞുമയാസുരൻ
അക്ഷീണഭാവം പൂണ്ടു ശരണം പുക്കീടിനാൻ:
ഹാ ഹാ പാണ്ഡവാ, പാൎത്ഥാ, ഹാ ഹാ ഫല്ഗുനജിഷ്ണോ
പാഹിമാം ഭവാനഹോ പാഹിമാം ഭവാനഹോ.
പാൎത്ഥനമാൎത്തനാദം കേട്ടപ്പോതുരചെയ്താ
നാസ്ഥയാ പേടിക്കേണ്ടാ നീയെന്നതുടനുടൻ,
നമുചിഭ്രാതാവാകം മയനാന്ദനജേന്ദ്ര
നമരപ്രൌഢാത്മജനഭയം നല്കീടിനാൻ.

ഭാരതം.

Note. പാണ്ഡവകരശാത etc. the majesty of Gandava with which Arjuna stood armed, the ravages of the conflagration, the mingled cries of beasts, birds and reptiles as they were consumed by the flames. . a full account of all these was carried to Indra, whose eyes became blood-shot with rage at their recital, and quickly mounting his elephant, and brandishing his sword, he started for the forest accompanied by his general and the heavenly cohorts and terrific storm clouds, saying, "see, I shall annihilate the god of fire before your very eyes etc."

iv. *Miscellaneous.*

1. വിദ്യാധനം സൎവ്വധനാൽ പ്രധാനം.

മലയാളദേശത്ത് ജനാൎത്ഥപുരമെന്ന പട്ടണത്തിൽ ഇരിക്കുന്ന സുമുഖൻ, സുവിശേഷകൻ എന്ന രണ്ടു ബാല്യക്കാർ പരദേശത്തു പോയി അൎത്ഥലാഭം വരുത്തേണമെന്നു വിചാരിച്ചു. ഓരോരുത്തൻ ആയിരം വരാഹൻ എടുത്തുകൊണ്ടു വടക്കു കാശിനഗരത്തിൽ ചെന്നു. സുമുഖൻ തന്റെ ധനംകൊണ്ടു വ്യാപാരം ചെയ്തു വളരെ ധനം സമ്പാദിച്ചു. സുവിശേഷകൻ തന്റെ വരാഹൻ മുഴുവൻ വിദ്വാന്മാൎക്കു കൊടുത്തു സകല ശാസ്ത്രങ്ങളെയും പഠിച്ചു മഹാവിദ്വാനായിട്ടു ദാരിദ്ര്യത്തോടെ തന്റെ സ്നേഹിതന്റെ അടുക്കൽ ചെന്നു ചേൎന്നു ദിവസവൃത്തി കഴിച്ചു. സുമുഖൻ തന്റെ ദേശത്തേക്കു പോവാൻ വിചാരിച്ചു ദ്രവ്യങ്ങളെയെല്ലാം ഒട്ടകങ്ങളുടെ മേൽ കരേററി സുവിശേഷകനെയും കൂട്ടിക്കൊണ്ടു പോകുമ്പോൾ വഴിക്കൽ ഒരു കാട്ടിൽ വെച്ചു ദ്രവ്യങ്ങളെല്ലാം കള്ളന്മാർ പിടിച്ചുപറിച്ചു പോയ്ക്കളഞ്ഞു.

പിന്നെ ഇരുവരും ദരിദ്രന്മാരായിട്ടു വീട്ടിലെത്തി പാൎത്തു വരുമ്പോൾ ആ ദേശത്തി ലെ രാജാവു തനിക്കു ഒരു വിദ്വാൻ വേണമെന്നു പരസ്യമാക്കി. അതു പ്രകാരം സുവിശേഷകൻ പോയി തന്റെ വിദ്യാവിശേഷം കാണിച്ചു. ഉന്നതസ്ഥാനത്തെ ലഭിക്കുകയും സുമുഖൻ താൻ കളഞ്ഞ ദ്രവ്യത്തെ ഓൎത്തു ദുഃഖിച്ചു പോകയും ചെയ്തു. ഇതു വിചാരിച്ചാൽ ധനസമ്പത്തിന്നു കേടു വരികയും വിദ്യാധനത്തിന്നു നഷ്ടം വരായ്കയും തെളിവായി.

പഴയ മൂന്നാം പാഠപുസ്തകം.

Note. വിദ്യാധനം സൎവ്വധനാൽ പ്രധാനം knowledge the best of all wealth. ദരിദ്ര്യത്തോടെ തന്റെ സ്നേഹിതന്റെ അടുക്കൽ ചെന്നു ചേൎന്നു returned poor to his friend. ഇതു വിചാരിച്ചാൽ etc. this shows that riches are liable to loss while the wealth of knowledge is free from all destruction.

2. ബുദ്ധി മാഹാത്മ്യം.

പാണ്ഡ്യമഹാരാജാവിന്റെ പട്ടമഹിഷി ഒരു ദിവസം അരചനോടിങ്ങിനെ പറഞ്ഞു. "അദ്ധ്വാനമുള്ളയാതൊരു പ്രവൃത്തിയും ചെയ്യാതെ വാക്സഹായം മാത്രം ചെയ്യുന്ന മന്ത്രിക്കു മാസം ആയിരം വരാഹൻ ശമ്പളവും, രാവും പകലും മുഷിഞ്ഞു പ്രയത്നം ചെയ്യുന്ന മററുള്ളവൎക്കു രണ്ടോ മൂന്നോ വരാഹൻ മാത്രം കൊടുക്കുന്നതും എനിക്കു ന്യായമെന്നു തോന്നുന്നില്ല." "ഇരിക്കട്ടെ, ഇതിന്റെ ന്യായം ഞാൻ കാട്ടിത്തരാം" എന്നു രാജാവു മറുപടി പറഞ്ഞു. അവിടെ ഉണ്ടായിരുന്ന രണ്ടു പെട്ടകങ്ങളിൽ ഒരു പോലെ മുടിയും ഭസ്മവും നിറച്ചു മുദ്രവെച്ചു തന്റെ മന്ത്രിയെയും, ഭാൎയ്യയുടെ ഇഷ്ടപ്രകാരം ഒരു സേവകനെയും വിളിച്ചു പെട്ടകങ്ങൾ രണ്ടും അവരെ ഏല്പിച്ചു ഇങ്ങിനെ പറഞ്ഞു: "ഈ പെട്ടകങ്ങളെ ഇന്നിന്ന രാജാവിന്നു കൊണ്ടുപോയിക്കൊടുത്തു നിങ്ങൾ മടങ്ങിവന്ന വിവരം എന്നെ അറിയിക്ക." അവരും രാജശാസനയെ ശിരസാവഹിച്ചുകൊണ്ടു അവരവരുടെ പെട്ടകത്തെ കല്പിച്ചപ്രകാരം ഏല്പിപ്പാനായി പുറപ്പെട്ടു പോയി. മന്ത്രി ചേരമാൻപെരുമാളെ കണ്ടു പാണ്ഡ്യമഹാരാജാവു തിരുമനസ്സുകൊണ്ടു അങ്ങേക്കു കാഴ്ചയായി തന്നയച്ചിരിക്കുന്നു എന്നു പറഞ്ഞു പെട്ടകത്തെ രാജസന്നിധിയിൽ വെച്ചു. ചേരമാൻ പെരുമാൾ പെട്ടകം തുറന്നു നോക്കിയപ്പോൾ അകത്തു മുടിയും വെണ്ണീറും കണ്ടു കോപത്തോടെ ഇതിന്റെ അൎത്ഥമെന്തെന്നു ചോദിച്ചു. മന്ത്രി ഈ സാധനങ്ങളുള്ള വിവരം മുമ്പറിഞ്ഞിരുന്നില്ലാ എങ്കിലും ഉടനെ ഇങ്ങിനെ ഉത്തരം പറഞ്ഞു. "പാണ്ഡ്യരാജാവു ഈയിടെ ഒരു മഹായാഗം ചെയ്തിരുന്നു. ഇത് യാഗവിഭൂതിയും യാഗകുണ്ഡത്തിൽ നിന്നാവിൎഭവിച്ച ദേവതയാൽ ദാനം ചെയ്യപ്പെട്ട ദിവ്യ ശിരോരുഹങ്ങളുമാണ്. ഇവകൾ രാജാക്കന്മാൎക്കു മേല്ക്കുമേൽ ഗുണപ്രദങ്ങളായ വിശിഷ്ടദ്രവ്യങ്ങളാണ്. ഇവയെ തിരുമനസ്സിലെ സുഹൃത്തായ അങ്ങേക്കു മാത്രം അയച്ചതാണ്. അങ്ങുന്നു ഇവയെ ഭദ്രമായി രക്ഷിച്ചു പൂജിച്ചുകൊള്ളേണം." ചേരമാൻപെരുമാൾ ഇതു കേട്ടു വളരെ സന്തോഷിച്ചു മന്ത്രിക്കു വളരെ സമ്മാനങ്ങൾ കൊടുത്തു പാണ്ഡ്യരാജാവിന്നും വിലയേറിയ അനേക അപൂൎവ്വസാധനങ്ങളെ കൊടുത്തയച്ചു. സേവകനോ തന്റെ പെട്ടകം ചോളരാജാവിന്റെ മുമ്പിൽകൊണ്ടു വെച്ചു.

രാജാവു പെട്ടകം തുറന്നു നോക്കിയപ്പോൾ വെണ്ണീറും തലമുടിയും കണ്ടു ഇതിൻെറ അൎത്ഥമെന്തെന്നു ചോദിച്ചു. സേവകൻ യാതൊരു മറുവടിയും പറയാതെ നിന്നതു കണ്ടു വളരെ കോപിച്ചു "പാണ്ഡ്യരാജാവു നമ്മെ ഇപ്രകാരം അപമാനിച്ചതിൻെറ കാരണമെന്ത്!" എന്നു പറഞ്ഞു അവനെ അടിച്ചു തള്ളിപ്പുറത്താക്കി. ഇങ്ങിനെ ഇരുവരും മടങ്ങിവന്ന ഉടനെ രാജാവു തൻെറ ഭാൎയ്യയെ വിളിച്ചു ഉണ്ടായ അവസ്ഥകൾ ഒക്കെയും അറിയിച്ചു, അധിക ശമ്പളത്തിന്നു യോഗ്യൻ ആർ? എന്നു ചോദിച്ചു. റാണി നാണിച്ചു തലതാഴ്ത്തിനിന്നു.

കഥാമഞ്ജരി.

Note. **Begin—The queen of the Pandyan king one day addressed him as follows: 'It does not seem right that a minister who. . . .should receive. . . . . . .ഇരിക്കട്ടെ ഇതിൻെറ ന്യായം ഞാൻ കാട്ടിത്തരാം very well! I shall show you the justice of. . . . . .ഇതിൻെറ അൎത്ഥം എന്തു? tell me the meaning of this. യാഗകുണ്ഡത്തിൽനിന്നു ആവിൎഭവിച്ച ദേവത a spirit which rose out of the sacrificial fire. റാണി നാണിച്ചു തലതാഴ്ത്തിനിന്നു the queen bent down her head in shame.**

3. ശ്രീവൈകുണ്ഠം.

ചെന്നണയുമ്പോളമ്പൊടു കണ്ടു
സുന്ദരമഞ്ജുളതേജോനിലയം
ശ്രീകണ്ഠാരിനിഷേവിതമാം ഹരി
വൈകുണ്ഠം ജഗദൈകമനോജ്ഞം.
ക്ഷീരാൎണ്ണവമതിൽ നാഗാധിപനുടെ
ചാരുഫണാഞ്ചിതമണിവരതല്പേ
നാരായണനധിവാസം കണ്ടു
മുരാരികിരീടിയോടരുളിച്ചെയ്തു.
കണ്ടോ തരമിതു കണ്ടീടുകവൈ
കുണ്ഠപുരം പുരുഷോത്തമവാസം.
എന്നു പറഞ്ഞഥ നന്ദതനൂജനു
മന്ദരനന്ദനനോടു സമേതം
സ്യന്ദനമതിൽ നിന്നമ്പൊടിറങ്ങി
ജഗന്നിലയസ്ഥലമാശു വണങ്ങി.
അതിമോദത്തോടു നോക്കുന്നേരം
അതിശയമനവധി കണ്ടു തുടങ്ങി
കനകക്കൊടിമരമുയരക്കണ്ടു
ഖഗദത്താമധിവാസം കണ്ടു
ഹേമസമാനാശയപ്രഭ കണ്ടു
സോമസമാനമതിൽ പ്രഭ കണ്ടു
നവരത്നോജ്ജ്വലപരിഭാസുരമാം

സുരവന്ദിതസോപാനം കണ്ടു
ഹരിപദഭക്തജനത്തെക്കണ്ടു
സുരമുനിമാരെയുമഴകൊടു കണ്ടു
ഓരോ തരമവർ സേവകൾ കണ്ടു
നാരദമുനിയെ വിശേഷാൽ കണ്ടു
മേരുസമാനകിരീടം കണ്ടു
ചാരുഗളോന്നതമാലകൾ കണ്ടു
പുഷ്പോദ്യാനവിശേഷം കണ്ടു
ഷൾപദജാലവിലാസം കണ്ടു
പീതാംബരമാമുടുപുട കണ്ടു
പദാംബുജയുഗമഴകൊടു കണ്ടു.
ലക്ഷ്മീദേവിയെയരികേ കണ്ടു
അഥകമലാപതിയുടെ വാസം കണ്ടു.
ശ്രീവൈകുണ്ഠവിശേഷമുരപ്പാൻ
ആകാംക്ഷിതമെന്നാകിലുമിപ്പോൾ
ആവുന്നതിനെ മോഹിക്കാവൂ
ഭാവിച്ചാലെളുതല്ലുരപ്പാൻ.

സന്താനഗോപാലം തുള്ളൽ.

Note. ജഗദൈകമനോജ്ഞം unequalled in splendour by anything in this world. അതിശയമനവധി കണ്ടു തുടങ്ങി wonders after wonders met their gaze, such as etc. The last four lines—Nothing that is impossible should be attempted, and a description of the unique beauties of Vaikuntam is among the impossible.

4.

അസിസ്റ്റാണ്ട് മജിസ്ത്രേട്ടിലേക്കു ചേറനാട് താലൂക്ക് ഹെഡ് പോലീസ്സ്റ്റർ ബോധിപ്പിക്കുന്ന

ഹരജി.

അന്യായം. മമ്മതുകുട്ടി.
പ്രതി. മരക്കാർ.

൧൦൨൭ മേടം ൨൨-ാം നു-ക്കു ൫൨ മേയി ൨-ാം നു- പകൽ അന്യായക്കാരനെ പ്രതിക്കാരൻ മുളവടികൊണ്ടു നെഞ്ഞത്തു കുത്തിയതിനാൽ വെലക്കത്തിന്റെയും പനിയുടെയും ദീനമായിരിക്കുന്നു എന്നു.

ഈ കാര്യത്തിൽ അന്വേഷണവിവരം റിപ്പോർട്ടോടു കൂടി പ്രതിക്കാരനെയും അന്യായക്കാരന്റെ ബാപ്പകുഞ്ഞാപ്പയെയും, കൊടുവായൂരംശം അധികാരി അയച്ച മേയി ൩൧-ാം നു- എഴുതുകയാൽ ദീനത്തിന്റെ സ്ഥിതികൊണ്ടു ബാപ്പയായ കുഞ്ഞാപ്പയോടു മുഖതാവിൽ ചോദിച്ചതിൽ ദീനം അധികമുള്ളപ്രകാരം ബോധിപ്പിക്കയാൽ ആ സ്ഥലത്തു പോയി ക്രമപ്രകാരം നടന്നു ബോധിപ്പിപ്പാൻ സബ്ബ് ആപ്സർ രാമൻ മേനവന്നു കല്പനകൊടുത്തു. രാമൻ മേനവൻ ആ സ്ഥലത്തു പോയി

അന്യായക്കാരനോടും സാക്ഷികളോടും വിസ്തരിച്ച മസ്സാപേജകൾ റിപ്പോൎട്ടോടു കൂടി അയച്ചു എത്തിയതു നോക്കുകയും പ്രതിക്കാരനോടു വിസ്തരിക്കുകയും ചെയ്തതിൽ വേറെയും ചില അന്വേഷണങ്ങൾ നടത്തേണ്ടത് ആവശ്യമായിക്കണ്ടു ഞാൻ തന്നെ ആ സ്ഥലത്തു പോയി അന്യായക്കാരനായ കുട്ടിയെ നോക്കുകയും ആ കുട്ടിയുടെ ശേഷക്കാരും സംബന്ധക്കാരും അന്യായക്കാരന്റെ കുടിയിൽ ഇപ്പോൾ പനി ദീനത്തിൽ കിടക്കുന്നവരും ആയ ൩-ഉം, ൪-ഉം സാക്ഷികളോടും അന്യായക്കാരന്റെ വൈദ്യൻ ൧൧-ാം സാക്ഷിയോടും വിസ്തരിക്കുകയും അന്വേഷിക്കുകയും ചെയ്തു.

വിസ്താരത്തിൽ പ്രതിക്കാരൻ കുററം സമ്മതിച്ചിട്ടില്ല.

ഒരു മുളവടികൊണ്ടു അന്യായക്കാരന്റെ നെഞ്ഞത്ത് പ്രതിക്കാരൻ ഒന്നു കുത്തുന്നതു കണ്ടപ്രകാരം ൧൦-ാം സാക്ഷിയും പനിയുടെ ദീനമല്ലാതെ അന്യായക്കാരനു വേറെ ദീനമില്ലെന്നും താനാണ് ദീനം തുടങ്ങിയ മുതല്ക്കു ചികിത്സ ചെയ്തുവരുന്നതെന്നും രണ്ടാം സാക്ഷിയും, പനി ദീനമാകുന്നു എന്നും പ്രതിക്കാരൻ മേല്പ്രകാരം ഒന്നു കുത്തി എന്നു അന്യായക്കാരൻ പറഞ്ഞു കേട്ടിട്ടുണ്ടെന്നും അതിനാൽ ഒരു ദീനവും പരുക്കും അന്യായക്കാരനുണ്ടായിരുന്നില്ലെന്നും അതിന്റെ ശേഷം അന്യായക്കാരൻ പരപ്പനങ്ങാടിക്കു ചരക്കുകൊണ്ടു പോയി വിററിട്ടുണ്ടെന്നും വിവരങ്ങൾ മൂന്നു മുതൽ പത്തു വരെ സാക്ഷികളും. ഞാൻ നാടി പിടിച്ചു നോക്കിയതിൽ വായു ഉഷ്ണിച്ചതിനാൽ ഉണ്ടായ ദീനമാണെന്നു തോന്നുന്നു എന്നും അല്ലാതെ പരുക്കേററ പ്രകാരം കാണുന്നില്ലെന്നും മററും ൧൧-ാം സാക്ഷിയായ വൈദ്യനും ബോധിപ്പിച്ചിരിക്കുന്നു.

മസ്സാപേജകളാലും അന്വേഷണത്താലും അന്യായക്കാരനും പത്താം സാക്ഷിയും കൂടി ഓത്തു കഴിഞ്ഞു ഏകദേശം അകത്തഞ്ചടി സമയം മടങ്ങിപ്പോരുമ്പോൾ പ്രതിക്കാരന്റെ വേലിയിന്മേൽ ഒരു ഓന്തിനെക്കണ്ടു അതിനെ ഒരു മുളവടി കൊണ്ടു അന്യായക്കാരൻ തച്ചാറെ പ്രതിക്കാരൻ ചെന്നു വേലിതച്ചു കേടുവരുത്തേണ്ടാ എന്നു പറഞ്ഞു ആ വടി വാങ്ങി അതുകൊണ്ടു അന്യായക്കാരന്റെ നെഞ്ഞത്തു രണ്ടു കുത്തിയപ്രകാരം കാണുന്നുണ്ടു. എങ്കിലും പ്രതിക്കാരൻ മേല്പ്രകാരം ചെയ്യുന്നതു അഞ്ചു വയസ്സു പ്രായമുള്ള ഒന്നാം സാക്ഷി മാത്രം കണ്ടു എന്നു പറയുന്നതല്ലാതെ വേറെ ഒരുത്തരും കണ്ടപ്രകാരം പറയുന്നില്ലായ്കകൊണ്ടും കുത്തി എന്നു പറയുന്ന വടി നന്നെ ചെറിയതാകകൊണ്ടും പ്രതിക്കാരൻ മേല്പ്രകാരം ചെയ്തതിന്റെ ശേഷം പരപ്പനങ്ങാടിക്ക് ചക്കവില്പാനും മററും അന്യായക്കാരൻ പോയ പ്രകാരവും പിന്നെ രണ്ടു ദിവസം കഴിഞ്ഞിട്ടാണ് പനി ദീനം തുടങ്ങി കിടപ്പിലായതെന്നും കാണുന്നതാകയാലും രണ്ടും പതിനൊന്നും സാക്ഷികളായ വൈദ്യന്മാരുടെ വാക്കിൽ പനി ദീനമല്ലാതെ വേറെ ഒരു ദീനവും ഉള്ളതായി കാണുന്നില്ലായ്കയാലും ഇപ്പോൾ ഈ അന്യായക്കാരനുള്ളപ്രകാരം പനി ദീനം ആ കുടിയിൽ വേറെയും അധികം ആളുകൾക്കുള്ളതായി കാണുന്നതാകകൊണ്ടും അന്യായക്കാരനു പനി ദീനം തന്നെയാണെന്നല്ലാതെ പ്രതിക്കാരൻ മേല്പ്രകാരം ചെയ്തതുകൊണ്ടു ഈ ദീനം ആരംഭിച്ചതു എന്നു കാണുന്നില്ലാത്തതിനാൽ അന്യായം ൩മയി ൨൪-ാം നം- നീക്കി പ്രതിയെ വിട്ടിരിക്കകൊണ്ടു ഈ കാൎയ്യത്തിന്റെ മസ്സാപേജകൾ പേരിസ്തുപ്രകാരം ഉള്ളതു ഇതോടു കൂടി അയച്ചു വസ്തുത ബോധിപ്പിച്ചിരിക്കുന്നു. എന്നു ൧൦൨൭ എടവമാസം ൨൨-ാം നം-ക്കു ൧൮൫൨ ജൂൻ രണ്ടാം തിയ്യതി. തിരൂരങ്ങാടി.

Collet's Malayalam Reader.

Note. അന്യായം മമ്മതകുട്ടി പ്രതി മരക്കാര് Mammad Kutti versus Marakar. Complaint — that the accused etc. മസ്സാവേജകൾ enclosures. എങ്കിലും പ്രതിക്കാരൻ മേല്പ്രകാരം ചെയ്യുന്നത് അഞ്ചു വയസ്സു പ്രായമുള്ള ഒന്നാം സാക്ഷി മാത്രം etc. translate these as separate simple sentences and conclude with "and therefore it is plain that the complainant is suffering from simple fever etc."

5.

"ധൃഷ്ടമാം മദേന ചന്ദ്രചൂഡമന്ദിരത്തിൽ വന്നു
ധൃഷ്ടമായി കടന്നീടുന്ന മൂഢനാരെടോ?"
"ഇത്രിലോകപതി വിരിഞ്ചപുത്രനെത്തടുത്തനീയു
മെത്ര മൂഢനത്രനിന്നു പോക പോക നീ!"
"തവപിതാവിനും സമസ്തഭുവനവാസികൾക്കുമെന്റെ
ശിവനധീശനറിക ദാസനവനു ഞാനഹോ."
"ഹന്ത ഹന്ത മമ മഹത്വമെന്തറിഞ്ഞു മൽസുതസ്യ
കാന്തനാം ശിവന്റെ ദാസഹതക നറികനീ."
"കുമതികൾക്കു ദൃശ്യനല്ല മമ മഹേശനറിക മൂഢ
കിമപിതാമസിച്ചീടാതെ യാഹിദുർമ്മതെ"
"എന്തിഹതവകാര്യം ജല്പവതിനെന്തിഹ?
ഹന്ത മഹാജനസഭയിലിരിപ്പതിനർഹതയില്ലിഹതേ"
"അസ്ഥിയണിഞ്ഞിഭകൃത്തിയുടുത്തുകരത്തിലെടുത്തു കപാലം
നിത്യമിരന്നു നടക്കുന്നവനുടെ ഭൃത്യനതല്ലേ നീ?"
"ഉൽക്കടമദമൊടു ധിക്കൃതിവചനമുരക്കും നിന്നുടെ ഗാത്രം
മൽകരഹതികൊണ്ടിക്കാലം നീപതിക്കും പൊടിപൊടിയായി."
"പങ്കജഭവസുതനെങ്കിലഹം രുധികാണുക ജവേന ദുരാത്മൻ
ശങ്കരകിങ്കര സംപ്രതി നിന്റെയഹംകൃതി തീർത്തീടുവൻ"
"ത്ര്യക്ഷൻ തന്റെ കടാക്ഷംകൊണ്ടുടനക്ഷതമെന്മഹിമാ
ദക്ഷന്മാരൊരു ലക്ഷമിനിക്കൊരു മക്ഷികയോടുസമം."
ഭുജഗഭൂഷണഭൂഷണഭാഷണശ്രവണരോഷകഷായിതലോചനെ
സകലവേദിനിനന്ദിനിനിർഗ്ഗതെ വിധിമുഖേച മുഖേജനികണ്ണാതാ.

ദക്ഷയാഗം കഥകളി.

Note. Begin—'who is the fool that in the height of impertinence attempts to steal into the abode of the moon-crested god?' 'Be off, be off! what an arrant fool thou art to intercept the son of Virinja the lord of the three worlds?'

6. നഖങ്ങൾ.

ബാഹ്യചർമ്മത്തിന്നെന്ന പോലെ കൈകാലുകളുടെ വിരലിന്നററത്തെ മേൽ തൊലിയിൽനിന്നു പുറപ്പെടുന്ന നഖങ്ങൾക്കും നാഡികളാവട്ടെ മജ്ജാതന്തുക്കളാവ

ട്ടെ ഇല്ല. നഖങ്ങൾ വിരലുകളുടെ അററത്തിന്നു ആകൃതിയെയും സ്ഥിരതയെയും കൊടുക്കുന്നതല്ലാതെ ഓരോ കേടിൽനിന്നു അവററെ തടുത്തു കാക്കുന്നു. എല്ലാപ്പെട്ട കൈത്തൊഴിലുകളെയും ബഹുവിചിത്രമായ യന്ത്രങ്ങളെയും ഏററവും നേൎമ്മയും ഇമ്പവുമുള്ള ശില്പപ്പണികളെയും വിരലുകൾ കൊണ്ടെടുപ്പാൻ നഖങ്ങളാലേ സാധിക്കുന്നുള്ളു. മുറിക്കുന്തോറും നഖം വളരുന്നു. ചിലേടത്തു പരിചൎമ്മവും നഖം പോലെ കട്ടിപ്പമുള്ളതായിത്തീരുന്നു.

ശരീരശാസ്ത്രം.

Note. ബാഹ്യചൎമ്മം epidermis. നാഡികൾ blood-vessels. മജ്ജാതന്തുക്കൾ nerves. ആകൃതിയെയും സ്ഥിരതയെയും കൊടുക്കുന്നു give form and strength. മുറിക്കുന്തോറും നഖം വളരുന്നു nails grow as they are out.

7.

ശ്രീ,

മുഖദാവിൽ പറഞ്ഞപ്രകാരം വൈദ്യൻ രാമനെ ഇതുവരെ അയച്ചുതന്നില്ല. വിശേഷവിധിയായി യാതൊരു ബുദ്ധിമുട്ടുകളും നേരിടുകകൊണ്ടല്ലയായിരിക്കാം. ഈ ധനുമാസം ൧൩-ാം നു ഇവിടെ ഒരു താലി കെട്ടടിയന്തരം നിശ്ചയിച്ചിരിക്കുന്നു. നിങ്ങളും കുഡുംബസമേതം വന്നു അടിയന്തരം നിവൃത്തിച്ചുതരുവാൻ അപേക്ഷ. വിശേഷിച്ചു അമ്മാമന്നു വാതരോഗം അതിക്രമിച്ചിരിക്കുന്നു. ഇപ്പഴ് കിടപ്പിലാണ്. താമസിക്കാതെ വൈദ്യനെ അയച്ചു തരുവാൻ ശ്രമിക്കുമല്ലോ. ദൈവകൃപയാൽ ഞങ്ങളെല്ലാവരും ഒരു വിധം ക്ഷേമം.

എന്നു സ്വന്തം

രാമുണ്ണി.

൧൦൩൪ വൃശ്ചികം ൨൭-ാം നു കോവിൽക്കണ്ടിനിന്നു.

Note.

Quilandy
27th______, 1034.

My dear sir,

You have not yet sent me physician Raman as you personally promised etc. . . . .

. . . .

yours sincerely

Ramunni.